அம்மையும் அடுத்த ஃப்ளாட் குழந்தைகளும்

அம்மையும்
அடுத்த ஃப்ளாட்
குழந்தைகளும்

மணி ராமலிங்கம்

கிழக்கு

அம்மையும் அடுத்த ஃப்ளாட் குழந்தைகளும்
Ammaiyum Adutha Flat Kuzhandaigalum
Mani Ramalingam ©

First Edition: December 2017
208 Pages

ISBN 978-81-8493-862-3
Kizhakku - 1072

Kizhakku Pathippagam
177/103, First Floor, Ambal's Building, Lloyds Road
Royapettah, Chennai 600 014. Ph: +91-44-4200-9603
Email : support@nhm.in | Website : www.nhm.in

kizhakkupathippagam | kizhakku_nhm

Kizhakku Pathippagam is an imprint of New Horizon Media Private Limited

எழுத்தாளர் திரு சங்கரநாரயணன் அவர்களுக்கு...

உள்ளே

‘ழ’

‘ஆண்டாள் செத்து போயிட்டாளாம்டா’ இராத்திரி சாப்பாட்டின் போது அம்மா சொன்னாள்.

‘ஓ’ சின்ன ஒலிக்குறிப்போடு நான் சாப்பாட்டைத் தொடர்ந்தேன்.

கொஞ்சம் வருத்தமாய் இருந்தது. மரணம் இயற்கை. ஆன்மாவின் விடுதலை. ஆனாலும் ஒவ்வொரு இறப்பின் உணர்வும், மெல்லியதாய் கால் கீழ் நிலத்தை ஆட்டி, பய நீரை வெளியேற்றுகிறது.

‘மார்கழி அதுவுமா செத்து போயிருக்கு… வைகுண்டம்தான்.’ அம்மா குரலில் துக்கம்.

‘யாரோடு கடைசியா இருந்தா…’ குழம்பு சாத வாயோடு நான்.

‘பாவம் அதுக்கு யார் இருந்தா… உடம்பு நன்னா இருக்கறவரைக்கும் எல்லாருக்கும் உபயோகமாயிருந்தது. சத்திரமும் மூடியாச்சு. ஊர்க்காரா, ஏதோ ஆசிரமத்துல சேத்துட்டாபோல… அவளை வெச்சுக்கறதுக்கு யார் இருக்கா…’

‘கலிஃபோர்னியால கூட ஆண்டாள் அக்கா சொந்தக்காராள பாத்தோமே…’

‘அவதான் எனக்கு ஃபோன் பண்ணினா - செத்து மூணு மாசமாச்சாம். குட் நியூஸ்னு சொல்லி, இதை சொல்றா… கட்டைல போறவ.’

‘இங்கள்ளாம் ஃபார்மாலிட்டி கிடையாதும்மா…’

‘இந்த ஊர் வந்திட்டவாளுக்கு என்ன ஃபார்மாலிட்டி தெரியறது... எல்லாமே இமெயில்ல எழுதி எழுதி நேர்ல எப்படி பேசறதுன்னே தெரியலை...’

‘யார் அக்காவுக்கு காரியமெல்லாம் பண்ணினாளாம்?’ எனக்கு இதைக் கேட்கும்போது கொஞ்சம் தொண்டை அடைக்கத்தான் செய்தது.

‘ஊர்க் கொள்ளிதான். பாவம்... கடைசி காலத்தில ரொம்ப கஷ்டப்பட்டுறுத்து. அடுத்த ஜன்மம் கிடையாது...’

அம்மா சாதம் போட்டபடியே அக்கா ஞாபகத்தில் மூழ்கிக் கொண்டிருக்கிறாள். எனக்கும் அக்கா ஞாபகம் வந்தது. அவ்வளவு சீக்கிரமாய் செத்துப் போவாள் என்று எதிர்பார்க்கவில்லைதான்.

‘சீமாச்சு கல்யாணத்துக்கு போயிருந்தப்ப கூட நன்னாதானிருந்தா. என்னை பிடிச்சுண்டு பாசுரமெல்லா சொல்லி ஓரேடியா நனைச்சுப்பிட்டா...’ அம்மாவும் சிரித்துக்கொண்டாள்.

அன்று உண்மையில் நனைந்தேன். அவ்வளவு எச்சில்.

தொத்துப் பற்களிடையே நிறைய ஓட்டைகள். அதே ஆண்டாள் கொண்டை. வயோதிகம் அவளை அலங்கரித்திருந்தது. முதிர் கன்னி தழும்புகள். முத்திய முகபாவம். கடல் மணல்போல தோல் சுருக்கங்கள். சோம்பலாய் முனகிக்கொண்டே உள் வெளியேறும் மூச்சு. பருத்த கால்கள். அதை விட பருத்த உடம்பு. கறுப்பிலிருந்து வெளியேற முனையும் கொஞ்சம் வெள்ளை கண்ட தோல்கள்.

ஆனால் வாய் குறையாத அதே அக்கா. அதே தேஜஸ். அதே கொண்டை. கண்ணனைப் பார்க்கும் வரை அவள் வைத்திருப்பாள் போல.

அக்காவின் கிறுக்குக்கு அன்று நான் அவியல். எல்லாரும் வேற்று மண்ணையும், என் விவாகரத்தையும் பற்றி விசாரித்துக் கொண்டிருக்க, அக்கா மட்டும் என்னை ட்ரவுசர் நினைவுக்கு இழுத்தாள். ஏனோ அது எனக்குப் பிடித்திருந்தது.

‘சின்ன வயசுல இவன் என்ன சுட்டி தெரியுமோ. சரியான கம்சன்... திரிசமன். வானரம்... கிரிக்கெட் பாலால என்னை ரெண்டு தடவை அடிச்சிருக்கான்...’ தன்னைச் சுற்றியிருந்த கூட்டத்திடம் சொன்னாள். ஏதேதோ சொல்லிக்கொண்டே போனாள்.

‘இதுக்கு கற்பூர புத்தி. சரியான அழுத்தம். கழுதை பிரபந்தம் சொல்ல மாட்டேன்னு பிரதிவந்தம்னா பிடிச்சு அலையும். ரெண்டு அடி

விட்டேன் பாருங்கோ... அவ அப்பாவோ, அம்மாவோ ஒண்ணுமே சொல்லலை. ஆண்டாள்ட்ட இருந்து ஒத்தன் தப்பிக்க முடியுமா...'

(அக்கா பாதிக்கதைதான் சொன்னாள். அவள் அடி விட்ட அன்று, அக்கா தூங்குகிற பாலு மாமா வீட்டில் திண்ணைக்கு சத்தம் போடாமல் சென்று, அவள் வாய் நிறைய மண்ணை அப்பி விட்டு வந்தேன். மண் வாயில் போய் புரைக்கேறி, பாலு மாமா ராவோடு ராவாய் அக்காவை சேசலம் டாக்டரிடம் கூட்டிக்கொண்டு போனார்.

அப்பாவுக்கு விஷயம் தெரிந்து, என்னை சவட்டி எடுத்தார். சில நாட்கள் அக்காவோடு விளையாடப்போகாமல் இருந்தேன். ஒருநாள், அவளே வந்து என்னைக் கட்டி அணைத்துக் கூட்டிக்கொண்டு போனாள்.

பயத்தோடுதான் போனேன். அக்கா ராட்சசி. அவள் உடம்பு ராட்சத உடம்பு. அவள் அம்மாபோல - மாவுக்கரைத்து அரைத்து காய்ந்து போன - கைகள். வரட்டு வரட்டென்று சொறியாய் நிற்கும் கால்கள். அதில் எத்து பட்டால் எலும்பு உடையும்.

கூட்டிப்போன அக்கா கேட்டாள். 'டே... வெங்கட்டா... அப்பா ரொம்ப அடிச்சிட்டாராடா...' ஆதரவாய் அவள் தலை தடவ, அப்பா சவிட்டலின் வலி அவள் மடி வழியே கண்ணீராய் வெளியேறியது.)

'டே... வெங்கட்டா... ஞாபகமிருக்கா? உனக்கு 'ழ'வே வராது... உங்கப்பா தர்ப்பையை போட்டு தேய்க்கணும்பார். இப்பல்லாம் எப்படிடா... எங்க ஏதாவது சொல்லு பாப்போம்...'

'மார்கழி(ளி)த் திங்கள் மதி நிறைந்த நன்னாள்' (நான்கு நாட்கள் திருப்பித் திருப்பிச் சொல்ல வைத்ததில் எல்லாரும் பாசுரங்களில் மேலே போகப் போக நான் மட்டும் மார்களியிலேயே களி கிண்டிக் கொண்டிருந்தேன்.) அன்று அப்பா நான் பாசுரம் சொல்லும் அழகைக் கேட்க வந்தார். சீரிய சிங்கமாய் அறிவுற்று நான் களி கொண்டிருப் பதைப் பார்த்து, பரம சந்தோஷமாய் தலையிலடித்துக் கொண்டார். வீட்டில் வந்து திட்டிக்கொண்டேயிருந்த அப்பாவை அம்மாதான் அடக்கினாள். 'வோய், சும்மாயிரும்... 'ழ' வரலைன்னா என்னா? சோழியாளுக்கு எதுதான் ஒழுங்கா வந்திருக்கு?' (அம்மா குத்தலில் அப்பா அடங்கிப் போனார்.)

'தோட்டத்து வாவியுள் செங்கழுநீர் வாய்நெகிழ்ந்தாம்பல் வாய் கூம்பின காண்.' (வாய் கூம்பி வராக அவதாரம் போலாயிற்று. செங்கழுநீர் - ரத்தம் வராததுதான் குறை.)

அக்கா ரொம்ப திட்டியதால் அவளது வகுப்புக்கு மட்டம் போட்டேன். ஒரு நாள் கிருஷ்ண ஜெயந்தி சத்தி சாப்பாடு. மூட நெய் பெய்து முழங்கை வழிவாரசாப்பிட்டுக் கொண்டிருக்கும்போது எல்லார் முன்னாலேயும் ஆண்டாள் அக்கா கத்தியிருக்கிறாள். 'நாசமா போறவேன், நன்னா சத்தி சாப்படறப்ப மட்டும் வழிச்சு, வழிச்சு நெய் குடி, ஒரு பாசுரம் கூட ஒழுங்கா வரலை... கழிசடை... (அன்று அடைப்பிரதமன் வழக்கத்தை விட பிரமாதம். அவளது திட்டு ஜீரணம் ஆயிற்று.) வா வா, ஏதாவது சொல்லித்தொலை... வா...' தோள் அழைத்து அவளே கூட்டிப்போனாள்.

இத்தனை வருடங்கள் கழித்தும் எல்லாம் ஞாபகத்தில் கொண்டு அக்கா என்னை ழ சொல்லச் சொல்லி கேட்கிறாள். கல்யாண மண்டபத்தில் சின்னதாய்க் கூட்டம் கூடியது. நான் நெளிந்தேன். என்னை வேடிக்கைப் பொருளாக்கிப் பார்த்தது கூட்டம்.

'சொல்லுடா...'

எனக்கு ரொம்ப நாள் கழித்து வயிற்றில் பயம் பூத்தது. சொன்னேன். கூட்டம் மெலிதாய்ச் சிரித்தது.

'உங்கப்பா சொன்னது சரிதான்... யாராவது சாஸ்திரிகள்ட்ட கொஞ்சம் தர்ப்பை வாங்கிண்டு வாங்கோ. ராஸ்கல் இன்னிக்கே தேச்சு போடறேன்.'

இப்போது கூட்டம் கொல்லிட்டது. அந்த அவமானமும் எனக்கு ஏதோ பிடித்திருந்தது. அக்கா என்ன செய்தாலும் பிடித்துவிடுகிறது- அவள் செய்த அந்த ஒன்றை தவிர. அவளுக்கே அது தெரிந்திருக்காது.

எனக்கு 'ழ' கடைசி வரை வரவேயில்லை.

●

சின்ன வயதில் எலும்பும் தோலும் அதி பயங்கரமாய், வன்முறையோடு இருக்கும் அக்கா எப்படி ஆண்டாள் அக்காவாய் மாறிப்போனாள் என்பது விசித்திரமானது. ஏழ்மை, எடுப்பார் கை பிள்ளை, ஊருக்கு உழைக்கும் அம்மாவைச் சுரண்டும் ஊர் மற்றும் சுற்றம் - எல்லாம் காரணமாயிருந்தும் பிரதானமாய் இருந்தவைகளாக இரண்டை மட்டுமே கணக்கில் கொள்ள முடியும்.

ஒன்று, சிக்கெடுத்த தலைச் சடையை வாரமுடியாமல் போக அக்காவின் அம்மா, சிவகாமி மாமி ஒரு ஓரமாய் தள்ளிவிட்டு பின்னி விட அதுவே நித்திய சடையுடைய அக்கா, கொண்டை ஆண்டாளாக மாறிப்போவதற்கான முதற்காரணமாய் இருந்திருக்க வேண்டும்.

இரண்டாவது, ஊருக்கு ராதா கல்யாணம் செய்விக்க வந்த ராதேஸ்யாம அன்னாவி அவர்களின் ராதா கல்யாண உற்சவம்.

உற்சவத்தில் ஒவ்வொரு வருடமும் அக்கா போடும் ஆண்டாள் வேடம். அன்று, அன்னாவி மாமா திருப்பாவை, பிரபந்தம் ஏதாவது பாட்டுப் பாடியபடியே சபையில் புதுப் பட்டுப்பாவடை கொடுப்பார்.

அக்காவை அன்றைக்கு பெரியதாய் பூ வைத்து, அளவுக்கதிகமாய் மையிட்டு பஜனை மடத்தில் உட்கார வைத்து சாப்பாடு போட்டு, பாட்டுப்பாடி பூப்பந்து விளையாட்டு விளையாடி அவளுக்குச் சன்மானம் கொடுப்பார்கள். கொடுத்த பின்பு, அக்கா மாலையைக் கழற்றி கண்ணன் படத்திற்குப் போட்டுவிட்டு, அவளை சாப்பிட வேற அறைக்கு அழைத்துப் போய்விடுவார்கள். நாங்களும் அக்கா பின்பே செல்வோம்.

சேச மாமா வீட்டுப் பெண்களுக்கு ருக்மணி, சத்யபாமா வேடம். அவர்கள் சின்னதாய் பூவைத்து, கொஞ்சமாய் மை வைத்து, காலில் கொலுசு போட்டு, ஏதோ புதுவிதமாய் பாம்பேக்காரன் தைத்த சட்டையைப் போட்டுக்கொண்டு வருவார்கள். கழுத்தில் சின்னதாய் சங்கிலி தொங்கும். அவர்களுக்கும் பட்டுப்பாவடை கொடுப்பார் அன்னாவி மாமா. அவர்கள் கண்ணனைத் திருமணம் செய்துகொள்ளப் போகிறவர்கள் என்பதால் தனிக் கவனிப்பு.

அவர்கள் சமையல் கட்டிற்குள் போக வேண்டாம். முதலில் கண்ணன் படத்திற்குப் பரிமாறிவிட்டு கூடத்திலே கண்ணன் படத்திற்குப் பக்கத்திலே உட்கார்ந்து சாப்பிடலாம். அஷ்டபதி பின்னணிக் குரலாக ஒலிக்க அன்னாவி மாமா கண்ணனாய், ராதையாய், ருக்மணியாய் மாறி ஆடுவார். சேச மாமா வீட்டுக் குழந்தைகளோடு நாட்டியக் குறும்புகள், பாவங்கள் செய்வார்.

நாங்கள் இதை ஆண்டாள் அக்காவோடு சமையற் கட்டிலிருந்து பார்த்துக் கொண்டிருப்போம். அக்கா தனியாகப் பாடிக்கொண்டோ, ஆடிக்கொண்டோ இருப்பாள். அன்னாவி மாமா மாதிரி ஆடுவாள்.

கொண்டைப்பூ மணமும், புதுப்பட்டுப் பாவடை மற்றும் அவள் மீது தீற்றப்பட்ட சந்தனத்தோடு அக்கா ஆண்டாளாய் மணப்பாள். ஆண்டாள் அப்படிதான் மணந்திருக்க வேண்டும்.

‘எப்பவுமே ஆண்டாள்தான்டி முண்டை நீ...’ சிவகாமி மாமி கண்ணைக் கசக்கி, தன் மொட்டைத் தலையில் தேய்த்துக் கொள்வாள்.

●

சேச மாமா வீட்டு சத்தியபாமா, ராதை, ருக்மணிகள் உடம்பில் மட்டும்தான் வளர்ந்தார்கள். ஆனால் அக்கா உள்ளில் வளர்ந்தாள். ஒவ்வொரு வருடம் அன்னாவி அண்ணா வரும்போது ஒவ்வொன்றாய் படித்துக் கொண்டாள். கொஞ்சமாய் கீர்த்தனைகள், நிறைய சுலோகங்கள், தமிழ் ஒழுகும் பாசுரங்கள். பக்கத்திலூரில் அன்னாவி மாமா வந்தாலும் இவளைக் கூப்பிட்டு அனுப்பிவிடுவார்.

ஆண்டாள் வேடம் போடும் முன்னும், பின்னுமான சில தினங்களில் அவள் ஒரு ஆனந்த ஊஞ்சல். கிருஷ்ணன் குரலைக் கேட்டு பால் சுரக்கும் பசுக்கள்போல அக்காவின் குரல் கேட்டு நாங்கள் சிரிப்போம்.

அவள் குரல் அழகில்லை. சாஸ்திரயமில்லை. இலக்கணங்களில்லை. நகாசுகளில்லை. ஏதோ ஒன்று. பக்தி என்ற ஒற்றை வார்த்தை மட்டும் ஓரளவிற்கு அதன் பக்கத்தில் வரும். அந்தக் குரல் வந்தால் அக்கா பிருந்தாவனத்தில் இருக்கிறாள் என்று அர்த்தம்.

எல்லையற்ற ஆற்றலின் பாத்திரமாகிப்போவாள். அவளைச் சுற்றி எப்போதும் மாடுகளாய் நாங்கள். நல்ல மேய்ப்பான் அவள்.

அவளின் மாற்றத்தால், மெல்ல ராதா கல்யாணத்திலும் நிறைய திருத்தங்கள் வந்தன. அவளது கட்சியில் நின்ற எங்களுக்கு நிறைய வேடங்கள் கிடைத்தன. வெறும் அஷ்டபதி பாடப்படாமல் செய்து காட்டப்பட்டது.

‘டேய்... சேச்சு... தயிர் மத்தை சுத்தற மாதிரி நடிடா...’

‘வெங்கட்டா... குழலை இப்படியா பிடிக்கறது? அம்மா இடுக்கிய பிடிக்கிற மாதிரி பிடிக்கப்படாது... இங்க பாரு... ஒரு விரலை இங்க பிடிச்சு, கொஞ்ச இடம் விட்டு இன்னொரு விரலை உயர்த்தி பிடிடா...’

‘காயத்ரி... மெல்ல நடந்து நடந்து வெங்கிட்ட சுத்துடி... சின்னதாய் கும்மி வைச்சமாதிரி போணும் கேட்டியா...’

‘ரமணி... நீ கம்சன்டா... ஒரு அடில விழப்படாது... மூணாவது அடியிலதான் விழணும்... ஞாபகம் வைச்சுக்கோ...’

‘ழ’ வராத எனக்கு கிருஷ்ணன் வேடம். கிருஷ்ணன் வெறுமனே நின்று கொண்டிருந்தால் போதும். அக்காவிற்குதான் எல்லா வேடமும், நடிப்பும். மற்ற எல்லா துணை நடிகர்களும் உப்புக்குச் சப்பாணிகள். அவர்கள் நடிக்கும்போது பின் குரல் கொடுப்பதும் அக்காதான்.

கிருஷ்ணனைச் சுற்றி வந்து ராதையாய், ருக்மணியாய் அவளே ஆடிக்கொண்டு சின்னதாய் பிரசங்கமும் செய்வாள். அவள் என்னைச்

சுற்றிச் சுற்றி வந்து பாடும்போது குரல் பயமுறுத்தும். நான் அவளைப் பார்க்காமல் புல்லாங்குழலிலே கவனம் செலுத்துவேன். மீராவாய் வந்து அவள் பாடும் பாடலில் சில விசும்பல் சத்தம் கேட்கும். மிருதங்க ராஜாமணி மாமா கூட சில சமயம் கை மறந்து கரைந்து விடுவார்.

அக்கா பாட்டின்போது அன்னாவி மாமா கொஞ்சம் சிரமப் பரிகாரம் பண்ணிக் கொள்வார். அக்கா சபையில் கடைசியில் வரும் ஆண்டாள்தான் கிளைமேக்ஸு. ஒவ்வொரு வருடமும் ஒவ்வொரு புது விதமாய் கண்ணனை அழைப்பாள். கவர்வாள். இரங்குவாள். உருகுவாள்.

அந்த வருடம் புதிதாய் என்ன செய்தாள் என்பதே ஊரில் பேச்சாகயிருக்கும். என்னவானாலும் கடைசியில் ஒரு மாலையை எடுத்து, அதில் தன் சடைமுடியிலிருந்து ஒரு முடி எடுத்துப் பின்னிய படியே அவள் கண்ணனைச் சுற்றி வரும் காட்சிக்காக ஊர் ஜனங்கள் காத்திருக்கும். தூங்கப் போன அன்னாவி மாமாவும் அந்தக் காட்சிக்காக வந்துவிடுவார்.

அவள் சுற்றி வரும்போது ராஜாமணி மாமாவின் மிருதங்கமும், மணி அண்ணாவின் ஜால்ராவும் உச்சத்தைத் தொட அக்காவின் வேகம் அதிகமாகும். அதற்காகவே முன்னால் உட்கார்ந்திருக்கும் குழந்தைகள் எல்லாம் அப்புறப்படுத்தப்பட்டு பஜனை மடத்தின் பெரும்பகுதி அக்காவிற்கே கொடுக்கப்படும்.

'கண்ணா, கண்ணா, மணி வண்ணா...' பாதத்தால், முட்டிக்காலால் சுற்றிச் சுற்றி வந்து கடைசியில் என் அருகே வந்து மாலையிட்டு தொப்பென விழுந்து அழுவாள். ஜனங்கள் குட்டிகள் எல்லாரும் விசும்புவார்கள். மாமாக்கள் எல்லாம் கன்னத்தில் போட்டோ, கை தூக்கிக் கும்பிட்டோ அந்தக் கணத்தில் கரைவார்கள். என்னை நோக்கி கும்பிடும் கரம், இசை பிரவாகம், அறை முழுதும் நிரம்பி நிற்கும் ஊதுபத்தி மணம் - எனக்குள் பயம் அதிகமாக புல்லாங்குழலையும் விடுத்து கண்ணை இறுக்கமாய் மூடிக்கொள்வேன்.

அன்னாவி மாமா, கண்ணன் படத்திற்கு சூடம் காட்டி ஆண்டாள் அக்காவை எழுப்பி நமஸ்கரிக்கச் சொல்லிவிட்டு எங்களை வேறு அறைக்கு அனுப்பி வைப்பார். அக்கா ஒன்றுமே நடவாததுபோல நிறைய பிரசாதம் தின்பாள்.

●

சில வருடங்கள் கழித்து ஒரு ராதா கல்யாண உற்சவத்திற்கான ஒத்திகை நாளில் சொன்னேன்.

'அக்கா, இந்த வருஷத்துக்கப்பறம் கிருஷ்ணன் வேஷம் நாம் போட மாட்டேன்போல... அடுத்த வருஷம் ஒன்பதாவதுக்கு வேற ஊர் ஸ்கூலுக்கு போறேன். பாட்டியாத்திலிருந்து படிக்க போறேன்...'

அக்காவிற்கு ரொம்பவே அதிர்ச்சியாயிருந்தது. அக்காவின் கண் களைப் பார்க்க முடியவில்லை. அன்று அவள் ஏதோ ஒரு கலவையாய் இருந்தாள். இதுவரை பார்க்காத உணர்ச்சிக் கலவை. அன்று அக்காவின் ஆட்டம் சோபிக்கவேயில்லை. ஏதோ ஆடினாள். ஒப்புக்கு மாலையிட்டாள். அமைதியாய் கலைந்து போனாள்.

அன்று காலை பஜனை முடிந்து எல்லாரும் அதே வேடத்தோடு பஜனை மடத்தில் அன்னாவி மாமா ரூமிலே எங்கள் பட்டாளம் படுத்துக்கொண்டது. சாப்பிட்ட களைப்பு எல்லாக் குழந்தைகளுக்கும்.

தூங்கிப்போன என் மீது ஏதோ அழுந்த, அழுத்த வலிவோடு தள்ளிவிட்டேன்.

தூரப்போய் விழுந்தாள், அக்கா. என் இடுப்பில் ஒட்டிக்கொண்டு தொங்கியது ஆண்டாள் சடை முடி.

•

அடர்த்தியாய் மரங்கள். புல்லென சுருங்கும் இதழ்கள். காற்றாய் இசை. இசையாய் காற்று. குழல் ஒலி சுமக்கும் காற்றுத்துகள்கள் இசையின் உச்சம். பசுக்கள் வாசனை பூசிய புழுதிகள். உயிர் கொண்டு ஆடும் தாவர ஜந்துக்கள். உயிருடன், நினைவழிந்து ஆனால் விழிப்புடன் மானுட ஜந்துக்கள். ஆகாசம் மேல் உடை. நிலா நெற்றிப்பொட்டு. ஆதி இருள் அவன் தோல் நிறம். தூய பிரபஞ்சமாய் அவன். கழுத்துக் குழியில் சூரியன் உதித்தது. பிருகு நந்தன். புரசிஸ்தன். இதயம் கமலாலயம். ஜமதக்னி வயிறு. பூரணத்திலிருந்து வந்த அபூரணம் வயிற்றுக்கீழே. அதுவும் அவனிடமிருந்தே, அவனை அவனே அறியும் பொருட்டு வந்தது. அதுவும் அபூரணம்தான். அப்படி வந்த அபூரணங்களைப் புரட்டும், புணரும் ஆண் அவன். அவன் மொழி பேச தர்ப்பைக் குச்சி வாயருகே. குழல் நினைப்பில் ஊத அதிலிருந்தும் வாயுவின் சாமரம்.

யாரது? அது நான். நானேதான்.

ஏன் தர்ப்பைக் குச்சி - அப்பா சொன்னபடி 'ழ' வராததால் நாக்கில் தேய்க்க வைத்திருந்தது. அதிலிருந்து இசை வருகிறது. எங்கேயோ

கேட்ட இசைக்குரல்தான். ஆனால் அந்தத் துளையற்ற தர்ப்பைக் குச்சியிலிருந்து வருகிறது.

அக்கா அதே கொண்டையோடு உட்கார்ந்திருக்கிறாள். குழந்தை கை. இதுவரை அவள் வாழ்க்கையிலே வாய்க்காத பெரு முலைகள், சிறுமியின் கால்கள். இளமங்கையின் இடுப்பு. முகம் முத்தி கிழமாய். ஆனால் வாய் மட்டும் இளமையாய் இருப்பதாய்ப் படுகிறது. ஏதோ பாடுவதாய்த் தெரிகிறது.

என்னை நானே சாட்சியாய்ப் பார்க்க முடிகிறது. அக்கா ஏதோ பாடிக்கொண்டு என் மீது சாய்ந்து கொள்கிறாள். கறுப்பு உள்ளாடை போட்டிருந்தாள். அவலட்சண அழகு. நான் வாசிப்பதை நிறுத்த வில்லை. தர்ப்பையிலிருந்து வெண்மையாய் இசை புகைந்து கொண்டேயிருந்தது.

அக்கா ஏதோ செய்கிறாள். பல்லாண்டு பல்லாயிரத்தாண்டு காத்திருந்த உடலிலிருந்து அவள் இயங்குகிறாள். ஒவ்வொரு மயிர்த்துளை வழியேவும் காற்றில் தனது ஆசைகளை வெளியேற்றுகிறாள். இதுவரை எழுதப்படாத உணர்வு.

நான் சாட்சியாய்ப் பார்க்கிறேன். அவளின் அன்பு தெரிகிறது. நெஞ்சுக்குக் கீழிறங்காத காதல். ஆகாச உடையைக் களைகிறாள். நெற்றி நிலாவைத் தூக்கி எறிந்து அங்கே தனது உடலை நடுகிறாள். சித்தத்தை சந்தனமாய் கையில் தடவுகிறாள். அவள் கை, மார்பு, தோள், வயிறு என மெல்ல கீழிறங்குகிறாள்.

அவள் உடலிலிருந்து எல்லாம் வெளியேறி காலியாகிறது. அதை நான் சாட்சியாய்ப் பார்த்துக் கொண்டிருந்தேன். அக்கணம் புல்லாங்குழல் இசை நிறுத்தி அந்தப் பிரபஞ்ச அட்சரத்தை இசையாய் இசைத்தது. 'ம்...'

என் சாட்சிப் பார்வை கலைய எல்லாம் கலைந்தது... நான் நானாகவே உணர்ந்த அந்த கணத்தில் 'ழ' என்ற தெளிவான பேரொலியோடு அழுகை வந்தது.

•

அம்மா ரவுண்டு

1

இடம்: ராதாவின் குடிச்சபை.
நேரம்: ஏதோ ஒரு வெள்ளிக்கிழமை நீள் இரவு.

'இந்தப் பையன் (ராதாவின் பையன்) ச்சை... செம வாலுப்பா... என்ன சேட்டை தெரியுமா...' ராதாவின் குரலில் மகிழ்ச்சி கலந்த துக்கம் இருந்தது.

'யூ சீ... அன்னிக்கு அவனா ஃபோன எடுத்து கேமரால போய் க்ளிக் பண்ணிட்டான்பா...'

'செம ஷார்ப்பா... இந்த பாரேன்... கிருஷ்ணா ஸ்லோகம் ஒரு தடவைதான் அவன் அம்மாட்டயிருந்து கேட்டான். அடுத்த தடவை அவன் அப்படி சொல்றான்பா...' ராதா அந்த வீடியோ கிளிப்பை எங்கள் எல்லாரிடமும் காட்டினான்.

அந்த வீடியோவை எல்லாரும் பார்த்தோம்.

அபிஜீத் ராதாவின் பேச்சு பேத்தல் என்று நினைத்தான். அது முகத்திலே தெரிந்தது. வேக வேகமாய் விஸ்கியை விழுங்கி அதன் சுவையைச் சிரிப்பாக்க முயற்சித்தான்.

சர்மாவுக்கு ராதாவின் சந்தோஷம் முக்கியம். அந்த சந்தோஷம் நிறைய பாட்டில்களைத் திறக்க உதவும். கொடுக்கிற கிளாஸுக்கு மேலாகவே உற்சாக ஓச்சுக்கொண்டிருந்தான் சர்மா.

குடியை விட குடிகாரர்களின் பேச்சும், நடத்தையும் கிக்கானது. அந்த கிக்கோடு ரமணியாகிய நான் - வெறும் பெப்ஸியை சிப்பிக் கொண்டிருப்பவன் ஆனாலும் - ராதாவின் தந்தைமையை ரசித்துக் கொண்டிருந்தேன். பெரும்பாலும் அவனது ரவுண்டின் பல்லவி தனது குழந்தையில் ஆரம்பிக்கும்.

இன்று ரொம்ப நாளைக்குப் பிறகு ராதாவின் குடிச்சபையில் கலந்து கொள்கிறேன். அந்தச் சபைக்கென்று நிறைய ஆகம விதிகள் உண்டு. சபை - அவனது வீட்டின் ஹால்தான். மெல்லிய நீல ஒளி பரப்பும் விளக்கு, ராக்தே மெஹ்ராவின் கஜல், இளையராஜாவின் வெறும் வயலின் பாட்டுகள், நீரத்ராஜாவின் ராஜஸ்தானி பாட்டுகள், தற்போது தமிழகத்தில் வந்து பிரபலமான டப்பாங் குத்துக்கள்.

அவை இசைக்கப்படுவதற்கும் சில கிரம வரிசைகள் உண்டு. ஒவ்வொரு ரவுண்டிலும் அவற்றைத் தேர்ந்தெடுப்பது, ஒரு சில ஒலியில் ஒலிக்கவைப்பது எல்லாமே ராதாவின் தேர்வு. எல்லாரை விடவும் அவன் அதைச் சிறப்பாகவே செய்வதுண்டு.

மாறும் ஒலி, நீல ஒளி அந்த அறையையே குடிக்கான சூழலைப் பரப்பச் செய்யும்.

அன்று அவன் தனியாகவே இருப்பான். குழந்தையும், மனைவியும் அவர்களது அம்மாவீட்டிற்குப் போய்விடுவார்கள். தனது அலுவலக வேலையாள் மகேந்திர பட்டை அன்று வீட்டிற்கு வரச் சொல்லி விடுவான். மகேந்திர பட்டின்றி அந்தக் குடிமேசையின் ஒரு அணுவும் அசையாது.

ராதாவின் குடிக் கச்சேரி தனிக் கச்சேரியில்லை. எப்போதும் நண்பர்களோடுதான். பெரும்பாலும் அதே நண்பர்கள். சில சமயம் சில புது நண்பர்கள் எப்போதாவது சேர்ந்து கொள்வதுண்டு.

இன்று நான், அபிஜித் மற்றும் சர்மா. மிகுந்த ஆத்மார்த்தமான உள்வட்ட ஸக ஹிருதயர்கள்.

குடிப்பதைவிட குடித்துவிட்டுப் பேசுவது முக்கியம். அவன் பேசுவதைக் கேட்பதற்கு நண்பர்கள் தேவை. அதற்காக வசதியாய் பெரும்பாலும் வெள்ளிக்கிழமை நீள் இரவு குடிகள்.

‘உன் வொய்ஃப் அஸ்விதாவுக்குதான் கஷ்டம்...’ சர்மா கேட்க வேண்டுமே என்று கேட்கப்பட்ட கேள்வி.

‘கரெக்ட்ரா... ரொம்ப கஷ்டம்பா... அவன் பின்னாடியே ஒரு நா முழுக்க இருக்க வேண்டியிருக்குது...’

அவன் ஃப்ரிட்ஜைத் திறப்பது, சமையலறையில் போய் தண்ணீரைத் திறந்து விடுவது, டீவியைத் தானாகவே ஆன் செய்து சேனல் மாற்றுவது, ஃபோனில் தன்னைப்போல நின்றுகொண்டு பேசுவது, அவனது குண்டுப் பாட்டிபோல நடப்பது, தாத்தாபோல பான் போடுவது, டீவியில் பார்த்து ஐயிட்டம் பாட்டுக்காரிகள்போல இடுப்பை ஆட்டுவது என எல்லாக் குழந்தைத் தனங்களையும் பேசினான். பேசினான். பேசிக்கொண்டேயிருந்தான்.

சர்மா தொடைகளை இறுக்கிக்கொண்டு கால்களை ஆட்ட ஆரம்பித்து விட்டான். அபிஜித் எப்போதும் புன்னகையை இதழில் ஏந்தி ‘பராபர்ரே... எஸ், சல்த்தாரே... ஓ... காட்...’ என்று வார்த்தைகளை சம்பந்தா சம்பந்தமில்லாமல் உதிர்க்க ஆரம்பித்தான். இருவரும் நல்ல முடுக்கிய விசையில் சமாதி நிலையை அடைந்து கொண்டிருந்தனர்.

ராதா மௌனமானான். அவனது நீட்டித்த மௌனம், குடித்த திரவம் அவன் உடல் முழுவதும் ஒரு கிளர்ச்சியை பரவச் செய்தது போல. அதை அவன் அநுபவித்துக்கொண்டிருந்தான்.

கொட்ட அப்போது எதுவும் வார்த்தைகள் இல்லாத நிலை. காலியான கிளாஸ்போல.

அவர் புறப்பாடு முடிந்த பின்பே, ராதா தனது கிளாஸை உயர்த்தி சியர்ஸ் சொல்லுவான். முதல் ரவுண்டு ஆரம்பிக்கும். ???

அந்த சியர்ஸ் சத்தத்திலிருந்து, இசை எல்லாமே நின்று போன அந்த அமைதியோடு முதல் ரவுண்டு முடிவுக்கு வரும்.

அவர்கள் பார்க்க விரும்பாத அவர்களின் முகத்தைப் பார்த்த அதிருப்தியும், பொரு தட்டிப்போன புண்ணின் ஓரத்தைச் சுரண்டிக் கிழிக்கும்போது ஏற்படும் வலி நிரம்பிய திருப்தியும் - கலவையான நேரங்கள்.

சிறிது நேரத்திற்குப் பிறகு,

‘ஓ... பட்...’ குரல் கொடுத்தான். அடுத்த அறையிலிருந்த மகேந்திர பட் கிட்டதட்ட ஓடி வந்து அவனது இரண்டாவது கிளாஸை நிரப்பினார்.

2

முந்திரிப்பருப்பின் தாளத்தை நிரப்பினார். சாலட் பேட்டை மறுபடி ஒழுங்குபடுத்தினார். சிந்திய ஒரு சில விஸ்கித் துளிகளை அழகான நீல நிறத் தூவலையால் துடைத்தார். வறுத்து, உப்பு சேர்க்கப்பட்ட கடலை அப்படியே இருந்தது. காலியான பக்கோடா தட்டை எடுத்துக்

கொண்டார். மறுபடியும் அந்த மேசையை நோட்டமிட்டு சில திருத்தங்களைச் செய்தார்.

ராதாவின் குடிமேசைக்கு ஒரு ஒழுங்கு உண்டு. அதற்கான ஆகம விதிகள் உண்டு. சாலட் வலப்பக்கம், அதற்குப் பிறகு கொஞ்சம் காரமான கட்லெட், கடலை, வறுத்த முந்திரி, பக்கோடா நடுவில், இடப்பக்கம் நகரகாரமான அசைவ அயிட்டங்கள் (முட்டை, கால்கள், கைகள், வயிறுகள் என சில ஜீவராசிகள்), முழு பாட்டில்கள் கீழேயும், நிரப்பப்பட்டு உபயோகப்படுத்தப்படும் பாட்டில்கள் கைக்கு வாகாயும் உடனே எட்டும் தூரத்திலும், அதே நேரத்தில் பரிமாறப் பட்ட அயிட்டங்களுக்குக் கொஞ்ச தூரத்திலும் இருக்கும்.

முதல் ரவுண்டு ஆரம்பிக்கும்போதே அன்றைய ரசனையை, தேவையை மகேந்திர பட் குறித்துக்கொள்வார். எல்லாம் சரியாய் வைத்துவிட்டு, இரு சொட்டு விஸ்கியை எட்டுத் திக்குகளிலும் பூமியிலும் தெளித்து எல்லா தேவதைகளிடமும் ஆசீர்வாதம் வாங்கிக் கொள்வார்.

கிருஷ்ணனை நினைத்து வணங்கிவிட்டே கிளாஸில் நிரப்புவார். விருந்தினர் கிளாஸையும் நிரப்பிய பிறகு தனக்கான கிளாஸில் பவ்யமாக கொஞ்சமே ஊற்றிக்கொண்டு திருச்சாத்தமுதை பவ்யமாய் ஏந்திச் செல்லும் வைணவ சரணாகதி பாவத்தோடு கிளாஸை அடுத்த அறைக்கு எடுத்துச் செல்வார். இந்தச் சடங்கு, நைவேத்தியம் எல்லாம் முதல் ரவுண்டிற்கு மட்டுமே.

'ஓ பட்... இந்த ரவுண்டு ராதாவுக்கு...' ஏதாவது பட்டைப் பற்றிய கேலியோடு ஆரம்பிக்கும் இரண்டாவது ரவுண்டு.

அபிஜீத்தும், சர்மாவும் இந்த ரவுண்டின் முதல் சில சிப்புகளோடு வெறும் பார்வையாளர்களாகி விடுவார்கள். சர்மா தனது மொபைலில் பலான படங்களைப் பார்க்க ஆரம்பித்துவிடுவான். அபிஜீத் சோபாவில் சாய்ந்தபடி பெங்காலிப் பாடல்களை முணுமுணுக்க ஆரம்பித்துவிடுவான்.

நானும், ராதாவும் மட்டும்தான். பெரும்பாலும் தமிழிலே பேசிக் கொள்ளலாம்.

'படம் பாத்து, தாயோலி, என் சோபாவை நாறடிக்கிறாம் பாரு... கல்யாணம் பண்ணதுக்கப்புறமும் தனியாவே...' என்று சர்மாவைக் கேலி செய்வான்.

எனக்குத் தேவையான சூடான வெந்நீரை மகேந்திர பட் வைத்துவிட்டுப் போயிருந்தார். கொதிக்கிற கரம் பாணி, வெந்நீர்.

மெல்ல ஊதி ஊதிக் குடிக்க, வயிற்றில், உணவுக்குழாயில் சூடு பரவி வயிறு இதமாய் உணர்ந்தது.

'ஆல் சல்யூட்டு... மை வொய்ஃப்பா...' யூகித்தபடியே அநுபல்லவி.

'கடவுள் மெல்ல குடுத்தாலும், பெரிசா குடுத்திருக்கான்... மாடுங்கா ராமர் கைவிடலப்பா.'

ஒவ்வொரு ஞாயிற்றுக்கிழமையும் விடாமல் மாடுங்கா கோயிலுக்குப் போய், தனது தமிழ் மற்றும் தெய்வீக அடையாளத்தைப் பாதுகாத்து வந்தான். அவனது கல்யாணத்தின் அவசரம் அவருக்குப் புரியவில்லை. அந்தக் கோபத்தில் செம்பூர் முருகன், சாரதாம்பாள் கோயில் என்று வெவ்வேறிடம் புகுந்தாலும் மறுபடியும் மாடுங்காவிற்கே வந்து சேர்ந்தான்.

செம்பூரில் சாப்பாடு அவ்வளவு சரியானதில்லை.

அவன் மாடுங்கா வந்த பிறகும் ராமர் அநுக்கிரஹம் அவ்வளவு சரியாக அமையவில்லை. அவன் இருக்கிற தொழில் பார்த்தும், சொந்த வீடு இல்லாத காரணத்தாலும் ராமருக்கு அவனுக்கு இணையான துணையைக் கண்டுபிடிப்பது கொஞ்சம் சிரமமாகவே இருந்தது.

'அவ்வளவு சரியாப் படலையாக்கும்...' என்ற கமெண்ட்டோடு நிறைய ரிஜெக்ஷன். சில பெண்கள் தொழில் ரீதியாக இணைந்து அதோடு போதும் என்று சொல்லிவிட்டு வேறு மாப்பிள்ளைகளைக் கட்டிக்கொண்டு போய்விட்டார்கள்.

ராதா தேடிய மாடர்ன், அதே நேரம் ஹோம்லி விளம்பரத் துறை தெரிந்த தமிழ்ப் பெண்கள் குறைவாகவேயிருந்தார்கள். அவர்களின் விருப்பத் தாளில் கறுத்த, ஆறடி உயரமுள்ள, பட்டமற்ற ஆனால் சொந்தத் தொழில் புரிந்த ராதாவிற்கு இடமில்லை. இரவு சேர்ந்து குடிக்க, விளம்பரம் பேச, நிறைய கற்றுத்தர, சேர்ந்து பயணம் செய்ய, ஓகே. திருமணத்திற்கு அவர்கள் தயாராயில்லை.

சென்னையிலிருந்து வெறுமனே படித்த, மக்குப் பெண்கள் ராதாவிற்கு உசிதமில்லை.

'ஊரிலிருந்து மொக்கையான நாலேட்ஜோட... வந்துட்டா... ஐயோ போதும்டா... எங்கண்ணனும் ஒண்ணு வாச்சிருக்கு பாரு...'

பின் ராதாவோடு வேலை பார்த்த ஒரு மராத்திப் பெண் உண்மையிலே காதலித்து, மற்றவனுக்கு வாக்கப்படும் முன்பு, ராதாவிடம் தன்னைக் கொடுத்து, தன் காதலை வெளிப்படுத்திய பின்புதான் ராதாவின்

கனவுக் கோட்டை தமிழ்ப் பெண்கள் குலைந்து, அஸ்விதா மலர்ந்தாள்.

'அஸ்விதா ரொம்ப கிரேட்டுப்பா... என்ன டெடிகேஷன்...' அவனோடு தொழிலுக்கு உதவியாய் இருந்தாள். 'வேறு யாருக்கோ கொடுக்கற பணத்தை இவளுக்கு கொடுக்கறேன். வேலைக்கு வேலையும் ஆச்சு, ஒரே ஸ்பேசா பகிர்ந்துக்கறோம்...'

சந்தோஷக் கடலின் உச்சத்தில் இருந்தான். அவனோடு விசுவாசமாய் நிறுவனத்தில் பல நாளாய் வேலையிலிருந்த சில பெண்கள் வேலையை விட்டனர். சிலர் நிறுத்தப்பட்டனர்.

ஒரு சில வருடங்களுக்குப்பிறகு குழந்தை. அஸ்வதி மெல்ல மெல்ல வேலையிலிருந்து நின்று கொண்டாள். வீடு என் இடம், வேலை உன் இடம் என்பதான விதி முளைத்தது.

முதலிலிருந்தே ராதாவின் அம்மாவிற்கு இது ஒத்துப்போகவில்லை. பழைய தஞ்சாவூர் அம்மா. மொழிப் பிரச்சினை. ஆனால் சண்டைக்கு அது பிரச்சினையாகவே இருந்ததில்லை. மெல்ல மெல்ல எழும்பிய பிரச்சினைகளைக் காரணம் காட்டி, ராதா அம்மாவை ஊருக்கு அனுப்பினான்.

வருடத்திற்கு ஒரு தடவை, குழந்தை விசேஷத்தை தமிழ் முறைப் படியே நடத்தினான். அஸ்வதி பேசுகிற தமிழால் பெருமை அடைந்தான்.

யாராயிருந்தாலும் கிராமத்து அம்மா ஒத்துப்போயிருக்காது.

'உன் வீட்டுல எப்படி... எல்லாம் ஒழுங்கா போயிட்டிருக்கா...' அடுத்த ரவுண்டின் உற்சாகத்தோடு ராதா கேட்டான்.

'இது வரைக்கும் எவ்ரிதிங் இஸ் ஃபைன்...'

'பையன நம்ம அம்மாகிட்ட விட்டோம்னு வையேன்... அவ்வளவு தான்... நம்மள மாதிரியே வளத்து நாசம் பண்ணிருவாங்கப்பா...'

'எனக்கெல்லாம்... என்ன கவனிச்சாங்க... நா என்ன படிக்கிறேன், ஸ்கூலுக்கு போறேனா... ஒரு இழவும் தெரியாது. எங்கண்ணனை மட்டும் கொஞ்சறது... எங்கக்காவையும் பொம்பளன்னு கண்டிக்கவாவது செய்வாங்க... நம்பளை தண்ணி தெளிச்சு விட்டானுங்க... வாட் அ... ராங்... பிராட் அப்...'

'பட் ராதா... யூ கேம் அப்... நீ இப்ப நல்லாதானயிருக்க... எல்லாரையும் விட...'

‘ஆல் வித் ஸ்ட்ரக்கிள் பாஸ்... என் பிள்ளைக்கு அத மாதிரி கொடுக்கக் கூடாது. சரியான டைரக்ஷன், சில் கெய்டன்ஸ்...’ வேக வேகமாய்க் குடித்தான். இளையராஜாவின் 70, 80 பாட்டுகளின் இசைச் சத்தம் ஓடிக்கொண்டிருந்தது.

‘அஸ்வதி... இஸ் கிரேட்... ஷி இஸ்... கிரேட் மதர்... ஒவ்வொரு விஷயத்தையும் பாத்துக்கறாப்பா... சாப்பாடு, விளையாட்டு, வாட் எ டைம் மை சன் ஹேவ்...’

‘தமிழ்ல தலைவர் பாட்டை அன்னிக்கு பாடறான்பா... ஐ வாஸ் சோ... ஹேப்பி...’

‘ஒருவன் ஒருவன் முதலாளி, உலகில் அனைவரும் தொழிலாளி...’ ராதா பாடிக் காண்பித்தான். குழந்தைபோல முகத்தை வைத்துக் கொண்டு.

எனக்கு இந்த குடிசீசன் போதும் போலயிருந்தது. கிளம்பி வீட்டிற்குப் போவதற்கு நேரமாகிவிடும். சர்மாவும், அபிஜீத்தும் ஏற்கெனவே ஃப்ளாட்.

‘அஸ்வதி வேலைக்கு வராளா... உனக்கு பிஸினெஸ்ல ஹெல்ப் பண்றாளா...’

‘இல்லப்பா... அவளுக்கு இவன பாக்கறதுக்கே நேரமில்லை. ஷி இஸ் டைட்...’

இரண்டு மூன்று சிப்புகள் குடித்தான். அவள் உதவுவதில்லை, ராதாவிற்கு அதனால் நிறைய சரிவுகள் என்று நண்பர்கள் வட்டாரத்தில் பேச்சு.

‘அஸ்வதி என் மேலே ரொம்ப நம்பிக்கை வச்சிருக்காப்பா... யூ கேன் டூ. யூ கேன் டூ சொல்றா. நமக்கு குண்டி கிழ்யறது நமக்குதான தெரியும்...’

சேர்ந்து சிரித்தோம். பல்லவி சரியான திசையை நோக்கிப் பயணிக்க ஆரம்பித்தது.

மௌனங்கள். உள் நோக்கிய அவனின் பயணம். இளையராஜா அமைதியாய் வயலின் வாசித்துக்கொண்டிருந்தார். வேக வேகமாய் சில சிப்புகளை ஊற்றிக்கொண்டான்.

பாட்டு நின்று போனது. மாற்றுவதற்கான பிரக்ஞையற்று வேகமான பயணத்தில் சுழல். அவன் அவனைச் சந்தித்துக்கொண்டான் போல.

‘அவ குழந்தைய பாத்துக்கறதெல்லாம் சரிதான்... அதுக்காக ஷி அவாய்ட் ஆஃபிஸ் கம்ப்ளீட்லி... வேறெந்தப் பொம்பளையையும்

வேலைக்கு வெச்சுக்க அனுமதிக்கறதில்ல... ஆஃபிஸ்ல இருக்கற தெல்லாம் மராட்டிப் பசங்க, உபி பசங்க... யெங்கா... திங்க் பண்றதுக்கு ஒரு மயிரானும் இல்ல...'

'இப்பல்லாம் இவ கிட்ட என்ன கிளையெண்டு வந்திருக்குன்னு கூட சொல்றதில்லை. பெரிய கிளையெண்டு வந்திருக்குன்னு சொன்னா, சடக்குனு கார மாத்தறா, மாச மாசம் குழந்தைக்கு என்னலாம் செலவு பண்றாப்பா... நமக்கு ஒரு அஞ்சு பைசா பாட்டுப் புத்தகம் கிடைக்காது. படிச்சதெல்லாம் அண்ணா கொடுத்த செகண்ட் ஹேண்டு புத்தகம்...'

கொஞ்சம் கடலை, இடப்பக்க நான்வெஜ்ஜை அழுத்தி வயிற்றில் திணித்துக்கொள்ளல். அவற்றின் காரம் முகத்தில். எரிந்த நாக்கு, சிவந்த கண்கள்.

'பணம், பணம், பணம்னு... ஒக்காலி ஒரே குடையல்பா... குடையறது தெரியாமா குடையறாப்பா... நாலு கிரெடிட் கார்டு ஏற்கெனவே ரொம்பி வழியுது...'

கேள்விப்பட்டதுதான். பல்லவியை அவன் பாடிக் கேட்கும்போது வருத்தமாயிருந்தது. பணம் என்கிற ஒரு வஸ்துவைப் பற்றி கவலைப் படாத சுக போகி. ஒரு வீடு வாங்கி, கடன் அடைத்து நாங்கள் கஷ்டப் பட தலைப்படும்போது எதைப்பற்றியும் கவலையற்று எங்களைப் பார்த்துக் கேலி செய்துகொண்டிருந்தவன்.

'ஏண்டா மனுசன் பாந்திரா விட்டு போய் வீடு வாங்கி, ரெண்டு மணி நேரம் ட்ரெயின்ல ட்ராவல் பண்ணி... நோ சான்ஸ்...'

தினமும் நண்பர்கள் வட்டாரம் இழந்து, வார இறுதியாகி, மாதமொரு முறையாகி, டப்பாவில் சோறு தின்று இ எம் ஐ கட்டி, ஒரு ரூமிலிருந்து இரண்டு ரூமுக்கு வந்து நண்பர்களாகிய நாங்கள் வளர/சுருங்க, அவன் அப்படியேயிருந்தான்.

இப்போது அவன் பல்லவியை அவன் பாடிக்கேட்டபோது நான் ஒன்றும் வாழ்க்கையைத் தொலைத்துவிடவில்லை என்று ஒரு எண்ணம் எழுந்தது.

ஊர்ப்பொண்ணுதான், அம்மா கூடதான், இவர்களின் சண்டைதான். அதனால் வந்த வழுக்கைதான். இருக்கட்டுமே. சின்னதாய் வீடு, அதிகம் புடுங்காத மனைவி. ஃபர்ஸ்ட் கிளாஸில் ரயில் பயணம். வாரயிறுதியில் கடனுக்கு வாங்கிய கார். அப்படியொன்றும் வாழ்க்கையை இழந்துவிடவில்லை. அவனும் வாழ்ந்துவிடவில்லை.

'ஓ... பட்...' பட் வந்து ஊற்றிக் கொடுத்துவிட்டுப் போனான். இரண்டாவது முறைக்கு மேலே அழைப்பதில்லை. இன்றைக்கு அதிகம்.

'ராதா... எனக்கு நேரமாச்சி... நான் கிளம்பறேண்டா...'

'ஜஸ்ட்... ஃப்யூ மினிட்ஸ்...'

இந்தத் தடவை மேசை அலங்கோலமாகக் கிடந்தது. பட்டும் அதைச் சரி செய்யவில்லை. சிந்தியிருந்த விஸ்கித் துளிகள், சிதறியிருந்த பக்கோடா... எல்லாத் தட்டும் அழுக்காய்... முன்னாடியிருந்த வரிசைக்கிரமம் மாறி மாறி...

'பட்... ஐ நோ... ஐ ஆம் ஹேப்பி... டு சீ மை சன் ஃபேஸ் எவ்வரி டே.... என்னோட தம்பி மாதிரியே மூக்கு... ராஸ்கல்... எங்கண்ண மாதிரி நகம்.'

முழுக்க கிளாஸைக் காலி செய்தான். இளையராஜாவும் வாசிப்பதை ஆரம்பித்தார்.

'எங்கம்மா மாதிரி சிரிக்கிறான்... ஹொம்மலா... இவ ஒழுங்காயிருந் திருந்தா... கடைசி நாள்ல அவள எங்கூட வெச்சிருந்திருக்கலாம்... பக்... மேன்...'

சரணம் முடிந்தது.

உண்மையில் ராதா பையன் வால் பையன்தான். ஒரு நிமிடம் ஒழுங்காய் உட்காருவதில்லை... ராதா ஆஃபிஸ் விட்டு வந்த பின் அவன் காலைக் கட்டிக்கொண்டு உட்கார விடாமல் ஒரு அரை மணி நேரம் நிற்கவைத்திருக்கிறான்.

முதலில் ராதா சொன்னபோது எல்லா அப்பாக்களையும்போல அவன் கொஞ்சம் உயர்த்திச் சொல்கிறானோ என்று எண்ணியிருந்தேன். குழந்தைகளைப் பற்றி பெருமையோடு அலுத்துக்கொள்வது சந்தோஷம்தானே.

'அந்த பயலுக்கு ஒரு வாரம் கொஞ்சம் காய்ச்சலுப்பா...' என்று சொல்லி ராதா வருத்தப்பட்டு ஏதோ நகரமே ப்ளாக்கு காய்ச்சல் வந்ததுபோல செய்தி பரப்பி, வாழ்த்துக் கடிதம், பூச்செண்டு வந்து, அது சரியாக மறுபடியும் மகிழ்வாயிருப்பது தம்பட்டம் அடித்து கிட்டதட்ட ஒரு வாரம் ராதாவும், ராதா சார்ந்த நிகழ்ச்சிகளுமாகவே அந்த வாரம் கழியும்.

செய்தி எல்லாவற்றையும் சூடாக்கி, பரிமாறும் அவனது தொழில் வேலைபோல, தனது வாழ்க்கையும் அவன் அவ்வாறே

வைத்துக்கொள்கிறான் என்று நண்பர்கள் அவன் மீது புகார்ப் பட்டியல் படிப்பதுண்டு. அந்தச் செய்தியைக் கொண்டே அடுத்த சில வாரங்கள் உயிர் வாழ்ந்து விடுவதுண்டு.

அப்படி நினைத்துதான் நானும் போயிருந்தேன். ஆனால் அவன் சொன்ன வால் பையன் செய்தியில் உண்மை அதிகமாகவேயிருந்தது. அவன் அம்புலே ஏறி தும்பில விழுந்தான்.

•

அம்மையும் அடுத்த ஃப்ளாட் குழந்தைகளும்

வீடு அமைதியாக இருந்தது. பக்கத்து வீடு காலியானதிலிருந்து அது அதீதமாய் உறைக்கிறது. பக்கத்து வீட்டுக் குழந்தைகள் வீடு மாறிப் போன வெற்றிடம்.

கடந்த இரண்டு நாட்களாக வீடு அப்படித்தானிருக்கிறது.

தாமன் சோர்ந்துபோய் போகோவோ, ஸ்பைடர்மேனோ பார்த்துக் கொண்டிருந்தான். தாமனுக்கு இரவு சாப்பாட்டுதட்டு கொண்டுவரும் போதுதான் கவிதாவிற்கு உறைக்கிறது இரண்டு தட்டு அதிகமாய் கொண்டுவந்துவிட்டதாய். அம்மாவும் ஏதேதோ புத்தகங்கள் படிக்கிறாள்.

ஆனாலும் எல்லாருக்கும் நிறைவற்றதனமாய் எல்லாம். எனக்கும் கூட.

ஞானியைப்போல தாமன் சாப்பிட்டுக்கொண்டிருந்தான்.

'சீக்கிரம் சாப்பிட்டு தொலையேண்டா' என்ற கத்தலும் மிஸ்ஸிங்.

'அதுகள்ளாம் என்னமா சாப்பிட்றது பாரு...' என்று அம்மா சொல்வதற்கான வாய்ப்பில்லை.

பக்கத்து வீட்டுக் குழந்தைகள் சச்சித்தும், ஸ்நேகாவும் எங்கள் வீட்டோடயே கிடக்கும். வீட்டுக்கு வருகிறவர்கள் எனக்கு மூன்று குழந்தைகள் உள்ளதாகவும் இதற்கு மேல் நான் அவசரப்படக் கூடாதென்றும் நினைத்துக்கொள்வார்கள்.

மூன்று குழந்தை பெத்தபிறகும் இளமையாய் இருப்பதாக அவர்கள் நினைத்துக்கொள்வார்கள் என்று என் மனைவியே நினைத்துக் கொள்வாள். மூன்று குழந்தைகளை வளர்ப்பதாக அவளுக்கும் ஒரு நினைப்பு.

•

மெட்ரோ அபார்ட்மெண்ட் வீடுகளில், ஏன் பொதுவாகவே, எந்தப் பக்கத்துவீட்டு உறவுகளை பெண்களும், குழந்தைகளும்தான் தொடங்கி வைக்கிறார்கள். குழந்தைகள் கொண்ட இடங்கள் தானாகவே கைகோர்க்கின்றன. பெண்கள் தங்களுக்கான பிரச்சினைகளால் இணைகிறார்கள். ஆண்களுக்குதான் தயக்கம், ஈகோ, பந்தா, கொஞ்சம் கடுப்பு எல்லாம்.

இந்த விதிப்படியே என் பக்கத்துவீட்டுக் குழந்தைகள் உள்ளே வந்தபோது எனக்கு அவ்வளவாகப் பிடிக்கவில்லை.

'குரங்கு மூஞ்சிகள்... இந்த ஸெட்டிகள்ளாம்... பாரேன், ஒரு களை கூட இல்லை.' ஆனால் அவள் - மிஸஸ் ஸெட்டி - அழகாக தானிருந்தாள். அப்படிச் சொல்வதற்கு முன்பே அவளைப் பார்த்து லிஃப்டில் நான்கு முறை இளித்திருக்கிறேன். அவள் சிரிக்கும் போதையைவிட, சிரிக்காமல் ஸ்லீவ்லெஸ் நைட்டி போட்டிருந்த போது நன்றாகதானிருந்தாள்.

அவளிடம் ஏழு வேறுவிதமான நைட்டிகள் இருந்தன என்பதை எனது சிற்றறிவு குறித்துக்கொண்டது.

'எல்லாம்... நான்வெஜ் தின்னுட்டு என்னமா பெருத்து அலையறது பாரு...' தேவையில்லாமல் சொன்னாள் திருமதி. எங்கோ கருகிய வாசனை. அயலார் பருமன் கண்ணை உறுத்துவதில்லை.

'ஆமாம்... ஆமாம்...' புருஷ லட்சணம்.

மனைவியின் சிற்றறிவுக் குறிப்பேட்டிலிருந்து:

'ஹோண்டா சிட்டி. புது ரிஜிஸ்ட்ரேசன்... பாத்தேளா...'

'ஹோம் தியேட்டர் அட்டாச் பண்றதுக்கு ஆள் வந்திருக்கான் போல...'

'த்ரீ ரூம் ஃப்ரிட்ஜ், அதை உள்ளே கொண்டுபோக முடியாம ரொம்ப கஷ்டப்பட்டுட்டா...'

'அவர் எம்பிஎல் கம்பெனியோட ஒரு டைரக்டராம். கம்பெனி ப்ளாட் கொடுத்திருக்குபோல... ஏற்கெனவே பெங்களூர்லயும் கோவாவுலயும் ஒண்ணு இருக்குபோல...'

‘நிறைய டூர்ல போவார்போல... பாவம் ரெண்டு குழந்தைகளை இவதான் தனியா பாத்துக்கணும்.’

அவன் ஸெட்டிகளுக்கான சிவப்பு நிறத்தோடும் சுருள் முடியோடும் உயரமாய், ஹோண்டா கார் வைத்திருந்தது தெரிந்தபோது எனக்கு என்னவோ செய்தது.

பக்கத்து வீட்டின் மாமிச வாடை அம்மாவை ரொம்பவே படுத்தியது. இத்தகைய வாசனைகள் வரும் நாட்கள் பெரும்பாலும் அவள் கணவன் திரு.ஸெட்டி வந்த நாட்களாகத்தானிருக்கும். அம்மா அவனை மானசீகமாய்த் திட்டிக்கொண்டிருந்தாள்.

‘வந்து தொலைச்சுட்டான்போல...’

‘என்ன சனியன்டா இது... என்னத்த சமைக்கிறாளோ...’

‘மீன், சிக்கன்னா இப்படி நாறாதே... இப்பல்லாம் எதுக்கு அதை சமைச்சிண்டிருக்கா... கடையிலிருந்து வாங்கி வேகவெச்சு கொடுத்திர வேண்டியதுதானே...’

‘இப்படி நாறினதேயில்லையேடா... மனுசனை சாப்பிடறாளோ என்னவோ...’

‘போன ப்ளாட்ல மலையாளக்கார வீட்டு மாமிசம் கூட இப்படி நாறலையேடா.’

அம்மா ஏதேதோ சொல்லிக்கொண்டிருந்தாள். அதில் உண்மை யிருந்தாலும் நாங்கள் அதிகமாய் அதைப் பொருட்படுத்தவில்லை. மெட்ரோ நகரில் அதையெல்லாம் பொருட்படுத்தவும் முடியாது. ஐம்புலன்களை அதற்குப் பழக்கப்படுத்துவதைத் தவிர வழியில்லை.

எல்லாவற்றையும் விட அவளின் சின்ன சப்பரத்தில் வசித்த கடவுளர்களைத் தீண்டியது அம்மாவைக் கொஞ்சம் அதிகமாகவே துன்புறுத்தியது. எத்தனையோ வாசனைத்திரவியங்கள் போட்டும் பருப்பும், பாலும், பாயசமும் ஆவி நுகரும் அம்மாவின் சைவ சாமிகள் மற்றும் அவர்களின் ஐம்புலன்கள் இந்த வாசனையில் மிகத் துன்புறும் என்று துணுக்குற்றாள். மனிதர்களைப்போல சாமிகளும் மெட்ரோ சாமிகளாகி அட்ஜஸ்ட் ஆகிவிடும் என்று நாங்கள் எதிர்பார்த்தோம்.

அந்த அசைவ ஞாயிறில் ஒரு திருப்பம் நடந்தது.

●

பதிவுபோல ஒரு அசைவ வாடை. எங்களுக்குப் பழகிப்போனது. அம்மாவின் புலம்பலுக்குத் தயாராகியிருந்தோம்.

திடீரென அவள் இரண்டு முறை வாந்தி எடுத்தபோதுதான் அம்மாவின் அவஸ்தை எங்களுக்குப் புரியலாயிற்று.

இத்தனைக்கும் பெரிய ப்ளாட். மேலும் அவர்களின் சமையலறை நவீனமான ஃபேன்களைக் கொண்டதுதான். ஆனாலும் கதவைச் சாத்தி, ஜன்னலை மூடி, ஏ.சி. போட்டு, ரூம் ஃப்ரெஷ்னர் போட்டும் காற்றில் மிதந்து வந்தது அந்த அசைவ வாசனை.

எப்படியாவது சொல்லிவிடவேண்டும், சொசைட்டியில் கம்ப்ளெய்ன் செய்யலாம் அல்லது அவர்களிடம் போயே சொல்லலாம். 'போடா உன் வேலையை பாத்துக்கொண்டு' என்று சொல்லலாம். போன ப்ளாட்டின் சிந்திக்காரன் அப்படித்தான் சொன்னான். சொசைட்டி அலுவலகத்தில் குற்றம் சொல்லியதற்காக தினமும் அசைவம் செய்து சாப்பிட்டான். எலும்புத்துண்டை வாசலில்போட்டு 'சாரி' சொல்லி போனான்.

இப்படி யோசித்தபடியே அந்த ஞாயிறு கழிந்துபோனது. அடுத்த சில ஞாயிறுகளில் வாசனை காணாமல் போயிற்று. இல்லை... அம்மாவே தனது வழியில் சரிசெய்துகொண்டாள். இந்தி தெரியாமல் சண்டையிடாமல் எப்படித் தீர்ந்தது அந்தப் பிரச்சினை?

அதிலிருந்து அந்தக் குழந்தைகள் எங்கள் வீட்டிலேயே இருக்க ஆரம்பித்தன... அம்மாவின் மேஜிக்கல் ரியலிசம்... உண்மையானது.

●

பூ எப்போது மலரும் என்ற கணம் தெரியாதென்பார்கள், அதுபோல தான் ஏதோ ஒரு புள்ளியில் வளர்ந்து அவை வானம் நோக்கி வளர்கின்றன. எந்தப் புள்ளியில், எந்த விநாடியில் அவை செழித்தன என சொல்வது கடினம்.

அம்மையிடம் எல்லாக் குழந்தைகளும் ஒட்டிக்கொண்டன. எங்கள் வீட்டிலே பழியாய்க் கிடந்தன. ஸெட்டி டூருக்குப் போனதால் என் மனைவியும் அவளும் சேர்ந்தே சமைத்தார்கள்.

அம்மை குழந்தைகளை மெல்லியதாய் கரித்துக் கொட்டிக்கொண்டே இருப்பாள். என் மனைவியிடம் சொன்னால் எடுபடாது என்று என்னிடம் மெல்லியதாய்ப் புலம்புவாள்.

'அந்த சின்னதுதான் என்னமா திங்கறதுடா... மூணு வயசில நாலரை தோசைடா... நம்மாத்து பிரதிவந்தம்... ஒண்ணுக்கு மேல கொட்டிக்க மாட்டேங்கறது...'

'என்னடா, பால்பாக்கெட்டா கொண்டுபோற? இதோடு ஆறு பாக்கெட்டு... ஒரு கணக்கு அவளுக்கா தெரிய வேணாமோ...'

‘பெரிசுக்கு ஏதாவது நொறுக்குத்தீனி… நேத்துதான் அப்பளம் பொரிச்சேன். சூடா… ஆறு சாப்படறது…’

‘அது ரெண்டும் சேந்து இவனோட சாமென்ல்லாம் கொண்டுபோய் விளையாடறது… இது அசமந்தம்… அழுதுண்டு வந்து நிக்கறது…’

‘அவளோட சாமானெ ஒண்ணு விடமாட்டா… விட்டுட்டா வந்து நாக்கால நக்கி எடுத்துண்டு போயிருவள் ஸெட்டி பொம்மனாட்டி…

உங்காத்துக்காரிக்கு எத்தனை சொல்லியும் ஒரு கேள்வி கிடையாது…’

●

ஆனாலும் இப்படிப்பட்ட குற்றப்பத்திரிகைகளோடு உறவு நீண்டு கொண்டுதானிருந்தது. அம்மை யாரும் சொல்லாமலே நாலு தோசைக்கு அதிகமாய் வார்த்தாள். கொஞ்சம் அதிகமாகவே பட்சணம் செய்தாள்.

எனக்கான தாளிக்கப்பட்ட கரம் மசாலா ஆம்லெட் அவர்கள் வீட்டிலிருந்து ஸ்பெஷலாய் வந்தது. இங்கிருந்து இடியாப்பமும், ஆப்பமும் ஏற்றுமதியாயின.

சொல்லாமலே நிறைய இணைப்புகள் நடந்தன. உணவுகள் இணைப்புகளின் முதல் கன்னிபோல.

எங்கள் வீட்டு மின் மற்றும் சொசைட்டி பில்களை அவளே கட்டினாள். சின்னவன் ஸ்கூல் விட்டு நேரே அங்கே போய் ஸ்கூலின் வீட்டுப்பாடங்கள் செய்தான். ஸெட்டி இருக்கிற கொஞ்ச நாளில் சனி இரவுகளில் எங்களின் குடிப்பார்ட்டி வெளிப்படையாகவும், இல்ல மாந்தர்கள் அடக்க ஒடுக்கமாய் சமையலறையிலும் குடித்துக் கொண்டார்கள். எங்களுக்குப் பரிமாறிய பிறகுதான் குடிக்கும் சனாதன தர்மத்தை விடுவதாயில்லை.

ஒரு முறை அவர்களின் அறையில் பிரவேசித்தபோது திருமதி. ஸெட்டி சொன்னாள்.

‘ஐயா, வேறு ஒன்று நினைத்து உங்கள் திருமதியின் கண்ணை பாழ் படுத்திவிடாதீர்கள்’ என்று. சொல்லிவிட்டு எல்லாரும் இடிச்சிரிப்பு செய்ய, நான் வெட்கித்துப்போனேன். அவர்கள் எல்லாவற்றையும் பகிர்ந்துகொள்கிறார்கள் போல. ஆண்கள் அவ்வளவாய் இலகுவதில்லை. நாசமாப்போன ஸ்டாக் மார்க்கெட், கிரிக்கெட் ஸ்கோர்… ச்சை…

●

பீரோ தவிர மற்ற எல்லா இடங்களையும் குழந்தைகள் புழங்கி னார்கள். அம்மை சொன்னது சரிதான். சரியான வானரங்கள். துவம்சம் செய்திருந்தன. முதலில் ஹாலில் மட்டும் அமைதியாய் விளையாட ஆரம்பித்த அவர்கள் எல்லா இடங்களிலும் தம் ஆக்ரமிப்பை நடத்தினர்.

என் தலையணையில் சின்னவள் ஒன்னுக்குப் போயிருந்தாள். அதை மறைத்து அழகாய் கவர் போட்டுவிட்டுப் போய்விட்டார்கள். படுக்கையின் சின்ன மர அலமாரியில் வைத்திருந்த ஆணுறைகள் நோண்டி அந்த ஸெட்டி பிள்ளை எடுத்துவிட்டது. எனது கழிப் பறையை கண்டமேனிக்கு உபயோகப்படுத்தினர் குழந்தைகள். நூலகத்தில் நிறைய புத்தகங்களை எடுத்து எங்கெங்கோ வைக்க ஆரம்பித்தனர்.

கணிப்பொறியில் புதுப்புது விளையாட்டுகள் பதிவேற்றி பாழ் படுத்தினார்கள். கொஞ்சநாளில் எந்த உடமையும் எனக்கென்று இல்லாமல் போயிற்று. ரிமோட் அவர்கள் சம்மதித்தால் மட்டுமே எங்கள் கைக்கு வர ஆரம்பித்தது.

அமெரிக்க ஏகாதிபத்தியம் போலவும், கடவுளர்கள் போலவும் நீக்கமற தமது இணைப்புச் சங்கிலியை அவர்கள் பெருக்கிக்கொண்டே போனார்கள்.

நானும் திருமதி ஸெட்டியும் நிறைய புள்ளிகளில் இணைந்து போனதாய்தான் பட்டது. என் தொப்பையைக் குறைக்கச் சொன்னதிலும், எனக்கான புது பேன்ட் கலர்கள் மற்றும் டியோடரண்ட் தேர்வு செய்வதிலும் அவளின் பங்கு குழையச்செய்தது.

இந்தக் குழைவில் எனது திருமதி துப்பட்டா இன்றியே அவர்கள் இல்லத்தில் உலவுவதையும், அவளின் சுருள் முடி அதிகமாய் திரு. ஸெட்டியால் பாராட்டுப்பெற்றதையும் சேர்த்துக்கொள்ளவேண்டும்.

குழந்தைகள்தாண்டியும் குழைவுகள் அதனது தளத்தில் வளர்ந்திருந்ததைக் குறிப்பெடுத்துக்கொள்ளத்தான் வேண்டும்.

அதை அம்மா, 'பக்கத்தாத்து ரசத்திற்கு டேஸ்ட்டு அதிகம்தான் சொல்லிச்சொல்லி இவ அப்பா குடிப்பர்...' என்று அமுக்கமாய்ச் சொல்லிவிட்டாள்.

ரசவாதம் மெட்ரோ வாழ்க்கையின் சில இரவுகளை அர்த்தப் படுத்தத்தான் செய்தன.

●

அவர்கள் எல்லா முயற்சி செய்தும் அந்த வீட்டை வாங்க முடியாதென்றாகிய பின், அதை விட அதிக வசதிகள் கொண்ட இன்னொரு ப்ளாட்டுக்குக் குடிபெயர்ந்தார்கள். தனக்கென விளையாட்டு மைதானம், நீச்சல் குளம், ஆயிரத்திற்கு மேலான மிக உயர்குடி மக்கள் கொண்ட அந்தப் புதுமனை புகுவிழாவிற்குப் போன போது எங்கள் இல்லத்தில் எல்லாருக்குமே அங்கு போய்விட வேண்டுமென நப்பாசை எழுந்தது.

'அப்பா அங்கெப்ப போறோம்...' என்று தாமன் அனத்திக்கொண்டே யிருந்தான். அவ்வப்போது அழுத்தி எழுதப்பட்ட அலங்காரங்களோடு எனது திருமதியும் அவனைக் கூட்டிப்போய் வந்தாள்.

ஒரு நாள் அந்தக் குழந்தை இரவில் என் அம்மாவிடம் பேசவேண்டு மென்று அழுதபோது அதை எடுத்துக்கொண்டு திருமதி ஸெட்டியே வந்திருந்தாள். ஒரு அரை மணிநேரம் இருந்துவிட்டு குழந்தை போனது. இத்தனைக்கும் அம்மாவிற்கு அதனோடு பேசவே தெரியாது. அம்மை தமிழும், மலையாளமும் கலந்து பேசுவாள். அது ஏதோ இந்தியில் கனைக்கும். ஆனாலும் அவர்கள் பேசிக்கொண்டார்கள். அப்படியே அந்தச் சின்ன வானரம் அம்மா மடியிலேயே தூங்கிப்போயிற்று.

பெரிய வானரம் கணக்கு மாதாந்தர டெஸ்டுகளில் தொடர்ந்து மூணுமுறை முட்டை வாங்கியபின் அம்மாவிடம் செமத்தியாய் அடிவாங்கியபின் கேட்டான் 'எனக்கு தாத்திய பாக்கணும்'. அன்றும் திருமதி ஸெட்டி அந்த வானரத்தைக் கூட்டிவந்திருந்தாள்.

வந்தவன் கேட்டான், 'தாத்தி... பணியாரம் பண்ணிக்கொடுங்களேன்.'

'முட்டை வாங்கிட்டு... சனியனுக்கு பணியாரம் கேக்கறது...' அம்மை திட்டிக்கொண்டே பண்ணிப்போட்டாள். நாங்கள் சிரித்துக் கொண்டோம். எனது திருமதியிடம், திரு. ஸெட்டி சொன்ன, 'ஐ மிஸ் யூ'வை ஏனோ திருமதி ஸெட்டியிடம் சொல்ல மறந்துவிட்டேன்.

●

இரண்டு மாதங்கள் ஆகியும் யாரும் வராத பூட்டிய அந்த வீட்டை அதீத சிரிப்போடு நானும் எனது திருமதியும் பார்த்துக்கொள்வோம். இருவருக்குமான மனத்தனியறைகளின் அந்த இல்ல ஆளுமைகள் வரைந்த கோலங்களை இருவருமே ரசித்தோம். ஆனாலும் அந்தக் குழந்தைகள் ஏற்படுத்திய வெற்றிடம் பெரிதாகிக்கொண்டே வந்தது. அம்மை அவர்கள் இல்லாதபோதுதான் நிறைய பேசினாள்.

‘நாலு கல்கண்டையும் அந்த சின்னக் கழுதை அப்படியே தின்னிடுமேடி...’

‘ரெண்டுமே விட்டுக்கொடுக்காது தெரியுமா... ஒண்ணுக்கொண்ணு அவ்வளவு சமத்து...’

இல்லாதபோதுதான் அந்தப் பெரிய வானரம் மூஞ்சி அடிக்கடி ஞாபகம் வந்தது. இன்னும் கொஞ்சம் பிரியமாய் விளையாடி இருக்கலாம்தான்.

●

இரண்டு மாதம் வெளியூர் போய்விட்டு வந்தபின், வீட்டில் சில புதுமுகங்கள். தாமனின் சில புது நண்பர்கள்.

‘அப்பா... ஸ்டீவ்... மேரா ந்யா த்தோஸ்த்...’

ஸ்டீவ் துருதுருவென்றிருந்தான். புஷ்டியாயிருந்தான்.

‘ஹோலோ... அங்கிள்’ என்று இடது கையால் கைகொடுத்தபடி, வலது கையால் ஸ்பைடர் மேன் காரை நோண்டிக் கொண்டிருந்தான்.

அம்மை வந்து உட்கார்ந்தாள். அதுகளுக்கு சாப்பாட்டுத் தட்டைக் கொடுத்தாள்.

‘இப்பதான் ரெண்டு முறுக்கு தின்னது... அதுக்குள்ள நாலு இட்லி... சாம்பர இப்படியா குடிக்கும்? குழந்தைகள்னா சாப்பிட வேண்டாமா... ஆனாலும் இப்படியா... நம்மாத்து பிரதிவந்தம் இருக்கே...’

அம்மை பூரணமானாள் போல...

எனக்கும் அப்படிதானிருந்தது. ஸ்டீவின் ஸ்பைடர் மேன் கார் ஓட ஆரம்பித்தது... பேட்மேனை நோக்கி.

●

கிரிக்கெட் இல்லாதவர்கள்

ரமணி அடுக்கக பூங்கா மைதானம் தாண்டி நடக்க ஆரம்பித்தான். இதயம் முழுக்க சொல்ல முடியாத ஒருவித உணர்வு கலந்திருந்தது. தன் அக அறையை உற்றுப் பார்த்துக் கொண்டான். அதிலிருந்து எழும் உணர்வுகளைத் தள்ளி நின்று பார்த்து, அவற்றை ஆய்வு செய்ய ஆயத்தப்பட்டான்.

கொஞ்சம் பயம், என்னவானாலும் ஒன்றுமில்லை என்கிற சமாதானம் ஒருபுறம், ஏதாவது நடந்துவிடும் என்கிற நம்பிக்கை ஒருபுறம், அதன் பின்னேயே எதையும் கடைசிப் பந்து வரை நம்பக்கூடாது என்கிற எண்ணம், அதைத் தொடர்ந்து சட்டை கழற்றி ஓடும் இந்திய கேப்டன், அதற்குப் பின்னே சட்டை கழற்றி இன்னொரு நாட்டு கேப்டன், முத்தமிடும் தன் நாட்டு கேப்டன், மாறி மாறி உடையும் ஸ்டெம்புகள்...

நடக்க நடக்க சத்தம் குறைந்துகொண்டே வந்தது, அக அறையின் எண்ண தொடர் ஓட்டங்களும்.

•

அடுக்ககத்தின் பூங்கா பெரியது. தலை சீவி வாரப்பட்ட புல்வெளிகள், அடுக்ககத்தின் மேக்கப் செய்யப்பட்ட குழந்தைகள்போல சமர்த்தாய் இருக்கும்.

மைதானத்தில் ஓரங்களில் மர பெஞ்சுகள் ஒப்பனை கொண்ட சிமெண்ட் பெஞ்சுகள். வெளியிலிருந்து பார்க்க மர பெஞ்சுகள்போல இருக்கும் அவைகள் கான்கிரீட்டும், சிமெண்டும் செய்யப்பட்ட ஒப்பனைகள். நிறைய விருந்தினர்களை அந்த பெஞ்சு

ஏமாற்றியிருக்கிறது. மரக்கலரில் மரம் போலவே பூசப்பட்ட கான்கிரீட் பலகைகள். மரம்போல ஆனால் மூப்பற்ற, நிச்சலமற்ற பெஞ்சுகள். அது இயற்கையாய் இருப்பதுபோல செய்யப்பட்ட பூங்கா.

குழந்தைகள், வயதானவர்கள், இல்லத்தரசிகள் மட்டும் கூடும் அந்தப் பூங்கா அன்று பாதிக்கு மேலே நிரம்பியிருந்தது.

இரண்டு நாட்களுக்கு முன்னால் அந்த சி-4 பையன் வந்திருந்தான். அடுக்ககத்தின் எந்தப் பொது வேலையிலும் பொதுவாக விளையாட்டு, விழா, ஆட்டம், பாட்டம், நவராத்திரி போட்டி, கிறிஸ்துமஸ் தாத்தா, இந்திய சாப்பாட்டுக் கடை விழா என என்னவானாலும் அவன் முன்னே நிற்பான்.

இன்று எதற்குத் தன்னிடம் வந்திருக்கிறான் என்று ரமணி யோசிப்பதற்குள், அவனே கேட்டான்.

'அங்கிள், உங்ககிட்ட ப்ரொஜக்டர் இருந்ததுல்ல, அதை கொடுக்க முடியுமா... எல்லா சொசைட்டியிலயும் பெரிய ஸ்கிரீன்ல ஃபைனல் பாக்கறாங்க...'

ரமணிக்குக் கொடுப்பதில் இஷ்டமில்லைதான். அது அலுவலகத்தின் சொத்து. ஏதாவது ஆகிவிட்டால் பையிலிருந்து அழவேண்டும்.

'அது சரியா வொர்க் பண்ணலை காம்ளே.'

'ஓ அப்படியா...' முகம் சோர்ந்து போனான்.

'அங்கிள், பக்கத்து சால்ல (குடிசைப்பகுதி) கூட பொது ஸ்க்ரீன் போடப் போறாங்க... நம்ம சொசைட்டிதான் இழவு பிடிச்சது... எப்ப காசு கேட்டாலும் எதுக்கும் கொடுக்கறதில்லை... கொடுத்தாலும் பிச்சைக் காசு போடற மாதிரி... ச்சை...' அலுத்துக் கொண்டான்.

ரமணிக்குக் கொஞ்சம் பாவமாயிருந்தாலும் அமைதியாயிருந்தான்.

'இப்ப பாருங்க, நாங்களே சேர்ந்து நாலாயிரம் புரட்டிட்டோம்... சொசைட்டி கூட கொஞ்சம் பைசா கொடுக்குது. ப்ரொஜக்டர் கிடைக்க மாட்டேங்குது... ஒரே டிமாண்டு... நாலாயிர ரூவா செட்டை பத்தாயிரம்னு சொல்றான்... உங்களுக்கு யாராவது தெரியுமா அங்கிள்?'

பையனின் விடாப்பிடி பிடித்திருந்தது. தனக்குத் தேவையானதன் பின் போகிற தெளிவு. அதற்குத் தேவையானவர்களிடம் போய் நின்று காரியம் சாதிக்கிற பணிவோடு கூடிய இளமை, ரமணிக்குத் தனது இளமைக் காலத்தை ஞாபகப்படுத்தியது.

ரமணி சின்னப் புன்முறுவலோடு தனது அலைபேசியில் சிலரை அழைத்துப் பேசி, ஆறாயிரத்திற்கு முடித்துக் கொடுத்தான். பிராண்டு, அதற்கான திரை போன்ற எல்லா தொழில் நுட்பங்களும் காம்ளேவிற்கு விரல் நுனியில் இருந்தது. ரமணியிடமிருந்து தொலை பேசி வாங்கி அவனே அதை எல்லாம் சரிப்படுத்திக்கொண்டான். கொஞ்சம் அட்வான்ஸ் தொகையும் மீதி மேட்சு முடிந்தவுடன்தான் என்று உறுதியானது.

'நாங்க எங்க சார் ஓடிரப்போறோம்... ரமணி சார் இருக்காருல்லா... அதே சொசைட்டிதான். பணத்துக்கு நீங்க கவலைப்படாதீங்க... எல்லாம் ரமணி சார் பாத்துக்குவாரு...' என்று ரமணி முன்னாலேயே உத்தரவாதம் கொடுத்தான். ரமணிக்கு பக்கென்றது. வெளியில் ஒண்ணும் சொல்லிக் கொள்ளவும் முடியலை. அசடு வழிய சிரிக்க மட்டுமே முடிந்தது.

டீல் முடிந்தவுடன் அவனது நண்பர் குழாம் எல்லாம் 'ஹே...' என்று கத்தியது. எல்லாரும் ரமணிக்குக் கை குலுக்கி நன்றி சொன்னார்கள். ஐந்து வயதிலிருந்து இருபது வயது வரைக்கும் எல்லாரும் காம்ளே பின்னால் அந்தப் பெரிய திரை கிரிக்கெட்டுக்காக இருந்திருக் கிறார்கள். அதில் ரமணியின் பையன் தாமனும் வந்து 'தேங்க்ஸ்பா' என்று கை குலுக்கியபோது கொஞ்சம் நெகிழ்வாய்த்தான் இருந்தது.

பெரியதிரையில் ஃபைனல் பார்க்கப் போகிறோம் என்கிற நினைப்பிலே அந்தக் குழு சின்னதாய் ஒரு ஆட்டம் போட்டது. குட்டி டீஷர்ட் போட்ட பெண்கள் குழுமி நின்று கைதட்டினார்கள்.

ரமணிக்கு, பணத்திற்கு தான் 'ஜவாப்தாரி' என்கிற பொறுப்பு பயமிருந்தாலும் காம்ளேயின் செயல் பிடித்திருந்தது.

சின்னச் சின்ன தன்னலமற்ற குழு செயல்களில்தான் எத்தனை மகிழ்ச்சி. மன மலர்ச்சி.

காம்ளே படிப்பில் அவ்வளவு கெட்டியில்லை. ஏதோ ஒப்புக்கு படிப்பு. கால் சென்டர்களில் பிடிக்கும்போது வேலை. அதிகமான விளையாட்டு. மாமாவோடு சேர்ந்து பங்குச்சந்தை மற்றும் சில ஆயுள் காப்பீட்டுத் திட்டம், மியூச்சுவல் ஃபண்டுகள் விற்றல், பைக்கில் சுத்துதல்.

எள்ளென்று சொல்வதற்கு முன்னே சில விஷயங்களில் எண்ணெய். சொசைட்டி பெரியவர்களிடம் பேசிப் பேசி தனது வேலைக்காக சம்மதிக்க வைத்தல். ஒவ்வொருவரின் பலத்தை அறிந்து அவர்களை அதன்பொருட்டு அணுகுதல். கருமம் முடித்தல்.

ரமணிக்கு காம்ளேவை ஏனோ பிடித்திருந்தது.

இந்தியாவே காத்திருந்த அந்த சனி மாலை வீட்டிற்குத் திரும்ப பூங்கா வேறு முகம் அணிந்திருந்தது.

முதலில் காம்ளே குழுவே அங்கு வந்திருந்தது. ஒவ்வொரு குழந்தையும் தனது தொந்தி அப்பாவைக் கீழே இழுத்து வந்தது. அப்பாக்களை விட அம்மாக்கள் கீழே வந்து பையன்களின் ஆட்டத்தைப் பார்த்து மகிழ்ந்து கொண்டிருந்தனர். அப்பாக்கள் அவர் அவர்களுக்கான ஈகோவைச் சுமந்துகொண்டு மெல்ல இருக்கையை நிறைத்தனர்.

காம்ளே பெரியவர்களுக்கு பிளாஸ்டிக் இருக்கைகளைப் போட்டிருந்தான். சின்னதான மேளதாள கோஷ்டிகளும் தயார் நிலையில் இருந்தன.

நடுவில் பொங்கி வழியும் நீர் ஊற்று, வெப்பம் தணிக்கும், அதன் மேலே பொருந்தியிருக்கும் ஒளிர் விளக்கு. பெரிய திரை.

ஓரத்தில் ட்ரம்ஸ். சின்ன பஞ்சாபி மேளம். ஒவ்வொரு ரன்னுக்கும் சில தட்டம். நாலு, ஆறுக்கு ஆரவாரம் - ஆட்டம். ஹோமா ஹொவி மெட்டல் கிடாரோடும் அவளது பரட்டைத் தலை நண்பிகளோடும் காட்பரீஸ் சாப்பிட்டுக் கொண்டிருந்தாள்.

அதெல்லாம் விட அங்கு குழுமியிருந்த கூட்டம் புதுக்கலவையாய் இருந்தது. உற்சாகமாய், அதி நம்பிக்கையாய் சிறார்கள், பிரார்த்தனையோடும் அதீத நம்பிக்கையோடும் தாய்மார்கள், புள்ளி விவரம் பேசி பயத்தைத் தன்னகத்தில் பொத்திக்கொண்ட முதிர் இளைஞர்கள். ரமணியும் அவர்களோடு கலந்து கொண்டான். பெரியதிரையில் பார்க்கப் போகிறோம் என்கிற நினைப்பே புது அநுபவமாயிருந்தது.

அங்கிருந்து சத்தம் வந்துகொண்டே இருந்தது.

●

கங்குலி - கொஞ்சம் கிறுக்கு, கொஞ்சம் அழுக்கு நிறைந்த பெங்காலி வாட்ச்மேன்.

அவன் பெயர் அவனுக்கும் மறந்து ரொம்ப நாள் ஆகியிருக்கலாம். எல்லாரும் அப்படி அழைப்பதாலேயே அவன் கங்குலி. ராமநாதன் சார்தான் அவனுக்கு அந்தப் பெயர் வைத்தார்.

சில சமயம், கங்குலி, சில சமயம் தாதா, சில சமயம் பாபு. பெரும்பாலும் எல்லாரும் அவனை கங்குலி என்றுதான் கூப்பிடுகிறார்கள்.

அவனுக்கு, தன் பெயர் சொல்லி தான் ஏன் அழைக்கப்படுவதில்லை என்றும் இந்தப் பெயரில் அப்படி என்னதான் பெரிதாய் இருக்கிறது என்றும் புரிந்துகொள்ளவே முடிவதில்லை. கல்யாணம் ஆன பின் தன் மனைவி பெயர் மாற்றப்பட்டதுபோல அலுவலகத்திலும் மாற்றி வைத்துவிடுவார்கள் என்று அவன் நினைத்துக் கொண்டான். அந்தப் பெயரே அவன் மனதிலும் நிலைத்து நின்றது.

ஒரு முறை சட்டையைக் கழற்றி கீழே விழுந்த சாயைத் துடைத்து விட்டதால் அப்படிச் சொல்கிறார்கள் என்று தெரிந்துகொண்டான். ஆனாலும் அதற்கு மேல் புரிவதில்லை.

ஒவ்வொரு சனிக்கிழமையும் யாராவது இருப்பார்கள், ஏதாவது வேலை போய்க்கொண்டே இருக்கும். எந்தத் தளத்திலும் ஏதாவது அழுக்கு இருந்துகொண்டே இருக்கும். ஏதாவது மேசையில் எதுவாவது கொட்டியிருக்கும். அதை அழுத்தி அழுத்தித் துடைத்து பளீரிடவும் சின்னதாய்ப் பார்த்துச் சிரித்துவிட்டு மெல்ல நகர்ந்து போகும்போது மனம் லேசாகியிருக்கும்.

தன்னைப்போல யாரும் அந்த அலுவலகத்தில் தன் வேலை முடிந்து அதைப் பார்த்து புன்சிரிப்பதில்லை என்பது ஆச்சரியமாயிருந்தது. ஒவ்வொரு நாளும் அழுக்குத்தரை சுத்தம் முடித்து, கழிப்பறை தூய்மை முடித்து வருகிற சந்தோஷம் ஏன் இவர்களுக்கு இருப்பதே யில்லை என்று புரிந்துகொள்ள முடிவதில்லை.

பொதுவாகவே மனம் நிரம்பி லேசான உற்சாகம் இங்கு இருப்பதே இல்லை. வெளியில் சிரிப்பும் கும்மாளமும் இருக்குமளவுக்கு உள்ளே வெளிச்சம் இருப்பதில்லை என்பது கங்குலிக்கு ஏதோ ஒரு அளவுக்குத் தெரியும். ஆனால் இன்று எல்லாரும் உற்சாகமாய் இருப்பது கங்குலிக்கு ஆச்சரியமாய் இருந்தது.

அவனுக்கு ஏன் மக்கள் இன்று இப்படி உற்சாகமாய் இருக்கிறார்கள் என்று புரிபடவேயில்லை. பிரியா பேன், வில்லியம் சார், சீத்தல் பாபி, சோட்டா ராமு எல்லாரும் 'இந்தியா ஜெயிக்குமா கங்குலி?' என்று கேட்கும்போது அவனுக்குப் புரிவதேயில்லை. ஆனால் வெட்கத்தோடு தலை குனிந்துகொள்வான்.

அது சனிக்கிழமை. வேலை நாள்தான். காலையிலே பாதிப் பேர் உடம்பு முடியவில்லை என குறுஞ்செய்தி அனுப்பியிருந்தார்கள். கடந்த ஒரு வாரமாய் இதேதான் பேச்சாய் இருந்தது. லீவு கிடைக்காது

என்று தெரிந்தவர்கள் இரண்டு நாளுக்கு முன்பே லீவு கேட்டு போயிருந்தார்கள். சிலர் நேற்றே வேலையை முடித்துவிட்டு அந்த நாளுக்காய் தயாராயிருந்தார்கள். ஆஃபிஸுக்கு வந்தவர்களும் ஏதோ மாவா* தின்று கிக்காகி நின்று கொண்டிருப்பதுபோல பட்டது.

எப்போதும் உம்மென்று இருக்கும் பிரியா கூட கொஞ்சம் சுறுசுறுப்பாய் இருந்தாள். தான் பார்த்தால் மட்டுமே இந்தியா ஜெயிக்கும் என்று சொல்லிக்கொண்டிருந்தாள். அன்று மராத்தி ஸ்பெஷல் சேலை கட்டி மேட்சு பார்க்கப் போவதாகச் சொல்லி எல்லாரையும் சிரிக்க வைத்துக்கொண்டிருந்தாள்.

ராம மூர்த்தி, கடந்த ஒருவாரமாகவே எல்லா இணைய தளங்களையும் நோண்டிக் கொண்டிருந்தான். ஆங்கிலம் சரியாக வராது. இந்தியும் கொஞ்சம் அரைகுறை. ஆகவே புது விஷயங்கள், வித்தியாசமான தகவல்கள் சொல்லிதான் தன்னை நிலைநாட்ட முடியும். எங்கோ படித்ததை, அவன் யோசித்துச் சொல்வதுபோல சொல்லி கவனம் திருப்பிக் கொண்டிருந்தான்.

வேலையை விட எதுவுமே முக்கியம் இல்லை என்று சொல்லிக் கொண்டிருந்த வில்லியம் கூட அன்று கொஞ்சம் சீக்கிரமே போய்விட வேண்டும் என்று முன் அனுமதி கேட்டிருந்தான்.

ரமா ஒரு கார்ப்பரேட் பிபிசி. மற்ற நிறுவனங்களில் என்னென்னவெல் லாம் நடக்கின்றன, கிடைக்கின்றன என்கிற வம்புகள் அவளுக்கு அத்துப்படி. நமக்கு அதெல்லாம் எங்கே கிடைக்கப்போகிறது என்கிற ஏக்கம் கலந்த குரல் மற்றவர்களின் சொறிதலுக்கு சுகமானதால் எப்போதும் அவளின் குறை லிஸ்டுக்கு ஒரு தனி டிமாண்ட் உண்டு.

எத்தனை நிறுவனங்கள் லீவு, எந்த நிறுவனங்கள் அலுவலகத்திலேயே கிரிக்கெட் மேட்சை ஒளிபரப்புகின்றன என்கிற நீளமான பட்டியலும் அவளிடம் இருந்தது. அவளின் கூற்றுப்படி, சில நிறுவனங்களில் விடுமுறை, சிலவற்றில் மாற்று விடுமுறை. பெரும்பாலான நிறுவனங்கள் நேரத்தை மாற்றியமைத்துக் கொண்டன. கொஞ்சம் பசையுள்ள நிறுவனங்கள் சிலவற்றில் ஒளிபரப்போடு உணவு மற்றும் உற்சாக பானங்களுக்கும் தயார் செய்துகொண்டன. அவற்றைப் பற்றிப் பேசும்போது ரமாவின் குரல் ஏக்கத்தில் நிரம்பித் ததும்பும்.

சில கால் சென்டர்கள் எந்த வித்தியாசமின்றி தங்கள் காலச் சக்கரத்தைத் தொடர்ந்தன. அமெரிக்காவிற்கு தீபாவளி, கிரிக்கெட் முக்கியமில்லை...

ஸித்தல் - மற்ற எல்லா வாடிக்கையாளர்கள் எல்லாரும் வராததால் எந்த வேலையும் இருக்கப் போவதில்லை என்கிற செய்தியை அவள்

சொல்லி தனக்குத் தானேயும் மற்றவர்களிடையேயும் பரப்பிக் கொண்டிருந்தாள். தான் வேலை செய்யாததற்கான குற்ற உணர்விலிருந்து அவள் அவ்வாறே தன்னை விடுவித்துக் கொண்டாள்.

எல்லாரும் சீக்கிரமே போய்விட்டதால் என்ன செய்வது என்று ரொம்ப யோசித்து, மாவா தின்று எந்த வேலையும் இல்லாததால் போரடித்து, நடக்க ஆரம்பித்தான் காம்ளே.

அந்த நடையின்போது எந்த ஒரு அலுவலக நினைப்போ, மற்ற நினைப்போ துளியுமின்றி அவன் கால்கள் மட்டும் நடந்து கொண்டிருந்தன. அவன் பார்த்த தெருக்களில் கார் இல்லை. மனிதர்கள் இல்லை. ஆங்காங்கே கசிந்த கிரிக்கெட்டின் எந்தச் சத்தங்களும், எந்த ஆர்ப்பாட்டங்களும் அவனை அண்டவேயில்லை.

பெரிய மைதானம் வந்தது. வெறும் காலோடு கண் மூடி நடக்க தனது வங்காள ஊரான பேல் தங்காவில் நடப்பது போன்று தோன்றியது.

அதே நிசப்தமாய் மெல்லிய காற்று. தூரத்தில் வழியும் மெல்லிய ஒலிகள். அளவுக்குத் தேவையான சின்ன சந்துகள். எண்ணங்கள் ஏதுமற்ற நடை. நடந்து பழகிய கிராமம்தானே என்றது மனம். மெல்லியதாய் சிரிப்பு வந்தது. அது தன்னில் வழிந்ததையும் உணர்ந்தான் காம்ளே.

எப்போதாவது வரும் அந்த இனிய நினைப்பின் இறுதியில் அது எங்கு நிற்கும் என்று அவனுக்குத் தெரியும். தனது மனைவி ஆசானியின் உடல் நினைப்பில் அது முடியும் என்று அவனுக்குத் தெரியும்.

சத்தமற்ற தெருக்களின், குளிர்ச்சியான காற்றோடு கூடிய நடையில், கிராம நினைப்பில் ஆசானி வருவது உண்டு. இரண்டு வருடங்கள் கழித்து ஊருக்குப் போகும் போதான ஒரு மாத முன், பின் மனநிலைகள் இன்று வருவதை அவன் உணர்ந்தான்.

வீட்டிலிருந்தே நடந்து காமாட்டி புரம் வந்ததை உணர்ந்தான். ஊர் ஞாபகம் உடம்பை முறுக்கிற்று. ? ? மெல்ல கண் திறந்து, கால் எக்கி நடையைத் தொடர்ந்தான்.

•

ரமணிக்கு மனதளத்தில் நினைவலைகள் குறைந்ததுபோல இருந்தது. சாலை கொஞ்சம் அமைதியாய் இருந்தாலும் தொடர்ந்து சத்தம் எந்தத் தொலைக்காட்சிப் பெட்டியிலாவது கேட்டுக்கொண்டே இருந்தது. ஒரு தலையணை கடை, ஒரு பெட்டிக்கடை, சின்ன வடாபாவு கடை எல்லாவற்றிலுமிருந்து ரேடியோ கேட்டுக் கொண்டிருந்தது.

பான் குப்தா மாமா வேறு மாதிரி உட்கார்ந்திருந்தார்.

ஆள் இருந்தாலும் இல்லாவிட்டாலும் கால் மடக்கிய பாதி பத்மாசனத்தில்தான் உட்கார்ந்திருப்பார். இரண்டு வேளை சாப்பாட்டிற்கும், மூன்று வேளை சாயாவிற்கும், நான்கு முறை சிறுநீர் கழிக்க மட்டுமே அந்த ஆசன நிலையிலிருந்து மாறுவார்.

இன்று காலை கீழே தொங்கப் போட்டுக்கொண்டும், அவரே பான் போட்டுக்கொண்டும் ரேடியோவைக் காதில் வைத்துக்கொண்டும் கேட்டுக் கொண்டிருந்தார். பெரும்பாலும் கடையில் இருக்கும்போது அவர் பான் போடுவது இல்லை. தனது மனைவி இறந்தபின் ஒரு மாதத்திற்கு பான் போட்டுக்கொண்டிருந்தார். பின் அதுவும் விட்டுவிட்டார்.

யார் ரோட்டில் போனாலும் ஒரு அதிகமான கையாட்டல், ஓட்டைப் பல் வரிசை தெரிகிற சிரிப்பு எல்லாம் இன்று மிஸ்ஸிங். ரேடியோ காதில். கை இன்னும் சில வெத்திலை மீது லேசான காவி சுண்ணாம்பைத் தேய்த்துக் கொண்டிருந்தது.

ரமணி நடந்து போனது அவருக்குத் தெரியவில்லை. விழி பார்த்தது போலதான் இருந்தது. சித்தத்தில் பதிவாகியிருக்காது போல.

ரமணிக்கும் ஒரு நொடி அவரிடம் போய் ஸ்கோர் கேட்க வேண்டும் போலிருந்தது. அந்த நினைப்பையே உற்றுப்பார்த்தான்.

அது அவனிடம் கெஞ்சியது. மேலும் பார்த்து அதை விலகச் சொல்லி முன்னே நடந்தான்.

திருப்பத்தில் ஒரு பார் வந்தது. ராஜேஷ் ஸெட்டியின் பார். லேடீஸ் பாரும் கூட. கூட்டம் அதிகமானதால் பாருக்கு மேலேயிருக்கிற மொட்டை மாடியில் பெரிய திரை வைத்திருக்கிறான். அவனுக்கு அது பழக்கம்.

உலக கால்பந்து, கை பந்து என எந்த நிகழ்ச்சிகளுக்கும் மொட்டை மாடியிலும் கடை விரித்துவிடுவான். மொட்டை மாடியில் ஆண் சர்வர்கள் மட்டும்தான். சின்னச் சின்ன பிரேக்குகளில் சில வாடிக்கை யாளர்கள் கீழேயும் வந்துவிட்டுப் போவது உண்டு.

ராஜேஷுக்குக் குடிப்பழக்கமோ, இறைச்சி உண்ணும் பழக்கமோ கிடையாது. கேட்டால் அது வியாபாரம், இது எனது வாழ்க்கை முறை என்பான். ரமணியை அவன் கடைக்கு உள்ளே வரச் சொல்வதில்லை. மணிக்கணக்காய் பக்கத்து உடுப்பி ஹோட்டலில் உட்கார்ந்து இருவரும் ஆன்மிகம் பேசிக் கொள்வார்கள்.

ரொம்ப பதற்றமான நேரங்களில் தனது ஹோட்டலிலும், வீட்டிலும், காரிலும், பர்ஸிலும் நிறைந்திருக்கிற ஒரு சாமியாரைத் தொட்டுக் கும்பிட்டுக் கொள்வான். அந்தச் சாமியார் வெறும் கோமணத்தோடு தொந்தியும் தொப்பையுமாய் நிற்கிற ஃபோட்டோ அவன் இருக்கிற எல்லா இடங்களிலும் இருக்கும். அவனது அரைஞான் கயிற்றில் கூட அவரது சின்ன உருவம் பதித்த டாலர் உண்டு.

ராஜேஷுக்கும் பதற்றம் உண்டு. கிரிக்கெட் உண்டு. பெரிய திரைக்குப் பின்னால் சாமியின் படத்தை வைக்கப் போவதாகச் சொல்லியிருந்தான். முக்கியமான கணங்களில் அவன் சாப்பிடுவதில்லை. இன்றைக்குக் கண்டிப்பாய் காலையிலிருந்து சாப்பிட்டிருக்க மாட்டான்.

அவனிடம் போய் ஸ்கோர் கேட்டுவிட்டுப் போகலாம்.

ரமணி மறுபடியும் எழுந்த எண்ணத்தை உற்றுப்பார்த்தான். முன்னை விட அது வலுவிழந்து அதட்டல் போட்டால் பொம்மும் தாமனைப் போல தலையை உள்ளுக்கிழுத்துக் கொண்டான்.

‘ஹோ’வென இரைச்சல் வந்தது. ரமணியின் உள்ளுக்குள் சின்னதாய் உதறல்.

யாராவது அவுட்டாகியிருப்பார்களோ? அவுட்டாகியிருந்தால் நம்மாட்கள் சத்தம் போடமாட்டார்கள்... எதாவது நாலோ, ஆறோ? ஆள் யாரும் அவுட்டாகாமல் ஆடினால் போதும். நின்று நிதானமாய் விளையாடினால் போதும். இவ்வளவு தூரம் வந்துவிட்டு ஜெயிக்காமல் போனால் நல்லாயிருக்காது. பேப்பரில்தான் பெத்த பெயரு. களத்தில் என்ன விளையாடுகிறோமோ அது முக்கிய மில்லையா.

சேகர் மாமா, வடைக்கடை ஆறுமுகத்தேவர் பையன் சண்முகத்தைப் பத்தி சொன்னதுதான் நம்ம டீமுக்குப் பொருந்தும்போல...

சண்முக அண்ணா ஜிம் பாடி. உருளை உருளையாய் உடம்பு. ஊர்ல உள்ள கல்லெல்லாம் இவன் உடம்புல நிக்குதேப்பா என்று சொல்கிற மாதிரி திண்ணென்று உடம்பு. எல்லாம் கல்யாணத்திற்கு முன் வரைக்கும்தான். கல்யாணமாகி வந்த வரலட்சுமி அக்கா ஆறு மாசத்துலயே அவனைப் பத்தி கன்னா பின்னான்னு பேசி தெருவுல வெச்சே அடிக்க ஆரம்பிச்சிட்டா... எல்லாம் ராத்திரி பத்தாக் குறைதான்னு தெருவில பேச்சு... அதெப்படி கிண்ணுன்னு பாடி வெச்சிருக்கிற சண்முகத்தால முடியாததான்னு இளசுகள் சேகர் மாமாட்ட கேட்டபோதுதான் மாமா சொன்னாரு... ‘அவன் பாக்கத்தான் ஜவானு... திறந்தா... மகானு’ன்னு.

இளசுகள் நம்பாது மேலும் நமட்டுச் சிரிப்பாய்ச் சிரிக்க, மாமா சொல்லுவாரு... 'என்ன இருக்கிறதுங்கறது முக்கியமில்லடே.... விளையாட்டுல கடைசி வரைக்கும் நிக்கணுமில...'

ரமணிக்குச்சிரிப்பு வந்தது, எத்தனை வருடங்களுக்கு முன்னால் மாமா எதற்கோ சொன்னது இப்போது எப்படி நினைவு வருகிறது. மனம் கடந்த காலத்தில் கொஞ்சம் பயணப்பட்டது ஆசுவாசமாய் இருந்தது. காலும் நிகழ் காலத்தில் சத்தமான தெருக்களைத் தாண்டிய அமைதியான சாலைக்கு வந்திருந்தது.

கான்கிரீட் சாலைகள் காலைத் தொட்டன. மெட்ரோ அழகு மறுபடியும் மனதைக் கவ்வ ஆரம்பித்து விட்டது.

யார் சொன்னது, கான்கிரீட் சாலை நன்றாய் இல்லையென்று.

அப்பா என்ன நீளம். என்ன ஒழுங்கு. அதிகமாய் உபயோகப்படுத்தாத பகுதியில் அழுக்கற்று அழகாய்தான் இருக்கின்றது.

சாலையோரத்துக் கிழவி உட்கார்ந்து தன் சின்னத் தலை உருவி பேன் பார்த்துக்கொண்டிருந்தாள். சின்ன வயதுப் பேத்தி எதையோ வாயில் திணித்து குழப்பிக்கொண்டிருந்தது. அவனது கால்கள் தானாகவே ஏரியை நோக்கி நடக்க ஆரம்பித்தன.

அந்த இடத்திலே இன்னும் கழிவு சேராத ஏரி அதுதான். கொஞ்சம் தூரமாய் நடக்க வேண்டும். நடந்தான். ஏரியின் பாதி கட்டப்பட்ட திட்டில் உட்கார்ந்தான்.

ஏரியோடு பேச ஆரம்பித்தான். இடையிடையே அலைகளை வெறுமனே பார்த்துக்கொண்டே இருந்தான். எழுந்து கிளம்பும் முன், அவனது எண்ணங்களை மொத்தமாய்த் தொகுத்துப் பார்த்தபோது ஒரு உண்மை புலப்பட்டது.

அவன் அங்கிருந்தாலும் அவன் ஆழ்மனது ஒரு சில ஒலிகளை நம்பியிருந்தது.

ஏரியைத் தாண்டி அந்தப் பக்கம் நிற்கிற ராஜேஷ் ஷெட்டியின் ஹோட்டலிலிருந்து வருகிற ஆரவாரச் சத்தம் அமைதியையும் பின்பு நீண்டு போகிற மௌனம் பயத்தையும், வலிந்து ஏற்படுத்திக்கொண்ட சமாதானங்களையும், அந்த எண்ணத்தைப் போக்க மற்ற எண்ணத்தைத் திணித்ததையும் தள்ளி நின்று வேடிக்கை பார்க்க முடிந்தது.

அது 50களின் பெரிய கணிப்பொறியின் வாயில் உள்ளே போய் வெளியே வரும் கார்பேஜ் இன், கார்பேஜ் அவுட் போல இருந்தது.

நடையின்போது கிட்டதட்ட ஒரு இருபது தடவையாவது மனம் ஸ்கோர் கேட்கச் சொன்னது. என்ன நடந்தால் என்ன, எல்லாம் நல்லபடியாகதான் நடக்கும் என்கிற எண்ணங்கள் ஒரு நாற்பது தடவையாவது வந்திருக்கலாம். அவைகள் அவ்வப்போது வந்த ஆரவாரத்தால் பெண்டுலம்போல திசைமாறிப் பயணித்தன.

நடை எல்லாம் முடிந்து பூங்காவிற்குத் திரும்ப பூங்கா முழுக்க விரல் நுனி கடித்துக்கொண்டிருந்தது.

அந்தக் கடைசிப் பந்தை அந்த முடிவைத்த இளைஞன் மைதானத்திற்கு வெளியே அனுப்பினான். ரிஷிபோல அவன் முடி வைத்திருந்தான்.

ரமணிக்கு உலகமே மியூட்டாயிருந்தது. அந்த ரிஷி கோப்பையை வாங்கிக்கொண்டு பேசியபோதுதான் அவன் காதுகள் இயங்க ஆரம்பித்தன.

சில முடிவுகளை எடுத்தேன். தோற்றிருந்தால் பழி வந்திருக்கும். ஜெயித்துவிட்டோம். அவ்வளவுதான்.

காம்ளே குழுவினர் கால்கள் தரையிலே இல்லை. தாமன் ஒவ்வொரு வருக்கும் ஓடியோடி முத்தம் கொடுத்துக்கொண்டிருந்தான். அவனது செயலை எல்லாரும் பார்த்து சிரித்துக்கொண்டிருந்தார்கள். இன்னும் சொல்லப்போனால் அவனது முத்தத்திற்காகக் காத்துக்கொண்டிருந்தார்கள்.

ஹேமா தன் தலை விரித்து ஆடிக்கொண்டிருந்தாள். சின்னதாய் அம்மாக்கள் குழு கூடிக் கூடிப் பேசி மகிழ்ந்து சிறுவர்கள்போல மேல், கீழ், நடுக் கை தட்டி மகிழ்ச்சி தெரிவித்துக் கொண்டிருந்தார்கள். பஞ்சாபி, குஜராத்தி அம்மாக்கள் கூட்டத்திற்குள்ளே சின்னதாய் ஆட்டம் போட்டும் தாட்டாமாலை சுற்றியும் அணைத்துக் கொண்டார்கள்.

முதிர் இளைஞர்கள் புள்ளி விவரம் மறந்து அவரவர் ஈகோ எடைக்குத் தகுந்தாற்போல சின்னச் சின்ன குழுக்களோடு இணைந்து கொண்டனர்.

ரமணி எல்லாவற்றையும் பார்த்துக் கொண்டிருந்தான். ஆனால் எதுவும் தன்னில் பதியாது ஒரு நிலையை உணர்ந்தான். தானும், அதுவும் ஒன்றாகிவிடுகிற நிலைக்கான பிரம்ம சூத்திர வார்த்தை வந்தது. அதையும் அவன் கழற்றிவிட்டு தன்னைச் சுற்றிப் பார்த்துக் கொண்டிருந்தான். அந்த வார்த்தை நினைவுக்கு வந்ததாலேயே தான் இன்னும் அந்த நிலையில் இல்லை என்று ஊர்ஜிதம் கொண்டான்.

காம்ளே பத்தாயிரம் வாலா பட்டாசு கொளுத்திப் போட்டான். யாரோ சொல்ல குளிர் பானங்கள் வந்தன. சம்பந்தமேயில்லாமலே காம்ளே

அந்த மொத்தக் குடியிருப்பையும் தனது குழுவோடு சுற்றி வந்தான். கீழே வராத ஜந்துக்கள் தங்களது பால்கனியிலிருந்து அவனுக்குக் கை ஆட்டின.

பக்கத்துக் குடியிருப்பிலிருந்து ஒரு கோஷ்டி வாத்தியக் குழுவோடு வந்து இந்தப் பூங்காவில் வந்து ஆடிப் போனது. இந்தக் கொண்டாட்டம் அவ்வளவு சீக்கிரம் முடியப்போவதில்லை என்று உறுதியானது.

ரமணியின் உலகத்தில் இன்னும் வெளிச்சத்தம் பதிவாகவில்லை. அந்த நினைப்போடு மறுபடியும் அவன் ஏரியை நோக்கி நடந்தான்.

இப்போது அது அவன் நடந்த வீதியல்ல. ஒரு குவியல். கிரிக்கெட் பார்த்தவர்கள்.

ஏரியை அடைந்தபோது, போனமுறை மௌனித்திருந்த ஏரியின் யட்சன் அவனிடம் கேட்டது.

'நீ கிரிக்கெட் இல்லாதவனா, இயலாதவனா, தொலைத்தவனா?'

ரமணி ஏதோ சொல்ல, ஏரி பதிலில் திருப்தியற்று அதுவே சொன்னது.

'கிரிக்கெட் என்பது களத்தில் நிற்றல், அந்த கணத்தில் நிற்றல். முடிவுகள் எடுத்தல். அதன் கூடப் போவதல்ல. அதுவாகவே மாறிவிடுதல். ஜென் வாழ்க்கைபோல... அப்படிதானே...'

பின் முடி வைத்த அந்த ரிஷியின் முகம் ஞாபகம் வந்தது. அந்தக் கணம் அவனின் எப்போதும் வாழும் கணம். அது அவனும் நிகழ்வும் ஒன்றாகிப் போன கணம்.

ரமணிக்கு அது ஏதோ புரிந்ததுபோல இருந்தது.

•

தமிழ் வாழ்க

வில்லிபார்லேவுக்குப் பக்கத்திலே மூன்று நட்சத்திர ஹோட்டலின் குளிர்

ஹோட்டல் அறை விசாலமாய் பிரமாதமாக இருந்தது எங்களுக்குப் பிடித்திருந்தது. சிறப்பு விருந்தினர்களான பேராசிரிய பெருமக்களுக்கும் பிடித்துத் தொலைக்க வேண்டும்

இல்லையேல் இன்னொரு ஹோட்டலை நோக்கிப் படையெடுக்க வேண்டும்.

நினைப்பே அலுப்பை வரவழைத்தது. டிசம்பர் குளிரின் இதத்தையும் மீறி எழும்பிய கடுப்பு.

'இது போதும் ரவி. இதுக்கும் ஏதாவது நொட்டை சொன்னாங்கன்னா, தாளி அவனை இங்கயே போட்டுத் தள்ளிரணும்.' - கோபமாய் நான்

ரவி, பெருந்தனங்களையும் வழுக்கி விழுகிற வெள்ளை இடுப்பையும் கொண்டவளான அந்தப் பெண்மணியினிடம் அட்வான்ஸ் கொடுத்து அறை புக் செய்தார்

குறைக்கச் சொல்லி பதிவுபோல தேன் தடவிப் பேசினார். இந்தமுறை நல்ல விலை சொன்னால், ஒவ்வொரு மாதமும் தங்களது விருந்தினர்களை இங்கேயே தங்க வைக்கலாம் என்பது மாதிரியான பொதுப் பொய்களை அவிழ்த்துவிட்டார். இழைந்து குழைந்து பேசினார்.

அவள் முந்தானைக்குள் கை பிடித்து மாடு பிடிக்கும் ரேஞ்சுக்கு பேசவில்லையே தவிர, அவர் செய்தது கிட்டத்தட்ட மாட்டுத்தரகம் தான். ஆங்கில மொழியில், அடிமாட்டு விலையில், சிரிக்கச் சிரிக்கப் பேசும் கலை ரவிக்குத் தண்ணி பட்ட பாடு

இவ்வாறே தமிழகத்திலிருந்து முப்பெரும் விழாவிற்காக வந்திருக்கிற பல்கலை கழகப் பெருந்தகைகளுக்காகப் பள்ளியறை தயார் செய்யும் பணி அத்துடன் இனிதே நிறைவேறியது

ரவி, வந்திருந்த பேராசிரியருக்குக் குறுஞ்செய்தி அனுப்பினார். 'அறை புக் செய்யப்பட்டுவிட்டது. இரவு மீட்டிங் முடிந்து இங்கேயே வந்துவிடவும். விலாசம்...'

'வாப்பா. வேலை முடிஞ்சது. நேர போலாம். சரஸ்வதி அம்மா பட்டிமன்றம் மிஸ் பண்ண வேண்டாம். 'ரவி வேக வேகமாக என்னை அள்ளிப் போட்டுக்கொண்டு சயான் நோக்கி வண்டியை விரைந்தார்

கார் ஏசி தேவைப்படாத குளிர் வெளியே. இயற்கையின் சில்லிப்பை வேகமாகக் கிழித்தபடி போகும் கார். கிழித்த கோபத்தில் மறுபடி எங்களிடம் மீதி தனது கோபம் காட்டும் குளிர்க் காற்று. ஓரிரு நிமிடங்களில் எங்களிருவரையும் ஆசுவாசப்படுத்தியது.

'என்ன மாட்டுங்கால போட்ட ரூம் சரியில்லயாமா?' - நான் ஆரம்பித்தேன்

'தெரியல. அண்ணாச்சி ரொம்ப டென்சனாயிருந்தாரு... எப்படியாவது சூப்பர் ரூமா போட்டுக் கொடுப்பான்னு. காலைல இவனுங்க பண்ணின கச்சேரி தாங்க முடியலைப்பான்னு கலங்குனுரு. என்ன ஏதுன்னு கேட்கல. போய் விசாரிச்சுக்குவோம்.'

'தமிழ்நாட்டுல இருந்து வருவனுங்க தொல்லை தாங்கமுடியல.'

'பெரும்பசையான ஆளுபோல... கழகத் தொடர்பு இருக்கு... பேராசிரியர் வேற... தலைல கொம்புல்ல இருக்கும். அதுவும் தமிழ் கொம்புல்ல.'

ஒவ்வொரு வருடமும் தமிழ்த்தாயின் சேவைக்காக இந்த முப்பெரும் விழாக்கள் மும்பையில் நடப்பதுண்டு. மும்பையில் காய்ந்து கிடக்கும் தமிழ்ப்பயிரை காப்பது கடமையல்லவா.

அங்கிருந்து வருகிற பெருமக்களைச் சிறப்பித்து, பட்டம் கொடுத்து அனுப்பும்முன், அவர்கள் தமிழன்னைக்கு மும்பை மக்கள் செய்ய வேண்டிய பணிகள் என்று பட்டியலிடுவார்கள். அந்த மாபெரும்

சிந்தனைகளை சிரமேற் கொண்டு கடமையாய் மனதில் உள்வாங்கிக் கொண்டு உள்ள உவகை அடைதல் எங்களின் வருடாந்திர திவசம்.

இந்த ஆண்டும் ஏதோ ஒரு கழிசடைத் தலைவரின் சிறப்பான ஆண்டு. அதை முன்னிட்டு விழா. அதை முன்னிட்டு இந்தப் பசையான பேராசிரியப் பெருமக்கள் மும்பை வருகை. அதை முன்னிட்டு அவர்களின் ஹோட்டல் அறைக்காக நானும், ரவியும் நகர் வலம்.

சண்முகம் ஐயா (சண்முக அண்ணாச்சி - பொதுவாக திருநவேலி காரகள அப்படித்தான் கூப்பிடறது) தான் இந்த முத்தமிழ் விழாவை நடத்திக்கொண்டிருப்பது. கடந்த எட்டு வருடங்களாக இந்த விழாவை நடத்திக்கொண்டிருப்பதால் முனா வினா சண்முகம் (முனா வினா அண்ணாச்சி, முனா வினா சனா) என்றால் எல்லா இடங்களிலும் தெரியும் அளவிற்குப் பிரபலமானவர்.

தெரிந்தவர், தெரியாதவர், புரவலர், கல்விப்புரவலர்கள், தமிழார்வம் மிகுந்த ஐந்துக்கள் என வலைபோட்டுத் தேடி அலைந்து கிடைத்த தொகையில் விழா. காசு குறையும் நேரத்தில், தனது பையிலிருந்து போட்டும் நடத்திக்கொண்டிருப்பவர்

இருக்கிற ஈ ஓட்டும் தமிழ்ச் சங்கங்களோடு இணைந்தும், பிணைந்தும், முறுக்கியும் எப்படியோ இந்த விழாவை அவர் நடத்திக்கொண்டிருக்கிற விதம் ஆச்சரியமான விசயம்.

அரசாங்க வேலையில் ஓய்வு. பையன்கள் அயலகம். எப்போதோ படித்த தமிழ், தாத்தா தமிழ் வித்வான், சின்ன வயதில் கழகங்கள் விதைத்த விதை, மேலும் வீட்டில் மனைவித் தொல்லை, - இது போதாதா தமிழ் மான உணர்வு பெற

தமிழ்த் தாயை வளர்க்க சில சங்கங்களுக்குப் போனார். எல்லாச் சங்கங்களிலும் பதவியை விக்ரமாதித்தனின் வேதாளம்போல பிடித்துக்கொண்டு சிலபேர் தொங்கிக்கொண்டிருந்தனர்.

தமிழனை இகழ்ந்தவனை தாய் தடுத்தாலும் விடேன் என்று அறை கூவலோடு சில சங்கத்தில் புகுந்து துண்டுபோட முயன்றபோதுதான் தெரிந்தது, அதே துக்கடாக்களோடு நிறைய கிழங்கட்டைகள் ஏற்கெனவே இடம் பிடித்திருந்தன. அவர்களைத் தாண்டி ஏதாவது பதவி கிடைத்து, மைக் பிடிப்பதற்குள் தாலி அறுந்துவிடுகிறது.

பதவி மண்ணாங்கட்டி, தெருப்புழுதி எல்லாம் மைக் பிடித்துப் பேசுவதற்கு மட்டுமே.

ஒவ்வொரு கிழடும் எங்காவது மேலுறை, கீழுறை, இடையுறை, நன்றியுரை என்று சந்தடி சாக்கில் உள்ளே புகுந்து சங்க இலக்கிய சாம்பார் ஊற்றி, கம்ப ரசம் குழப்பி, வானம்பாடி கவிதைகளை சல்லியடித்து சொறிமுத்து கவிதைகளோடு முடிக்க வேண்டுமென - சங்கல்பமேற்றுக் காத்திருக்கின்றன. அவர்களது வயதையும், வாய்ப்பையும் உத்தேசித்து காலன் சோம்பேறித்தனமாக இல்லாமல் வெகு வேகமாக வந்தால்தான் உண்டு.

அப்படி ஓரிரு கிழங்கள் தலை சாய்த்தால்கூட, அவர்களது அஞ்சலிக் கூட்டம் என்ற பெயரில் மைக் வாங்கி அந்தக் கிழம் பெயரைச் சொல்லி மற்ற கிழங்கள் வறுத்துத் தாளித்துவிடும். எவன் மண்டையைப் போட்டால் மைக் கிடைக்கும் என்கிற எதிர்ப்பார்ப்பு அண்ணாச்சிக்கு வெறுப்பைத் தந்தது.

அதுவும் அஞ்சலிக் கூட்டங்களில் நடக்கிற கூத்திற்கு அளவேயில்லை. செத்துப்போன ஒவ்வொருவரையும் சோழ, பாண்டிய ராசாக்களோடு இணைத்து, சங்க இலக்கியத்தோடு முடிச்சிட்டு, அவர் கழுத்தில் மறுபடி தூக்கிட்டு மறுகொலை செய்வார்கள்.

செத்துப்போன மனிசர் - தான் பேச நினைச்சதெல்லாம் எனக்குன்னு அஞ்சலிக் கூட்டம்போட்டு இந்த விளங்காத பையலுகெல்லாம் பேசிட்டிருக்கானேன்னு ஆத்தாமையில மறு உடம்பு எடுக்காம ஆவியா தமிழ்ச் சங்கத்தைச் சுத்தி ஒரு கூட்டமா சுத்திட்டிருந்தாலும் ஆச்சரியமில்லை.

இப்படியெல்லாம் கதை கந்தரகோளமா இருக்கிறத பாத்த முநா விநா சண்முக அண்ணாச்சி, ஒரு முடிவுக்கு வந்தார்.

இவனுங்க ஏற்கெனவே வைச்சிருக்கிற தமிழ்ச் சங்கத்தில ஒட்டி, தட்டி, தடவி, நக்கி, நயந்து பேசி, முக்கி, முணகி முன்னுக்கு வந்து நல்லதா நாலு வார்த்தை பேசி, கைதட்டு வாங்கிறதுக்குள்ள நாக்கு வெளிய தள்ளி, தனக்கே அஞ்சலி கூட்டத்துக்கு வைச்சுக்கிற மாதிரியாயிடும்.

அவருக்கென்று சில கனவுகள் இருந்தன. அதற்காக ஒரு தனி சங்கம் அமைத்து, பெரிய சங்கங்களின் நிழலில் குடை பிடித்தார். சங்கமென பெயர்வைக்காமல், பேரவை என்று பெயர்வைத்துக்கொண்டிருந்தார்.

முநா விநா சண்முகம் ஐயா பேரவையில் எல்லாருக்கும் இடமுண்டு. ராஜ ராஜ சோழனுக்கு அடுத்து ஜனநாயகம் தழைத்தோங்கும் அறிவு ஜீவிச் சபையாக அது இருந்தது என்று பெயரும் உண்டாயிற்று. (அவரே சொல்லிக்கொண்டது)

வந்தவர்களுக்கெல்லாம் மேடையும், மைக்கும், பெருங்கைகளுக்கு பட்டமும் கிடைப்பதென்றால் சும்மாவா. புது இடம், புது மைக்கு, ஏறத்தாழ அதே மக்கள். ஆனால் எல்லாயிடத்திலும் தமிழ் சங்கத்திற்கு வந்த அதே சோதனை அண்ணாச்சி பேரவையில் இல்லவேயில்லை.

ஏனெனில் அண்ணாச்சி எல்லாத் தரப்பிடமும் நல்ல பழக்கம் வைத்திருந்தார். சாதியால், வர்க்கத்தால், அறிவால், ஈகோவால் பிரிவு பட்டிருந்த எல்லா சந்து முக்குச் சங்கங்களும் அண்ணாச்சி மேல் ஒரு அன்பு வைத்திருந்தன.

பட்டிமன்ற பலவான்கள், கவிதை புரட்சியாளர்கள், புதுக்கவிதை புடலங்காய்கள், பெண்ணியவாதிகள், விசாலப் பார்வையால் உலகை விழுங்கி தொண்டைக்குள்ளே வைத்திருக்கும் சமூகச் சீர்திருத்த வாதிகள், நாத்திகப் பெருமக்கள், கம்பராமாயணத்தை ஆத்தி ஆத்திக் குடிக்கும் ஆன்மிக பெருமக்கள், நவீன இலக்கியக் குப்பைகள் - என்று எல்லாக் குழுக்களுக்கும் ஒரு கொக்கி போட்டிருந்தார்.

அவரது மேடை அனைத்துத் தரப்பினரும் (கற்கால, தற்கால, நவீன, சங்க, மணிக்கொடி, பவளக்கொடி, சாணக்கொடி, திராவிட, ஆரிய தேசிய, பெண்ணிய, மண்ணிய, தலித்திய, இசை, நாடக, குத்துப்பாட்டு, டப்பாங்குத்து, திவ்ய நாம, ஹரிகத, சினிமாப் பாட்டு, மராட்டி வகுப்பு - ஓரினச் சேர்கையாளர் மீது அண்ணாச்சிக்குக் கொஞ்சம் உள்ளூர பயம் உள்ளதால், அவர்களைத் தவிர்த்து மற்ற அனைவருக்கும்) பேச வாய்ப்பு கொடுத்தது.

பலாப்பழத்தில் ஈ போல கூட்டம் வந்தது. ஒவ்வொரு கூட்டத்திலும் யாரும், எதைப்பற்றியும் பேசும்போதும் முக்கியமாக அவருக்கும் வாய்ப்புக் கிடைத்தது. எல்லாக் கூட்டத்திலும் அண்ணாச்சி பேசுவார். சில சமயம் சிறப்பு விருந்தினரைவிட அதிகமாகப் பேசியதும் உண்டு.

ஆக, நாளொரு மேனியும் பொழுதொரு வண்ணமுமாக பல்கிப் பெருகும் ஆதரவு கண்டு, 'கோவணம் கழண்டு நின்னாத்தா வேய் உமக்குப் புத்திவரும்' என்று அர்ச்சித்த அன்பு மனைவியின் கட்டளை தாண்டி முப்பெரும் விழாவை அவர் ஆரம்பித்தார்.

'அறிவுகெட்ட மூதி... வாழைக்கா மரத்தை வச்சு நாலு நா கல்யாணத்தை நடத்துவோம்டி. இலஞ்சிக்காரன்னா என்ன கொக்கா...' என்று மனதிற்குள் நினைத்துக்கொண்டு தனது குலதெய்வமான சாஸ்தாவை நினைத்துக்கொண்டு முதல் முப்பெரும் விழாவை ஆரம்பித்தார்.

சமூகநீதி, பகுத்தறிவு, பெண்ணியக்காரர்கள் மட்டும் கொண்ட முதல் முப்பெரும் விழாவை சின்னதாய் ஒரு சில கழகக்காரர்கள் தயவால் அதிகமாக கையைக் கடிக்காமல் நடத்தினார். மெல்ல மெல்ல நெளிவு சுழிவுகள் கற்றுக்கொண்டு கோவணம் போகாமல் கோட்டு சூட்டோடு நடத்த ஆரம்பித்து வெற்றி நடை போட்டுக்கொண்டிருக்கிறது.

ஆக, ஒவ்வொரு வருடமும் எதையாவது காரணம் காட்டி ஒரு முப்பெரும் விழா. ஒரு பத்து பதினைஞ்சு பார்டிகளுக்கு ஒரு பட்டம். ஒரு சீல்டு மற்றும் ஒரு காகிதத்தாள். உள்ளூர் பேப்பர்களில் படத்தோடு செய்திகள்.

ஒவ்வொரு விசைக்கும் எதிர்விசை உண்டுதானே?

முநா விநா சண்முகம் ஐயா இதை ஆரம்பித்து ஒரு சில வருடங்களிலே அவருக்கும் சில பல பட்டங்கள் திரும்பி வந்தன. எதிர்சீர் செய்வதில் தமிழர்கள் கை தேர்ந்தவர்கள். அதுவும் செம்மொழியான பின்பு இத்தகைய விருந்தோம்பல்களில் ஒரு ஒழுங்கமைவும், நியதியும் தானாகவே வந்து சேர்ந்தன.

மும்பை போர்வாள், வங்கக் கடலின் தமிழ்க் கேடயம், பாம்பேயின் தமிழ்க்குரல், அரேபிக் கடலின் இலக்கியத் தென்றல், மும்பை தமிழ்ச் செயலின் மூளை, முப்பெரும் விழா நாயகன் - என நீண்டு போகும் அவரது பட்டப் பெயர்கள் போட்ட மொபைல் சைசு விசிட்டிங் கார்டு ஒன்றரை பக்கம் நீள்கிறது.

முநா விநா அண்ணாச்சிக்கு இத்தகைய விழா நடத்துவதென்பது வீட்டுக் கல்யாணம் நடத்துவதுபோல. அதெல்லாம் அசால்டாய் நடத்திட்டேன், இதுதான்ப்பா நாக்கு தள்ளுது என்று முநா விநா வெளியில் அலுத்துக்கொள்வதும் உண்டு.

தேன் எடுக்கும்போது கையை நக்க ஆரம்பித்து, இப்போதெல்லாம் ஸ்பூனிலே எடுத்துச் சாப்பிடுகிறார். விழாக்கள் கொஞ்சம் பசையாகவே முடிகின்றன. கூட்டிக் கழித்துப் பார்த்தால் தான் போட்ட கணக்கு சரியாத்தான் இருக்கு என்று நினைத்துக்கொண்டார்.

அதை வெளியில் காட்டாமல், தமிழுக்காக கோவணம் இழப்பதாக ஒவ்வொருமுறையும் காட்டவும் கற்றுக்கொண்டார்.

இதெல்லாம் தெரிந்தும், எனக்கும், ரவிக்கும் அவரோடு ஏதோ ஒன்று ஒட்டியது.

ஒரே ஊர்க்காரர். சாதிக்காரர், நாளைக்கு முன்ன பின்ன எதாவதுன்னா, தமிழ்ன்னு ஏதோ பண்றாரே, எல்லா குத்தமும் பாத்தா யாரோடையும்

நிக்க முடியாது. ஊரான ஊரில்ல தமிழ்ச் சொந்தமுன்னு இவராவது இருக்காரே, உண்மையில நல்ல மனுசந்தா, பெயரு பின்னாடி போகாத மனுச யாருதான் இருக்க? அவர மாதிரி நாமும் ஏதாவது செய்யலாம் - இப்படி ஏதோ ஒரு சொலவடை ஒன்று எங்களை அவரிடம் ஒட்டவைத்துக்கொண்டிருந்தது.

அதனால்தான், உமியாக அவர் எங்களைச் சுற்றியிருந்தது தெரிந்தும், அவரோடேயே இருந்தோமா?

●

வண்டி முப்பெரும் விழா அரங்கை அடைந்தது. இன்னும் சரஸ்வதியம்மா பட்டிமன்றம் ஆரம்பிக்கவில்லை. முநா விநா அண்ணாச்சி பதட்டமாக வந்தார்.

தமிழ் விழா என்றாலும் கோட்டு, சூட்டு போட்டிருந்தார்.

'அண்ணே உங்க கோட்டு சூப்பர்னா... டை வேறெல்லாம் கட்டி... போங்க. நீங்க இருக்க வேண்டிய இடமே வேற.' நான் சொல்ல, அவருக்கு மெல்லிய சிரிப்பு. அது அவரின் பதட்டத்தைக் கொஞ்சம் மட்டுப்படுத்தியது. ஒருதடவை கோட்டை தடவி விட்டுக்கொண்டார்.

ஆரம்ப நாட்களில் இந்த உடை ஏன் என்று சில நலம் விரும்பிகள் கேட்கத்தான் செய்தார்கள். அதற்கு பழையன கழிதலும் என்று ஆரம்பித்து சம்பந்தமில்லாத பாடல்கள் சொல்லி அரைமணி நேரம் வதை செய்த செய்தி பரவிய பிறகு யாரும் நேரிடையாக அந்தக் கேள்வியைக் கேட்பதில்லை.

'வேட்டி கட்டாமல் வெள்ளைக்காரன்போல மினுக்கும் சில தமிழ் இனங்கள்' என்று ஏதோ ஒரு குரல் முநா விநாவுக்கு எதிராக மறைமுகமாக வேறேதோ மேடையில் எழ, அவ்வளவுதான், பிளந்து கட்டிவிட்டார்.

'கேட்டவனைக் கேட்கிறேன். வேட்டிக்குள்ளே இருப்பது கோமணமா. இல்லை டேண்டெக்ஸா. புதுமைக்குப் புதுமை சேர்ப்பவன் இந்தத் தமிழன். தமிழ் என் உடையல்ல, உயிர் மூச்சு.' என்று போகுமிடமெல்லாம் அடுத்த முப்பெரும் விழாவரை இதையே சொல்லிச் சொல்லி ஆட்களை மனச்சேதம் செய்தார்.

என்ன சொன்னாலும் அவரது பேருரையை ஆத்திவிடுவார் என்பதால் கூடுமானவரை அவரிடம் கேள்வி கேட்பதையே தமிழ்ச் சமூகம் தடுத்தாட் கொண்டது என்பதே சாலப் பொருத்தம்.

‘என்னப்பா ரவி, என்னாச்சு?’

‘நல்ல ரூமா பாத்துப் போட்டாச்சு. மெசேஜ் கொடுத்திட்டேன். இதுக்குமேல எதாவது சொன்னாங்கன்னா... நம்ம மெரின் ட்ரைவில தூக்கிப் போட்டுர்லாம்.’ ரவி வெறுப்போடு சொன்னார்.

‘இன்னிக்கு காலையிலிருந்து ஒரே குடைச்சல்ப்பா. நல்ல காரியம் பண்ணின. இவங்களோட லெக்சர் சாயங்காலம்தான். அதுக்குள்ள... செட்டிலாகி வந்துட்டாங்கன்னா... எனக்கு உயிர் வரும்.’

‘மாட்டுங்கால ஸ்பெசல் ரூம்தான போட்டிருந்தோம்?’ ரவி கேட்டார்.

‘ரூம் நல்லாயிருக்கு. ஆனா எப்படி இந்தக் கூட்டத்தோடு என்னைப் போடறிங்கன்னு கேட்கிறான். பிரஸ்டீஜ் இஸ்யூ. நான் போயிருந்தப்ப... காலேஜ் ஹாஸ்டல்ல ஒரு ரூமை போட்டுக் கொடுத்துட்டு, இங்க வந்து பெரிசா ஆட்டறான்.’ சலிப்பு வழிந்தது.

‘பெரிய கையோ?’

‘ரொம்பப் பெரிய கை. நேரா... ஐயாவுக்கு சொந்தம். எல்லா தமிழ் டிபார்ட்மெண்டிலும் ஒரு உள் கையிருக்கு. ஒரு ஐம்பது கோடி சாங்கசனுக்கு கனெக்சன் இருக்கு. ஆனா பிசிநாரிப்பய. டிக்கெட்டுல யிருந்து ரூம்லயிருந்து நம்ம தாலிய அறுக்கான். இப்ப போட்டு இனிமே எந்த வருசம் எடுக்கப்போறோமோ ‘

‘கவலைப்படாதீங்க அண்ணாச்சி. நீங்க அதுல சூரனில்ல. வட்டியோடல்ல எடுப்பீங்க.’ ரவி சொல்ல, மறுபடியும் முநா விநா அண்ணாச்சி குதூகலமானார்.

அதெல்லாம்... சரிப்பா. உள்ள வந்து உக்காருங்க. அந்த யூனிவர்சட்டி பசங்களகூட்டி வந்து கொண்டுவிட்டு நீங்கதான் கொஞ்சம் பாத்துக்கணும். ஸ்பெசலா கவனிங்க. கழுதைய சந்தனத்துல குளிப்பாட்டு அனுப்புவோம். இந்த பயலுவளோட கனெக்சன் நம்ம எல்லோருக்கும் ஒரு கிப்ட் பாத்துகிடுங்க.’ சொல்லியபடியே விரைந்து போனார்.

சரஸ்வதியம்மா பட்டிமன்றம் துவக்கவுரை ஆரம்பித்திருந்தார்கள். எங்களுக்குப் பிடித்தமான நிகழ்ச்சி. அழகும், மங்கலமும், தெளிவும், கட்டுப்பாடும் கொண்ட ஆளுமைகொண்ட அம்மா. கொஞ்சம் நெகிழ்வாய் போய் உட்கார்ந்து கொண்டோம்.

ரவி சொன்னது சரிதான். அண்ணாச்சி ஒன்றும் லூசல்ல. சிறப்பு விருந்தினர்களிடமிருந்து எப்படிக் கறப்பதென்று தெரியும். அதை உடனே செய்யாமல் மெல்ல மெல்ல மூன்று நாலு வருடங்களில் செய்து முடித்துக்கொள்வார்.

யூனிவர்சிட்டி வேலை, பாடத்திட்டத்தில் புத்தகம் நுழைத்தல், பட்டங்கள், சிலைகள், மொழி வளர்க்க சில கூட்டங்கள், பட்டறைகள், வறுமைக் கோட்டில் வாழும் தமிழ்ச் சிறுவர்களுக்கு சில பல உதவிகள் (பெரும்பாலும் இவைகள் தாளில் தயாரிக்கப்பட்டு, வவுச்சரில் உயிர் வாழ்ந்து மடியும்).

முக்கியமான ஒரு திறமையும் அண்ணாச்சியிடம் இருந்தது. எல்லாத் தரப்பினரிடமும் ஒரு உறவு நூல் (சிறுதுரும்பும் பல் குத்த உதவும்) மற்றும் மாடு மேய்வதைப்போல எல்லாத் துறை பற்றியும் மேலெழுந்த வாரியான அறிவு, மத்தவன் வாயிலிருந்து வாங்கி, நூடுல்ஸ்போல கொதிக்க வைத்து, மசாலா தூவி அழகாக தான் செய்தது போலவே பரிமாறுவதில் மன்னன்.

தனக்குத் தெரியாததை மெல்ல மெல்லத் தெரிந்து அதன் வழிகளை சுழிகளை நன்று அறிந்துகொள்வதில் முநா விநா அசகாய சூரர்தான்.

'யே. இந்தப் புதுமைப்பித்தன் கந்தசாமிபிள்ளை கதையிருக்குல்ல.' என்று போன் செய்வார்.

'என்ன பிரமாதமான கதை. இப்ப இருக்கிற சர்ரியலிசக் கதையோட ஒப்பிட்டா...' என்று ஏதாவது இலக்கிய இளைஞன் பேசுவதை மெல்ல கேட்டுக்கொண்டே இருப்பார்.

அன்று இரவு அவர் படைக்கிற புதுமைப்பித்தனைக் கேட்கிறவர்கள் பாக்கியவான்கள். புதுமைப்பித்தனே கேட்டால்கூட மயங்கி விழும் அளவுக்கு ஒரு ஒப்பிடு இருக்கும்.

அவருக்கு வாய்வழியில் பெருத்த பலம் உண்டு (நாஞ்சிக்காரங் களுக்கு, வாய் நீளம்டே. எம் பெண்டாட்டி வெறும் வாய் வழியத்தான் பொறந்தான்னு சொன்னா நீ நம்பவா போற... எம்மாமனாருக்கு அம்புட்டு நீளம்டே... - முநா விநா அண்ணாச்சி - வோட்கா உபயம்)

'என்னத்தப்பா. புதுசா எழுதுறாங்க. மணிக்கொடி காலம்னா... அது தாம்பா.' என்று ஏதோ ஒரு இலக்கிய பொடிசிடம் பொட்டு வெடி போடுவார்.

அவன் கொதித்து எழுந்து கொட்டுகிற சரக்குவைத்து தற்கால நவீனக் கதைகள் என்கிற தலைப்பில் நாலுமணி நேரம் பேசிவிடுவார். அதில் சங்கம், கம்பன், திருக்குறள், பாரதி போன்ற சரக்குகளை வைத்தே பாதி நேரம் ஓட்டிவிடுவார் என்றாலும், உப்புமா அடிப்பிடிக்காமல் கிண்டுவது கலையல்லவா.

‘ஜெயகாந்தன் தாம்ப... மனுசன். என்ன ஆளுமை.’

‘கிரா. கரிசல் காட்டு மன்னன்ப்பா... அவரோட... ஒவ்வொரு கதையும்...’ என்று ஏதாவது பொதுவான வெடியைக் கிழித்துப் போட்டுவிட்டு, அமைதியாகி அதன் வெடிச்சத்தத்தையும், கிழிந்த துகள்களையும் பொறுக்கி வைத்து சரவெடி தயாரித்துவிடுவார்.

நம்ம... பெண்டாட்டி ஊர்க்காரன்... வள்ளியூர்ப்பா... அவனுக்குக்கூட அந்தத் தேசிய விருது கொடுத்தாங்கல்ல. அவனும்தான் தலித் பத்தில்லாம் எழுதியிருக்காம். அவன கூப்பிட்டா போச்சு.’

‘ஐயோ. அது வேற அண்ணே. அது தலித் பத்தின எழுத்து. ஆனா. நாம தலித் எழுத்தாளனில்ல கூப்பிடுனும்.’

‘இரண்டும் ஒன்னுதானப்பா. அவன பாத்த நம்ம பெண்டாட்டி கொஞ்சம் சந்தோசமாவது படுவல்லா. என்ன கிறுக்குப்பய வேலய பண்ணிட்டிருக்கீங்கன்னு... கொஞ்ச நாளைக்காவது பிராண்ட மாட்டால்ல.’

அவரிடம் விளங்க வைத்து, ஏற்பாடு செய்த தலித் எழுத்தாளர்கள் கூட்டத்தில் முநா விநா சண்முகம் அண்ணாச்சி பேசிய பேருரையைக் கேட்டவர்கள் மேற்சொன்ன உரையாடலைச் சொன்னால், எங்கு கற்பூரம் ஏத்தி சத்தியம் செய்தாலும் நம்பமாட்டார்கள்.

மராட்டிய மண்ணே தலித் எழுத்தின் அகரம் என்று அண்ணாச்சி பேசிய உரை எழுச்சியாக அமைந்திருந்தது. அத்தகைய எழுத்துக்காக தனது பேரவை சிந்தும் வியர்வைத் துளிகளை அவர்கள் பட்டியலிட்டபோது மயிர் கூச்செறிந்தது. (அது ஆகாதவர்களுக்கு) மனம் கூச்செறிந்தது.

மதிய உணவு வேளை வந்தது. அண்ணாச்சி ஓடியாடி எல்லோருக்கும் விருந்தோம்பல் செய்தார். அது உண்மையிலே அவர் இரத்தத்தில் இருக்கும் ஒன்று. அவர் வீட்டுக்குப்போய் கை நனைக்காமல் யாரும் வராமல் இருக்க முடியாது.

எப்போதும் எதையாவது தின்று கொண்டிருக்கும் நாக்கு. அதை மற்றவர்கள் புசித்து மகிழ்ந்து நோயுற வேண்டும் என்று எண்ணம். பரந்த பார்வை.

வஞ்சனையில்லாமல் உணவு, மற்றவர்களைப் பாராட்டு - இதில் இரண்டிலும் அண்ணாச்சியை அடித்துக்கொள்ளமுடியாது.

‘அம்மா. என்ன பேச்சும்மா. போங்க. இன்னிக்கு சும்மா அசத்தீட்டிங்க. செம்புல பெயர் நீர் கேட்டதுதான். அதை கண்ணதாசனோட சேத்ததும்

நார்மல்தான். அதுக்கப்புறம் ஒரு ஒப்பிடு பண்ணிங்க பாத்தீங்களா. அது தான் உங்க ஸ்டாம்பு...'

'ஐயா. கண்ணன் ஐயா... சான்ஸே இல்ல... கண்ணுல தண்ணி வந்து நனைச்சுருத்துய்யா...' கையைப் பிடித்துக் குலுக்கல்.

'என்னமோ போங்க. என் மனசைக் கலக்கீட்டீங்க. ஐயா. இது பேச்சாய்யா... அருவியா... இது அருவி... உங்க பேச்சு... தெய்வ வரம்யா... மனுஸா நினைச்சு வரதில்ல. சரஸ்வதில்ல கொடுக்கணும்.'

'ஒன்னு சொல்றேன் ஐயா... எனக்கு ரொம்பப் பொறாமையா இருக்குய்யா... இப்படியெல்லாம் பேசினா நாங்க எங்கயா பேசறது...' 'உங்களோட கருத்துத் தெளிவு முன்னாடி தமிழ்நாட்டில ஒரு பைய ஜிப்பை திறக்க முடியாதுய்யா. '

இப்படி ஏராளமாய் அவர் தொடுக்கும் பாராட்டு அஸ்திரங்களுக்கு விழாதார் யாருமில்லை. அதையும் உருக்கமாய், மகிழ்ந்து அவர் சொல்லும் பாணி, பேசியவரை ஏழாம் உலகத்தில் மிதக்கச் செய்யும்.

அவரின் உண்மையான விமர்சனக் குரலைக் கேட்க விரும்புபவர்கள் செம்பூர் அம்ரபளி மதுபானக் கடையில் அந்த வார இறுதியில் அவரோடு உட்கார வேண்டும். அங்கு யாருக்கும் அநுமதியில்லை. எனக்கும், ரவிக்கும் மட்டுந்தான்.

அவளுக்கு குரலாவே அது... சால... வயசாகி, எல்லாம் நின்னு போச்சுன்னா... குரலயும் அது அடிக்கும்ன்னேன்...'

'என்னமோ பாத்த மாதிரியில்ல சொல்லுதிவ. யாருக்கு என்ன நின்ன உமக்கு என்ன அண்ணாச்சி?' - ரவி உசிப்பி விட,

'மண்ணாப் போக, இதெல்லாம் வாழ்ந்து பாத்தவனுக்கெல்ல தெரியும். உமக்கென்ன மயிரா தெரியும். '

'அந்த பாப்பான் என்னத்தவே பேசுதான் ஒழுங்கா தமிழ் பேசறானா... அங்கங்க இங்கிலிசு... மேஜர் சுந்தரராஜன் மாதிரி டபுள் டக்கர்... இவனெல்லாம் பெரிய தமிழ் பத்திரிக்கைக்கு ஆசிரியனாம். ஏதோ அங்கயிங்க பேர மேஞ்சுட்டு வந்து, நம் மேலேயே மோலுதானுவங்க.'

'கழகப் பேச்சாளன்... பெயருதான் பெத்த பேரு. தலைவர் கூட்டத்துல கால் கால்னு கத்தினாலும் நாலு காசு தேராது. நாம போட்ட எலும்பு துண்டு சின்னதுன்னு இது குரைக்கி.'

'அந்தக் கம்யூனிஸ்டு ஆளு வந்தானே. அவன் பேரென்னா... ஆ, அவன்தான்... அவன் ஒத்தன் தான்யா... நான் பாத்த சரியான ஆளு...

ஒரு பைசா வாங்கலயா... கொடுத்த இக்கினியூண்டு பைசாவக்கூட கட்சிக்கு எம்முன்னாடியே கொடுக்கான்யா. ஊரெல்லாம்... அவன் பைசா போட்டு சுத்துதான். கைசுத்தம், மனச்சுத்தம் இரண்டும் இன்னும் வச்சிருக்கானுங்க.'

'இவன்லாம். பட்டிமன்ற பேச்சாளனாம். பன்னிப்பய... டீவியில தலைய காட்டிட்டா போதுமே... குஞ்ச தோள்ல போட்டுட்டில்ல சுத்துதானுவ... ஒரு புது ஜோக்கு சொன்னானவே... போதாதுக்கு மெரைன் ட்ரைவ், கோயிலு, குளம்னு பாருன்னு நம்ம காசுல சுத்துதானுவ... மெட்ராஸுக்கு இவன் கூப்பிட்டு போன மீட்டிங்ல ஹால் வரைக்கு நாமளே காசு போட்டு போயி, இவன் கொடுக்கிற பீசாத்து பட்டத்தை வாங்கிட்டு வரவேண்டிருக்கு. கேட்டா. நீங்கதான் மொழி தெரியாத எங்களுக்கு கைத்தடிங்கிறான். எத்தன நாளுக்குத்தான் நாம மூணாவது காலா நிக்கப் போறோமோ.'

'பெண்ணிய எழுத்தாளின்னு அவள கூட்டிட்டு வந்து... நாசமாப் போக... என்னல்லாமோ பேசிட்டுப் போயிட்டா. வயசாளி கட்டை நாலு வார்த்தை பெரியாரு, பாரதி, பாரதிதாசன்னு பேசிட்டுப் போவான்னு பாத்தா... நாமள்ளாம் எப்படியிருக்கோம்னு... நம்ம பின்னாடி கையைவிட்டு நோண்டாறாளோ... நீ இன்னொருத்தி கூட இருக்கும்போது மனசுல எப்படி நினைக்கிறயோ, அதுமாதிரி உம் பெண்டாட்டி இன்னொருத்தனை நினைச்சு உங்கிட்ட வந்து சொன்னாலும் நீ சந்தோசப்படுவியா. அப்படி சந்தோசப்பட்டாத்தான்யா நீ ஆம்பளைங்கிறா. விட்டா பெண்டாட்டிய கூடைல தூக்கிட்டு அவ பிடிச்ச வீட்டுக்கு கொண்டுவிடச் சொல்லுவாபோல. எவங்கூட வேணா இருக்கிற சுகந்திரம் வேணுமா... நல்ல வாயில வருது... நா சொல்லறதை உங்க பெண்ணோ பேத்தியோ பண்ணும்போது அட்லீஸ்டு தடுக்காதீங்கன்னு சொல்லிட்டு போன ராத்திரிக்கு, சால என்னால தூங்கவே முடியலேயேய்யா. தனக்கு பட்டம், பணம் எதுவும் வேணாம். என்னோட கருத்து உங்ககிட்ட போனா மட்டும் போதும்னு சொல்லி, ஒத்த பைசா வாங்காம நடைய கட்டினாளே, அவ சரியான பொம்பளைதான்யா.' - அவளை நினைத்தபடி ரொம்ப நேரம் காலை ஆட்டிக்கொண்டிருந்தார்.

உணவு முடிந்து பேராசிரியப் பெருந்தகைகளை கூப்பிட குளிரூட்டப் பட்ட வண்டியில் நான் மறுபடி அனுப்பப்பட்டேன். அவர்கள் குளித்து, முடித்து தயார் நிலையில் இருக்க, அவர்களை சேகரித்துக் கொண்டு அரங்கு நோக்கி மறுபடி பயணம்.

வரும் வழியில் மும்பை பற்றிய செய்திகளைத் தெளித்தபடியே வந்தேன். அவர்கள் உற்சாகமாக நிறைய விடயங்களைக்

கேட்டபடியே வந்தனர். என்னயிருந்தாலும் பேராசிரியர்கள் அல்லவா, படித்த களை, அருள் எல்லாம் ததும்ப அவர்கள் வந்தது எனக்கு கொஞ்சம் மகிழ்ச்சியைத்தான் தந்தது. தேநீருக்குப்பின் அவர்கள் அரங்கிற்குச் சென்றதும், அரங்கம், புத்துயிர் பெற்றது. மைக் எடுத்த முநா விநா அண்ணாச்சி அடித்துத் தள்ளினார்.

'இந்த விழா மும்பை தமிழ் உலகின் ஒரு மைல்கல். அப்படிச் சொல்வதும் சரியானதாகாது. இது மைல்கல்லின் மைல்கல். வந்திருப்பவர்கள் அறிமுகம் தேவையற்றவர்கள் (அண்ணாச்சியைத் தவிர அவர்களை யாருக்கும் தெரியாது)'

அடுத்த ஐந்து நிமிடம் காக்கைகள் சூழ ஐஸ் மழை.

'இவர்களை அறிமுகப்படுத்த தமிழ் உலகம் நன்கறிந்த திருமதி செந்தாழம்மாவை அழைக்கிறேன். '

செந்தாழம்மா - இலக்கிய உலகின் ஒரு முக்கிய புள்ளி எங்கு இழவு இருந்தாலும் ஒப்பாரி இருப்பதுபோல, எந்தக் கூட்டத்திலும் அறிமுக உரையும், வரவேற்புரையும் செய்துவைப்பவர். வருபவரைப் பற்றி இணையத்தில் மேய்ந்து, ஒரு அரதப் பழசான செய்தியை உணர்ச்சி பொங்க, உற்சாகமாக பொங்கல் வைப்பார்.

வந்திருப்பவரையும், ஒரு மண்ணும் தெரியாத பார்வையாளர்களையும் அது ஒரு கிக்கான நிலைக்குக் கொண்டுசெல்லும். வோட்காவிற்கு முன்னால் சைட் டிஷ்போல.

வரிகளை மடித்துப்போட்டு, மாற்றிப்போட்டு, இருமுறை சொல்லி, இடைவெளிவிட்டு, மங்காத்தா ஆடி செந்தாழம்மா வைக்கும் அறிமுகப் பொங்கலில் மயங்காத பாம்பில்லை. ஆலையில்லா ஊருக்கு செந்தாழம்மாதான் சக்கரைக்கட்டி, வெல்லம். ஸுகர் எல்லாம்.

செந்தாழம்மாவிடம் ஒரு நல்ல பழக்கம் உண்டு, அதிகமாக ஆட்டம் போட மாட்டார். குறைவான நேரத்தில் மேய்ந்ததைச் சுருக்கமாக வாந்தி எடுத்துவிட்டு கொஞ்சம் ஹிந்தி, மராத்தி சொற்றொடர் சொல்லி முடிக்கும்போது வந்திருக்கும் பேச்சாளர்களுக்கு ஏதோ மனோகரா சிவாஜி பலம் வந்து, சங்கிலிகள் உடைந்து கட்டுண்டு கிடக்காமல் பொங்கி வழிந்துவிடுவார்கள்.

பேராசிரியர்கள் உரை வரும்போது ஆறு மணியாகிவிட்டது. அடுத்த மூன்று மணி நேரம் அவர்கள் இருவரும் மேடையை அலங்கரித்தார்கள்.

அவர்கள் பேசியதைவிட, இதை முநா விநா அண்ணாச்சி வரும் வாரம் ஞாயிற்றுக்கிழமை ராயல் சேலஞ்ஞின் உதவியோடு எப்படி

விமர்சிக்கப் போறார் என்று நானும் ரவியும் பேசிக்கொண்டே யிருந்தோம்.

சிரிக்காமல், முகத்தில் எந்தப் பாவமுமின்றி அப்படிப் பேசுவது எவ்வளவு கடினம் என்று உங்களுக்குத் தெரியாது.

விழா இனிதே நிறைவுற்றது. மறுபடியும் பேராசிரியப் பெருமக்களை அவர்கள் இருக்கும் ஹோட்டலுக்குக் கொண்டு கூட்டில் அடைக்க வேண்டியது எம் பணி.

வண்டி மறுபடியும் வில்லி பார்லேவுக்கு புறப்பட்டது. முநா விநா அண்ணாச்சி கொடுத்த பாராட்டுத் திரவத்தைக் குடித்த மப்பில் இருவரும் மிதந்தனர் என்று தெரிந்தது. மேடையில் சொன்ன சில மேற்கோள்களை மறுபடியும் உச்சரித்து மகிழ்ந்து கொண்டனர்.

மறந்துகூட ஒருவர் மற்றவரைப் பாராட்டிவிடவில்லை.

ஹோட்டல் வந்தது. 'தம்பீ... நீங்க. இருங்க... கொஞ்ச நேரம் ஆகும்... உங்களுக்குப் பிரச்னையில்லையே...'

'நோ ப்ராப்ளம் சார்...'

உள்ளே போய், சிரம பரிகாரம் செய்துகொண்டு சாப்பிட இலைச் சாப்பாடு எங்கு கிடைக்கும், நம்மூர் பிரியாணி எங்கு கிடைக்கும் என்று தமிழகத்தைத் தேடுவதற்காக இருக்கும் என்று எனக்குள் நானே சொல்லிக்கொண்டேன்.

நேரம் நிறையவே ஓடிற்று. பின் அவர்கள் ரூமிலிருந்து உள் தொலைபேசியிலிருந்து அழைப்பு வந்தது.

'தம்பி கொஞ்சம் மேல வாங்க. ஒரு அவசரம்.'

மேலே போனேன்.

அசட்டுக்களையோடு பேராசிரியர் ரூமில் நுழைய, நிறையவே குடித்திருந்தார். அவள் ஏதோ ஒரு ஒப்புக்கு தன்னை மூடியிருந்தாள். அவளே வாய் திறந்தாள்.

'ஹமாரா பாஸ் காண்டெம் நஹியே. நீச்சே பகேடேஹா. சால. ஏ பி நஹி ரக்காஹே. அம்பார் நஹி ஜசக்தாகே.'

நேபாளி வாடை கலந்த ஹிந்தி மொழி. ஆங்கிலத்தில் சொல்லி முட்டி மோதி ஒன்றும் புரியாமல் முழி விழி பிதுங்கி நின்ற பேராசிரியரிடம் விளக்கினேன்.

‘சார். அவ உறை கொண்டுவந்தா பிடிச்சிருவாங்க. இப்ப கீழே போய் அவ வாங்கவும் முடியாது. அது உங்ககிட்ட இருந்தா இருப்பேன். இல்லாட்டி போவேங்கறா.’

அவர் முகத்தில் ஒரு மரண களையிருந்தது. ஹிந்தி தெரியாமல் தான் பட்ட அவஸ்தைகளோடு இருந்த முகம் அது.

‘வெயிட் பண்ணுங்க சார்.’ - கீழே போய் வாங்கி வந்தேன். பக்கத்து ரூம் பேராசிரியப் பெருந்தகைக்கும் சேர்த்தே. எதற்கும் உதவட்டும் என்று ஒரு முழுப்பேக்காகவே வாங்கி வந்தேன்.

பேராசிரியர் முகத்தில் இறுக்கம் தளர்ந்து மலர்ச்சி. அவள் தன்னை தயாராக்கிக்கொள்ள ஆரம்பித்தாள்.

திரும்பிப் பார்க்காமல், காத்திருக்காமல் கிளம்பினேன்.

முநா விநா அண்ணாச்சி, ரவி என்னைத் தொடர்ந்து அழைத்துக் கொண்டேயிருந்தார்கள். நான் என் அலைபேசியை எடுக்கவேயில்லை.

அந்த விழாவில் எக்கச்சக்கமான கடன் பட்டுப்போனார் முநா விநா. பேராசியரின் எல்லா பில்களையும் அவரே செட்டில் செய்ய நேரிட்டது. எதிர்பார்த்த ஸ்பான்சர்கள் கை கழுவி, கொடுத்த செக்குகள் பௌன்சாக, அதனால் ஏற்பட்ட இதய பஞ்சரில் இரண்டு ஸ்டெட் மற்றும் ஒரு பைபாஸோடு கட்டிலில் செட்டிலானார்.

பார்க்கப் போன ரவியிடம் அவர் மனைவி சொன்னது இதுதான்.

‘ரவி. இதுவரைக்கும் நான் உங்க்கிட்ட ஏதாவது கேட்டிருக்கேனா…’

‘இல்லையேக்கா… எது வேணா… கொடுக்கேனக்கா… எதுனா பணம், கிணம் அரேஞ்ச் பண்ணி…’

‘ஒன்னும் வேணாம்பா. இனிமே எந்த பயலுவலும் பேரவை, பன்னி, கழுதைவிட்டைன்னு வீட்டுக்கு வந்துடுக்குடாது. ஒரு பயலும் அவருக்கு போன் பண்ணவேண்டாம். அதை மட்டும் சரியா கவனிச்சக்கப்பா. என் தாலி கொஞ்ச நாளாவது நிக்கட்டும்’

நானும் ரவியும் கலங்கிப்போனோம்.

அடுத்த வாரம் நாம் மட்டுமாவது தனியா இருக்கிற அண்ணாச்சியைப் பாக்கலாம்னு போலாம்னதுக்கு, ‘வேணாம்பா, போன தடவை போன் பண்ணிப்பா, அக்கா, ரவி சொன்னது மத்தவங்களுக்கு மட்டுமில்ல உங்களுக்கும் சேத்துத்தான் சொல்லிருச்சு.’

சில மாதங்கள் உருண்டோடின. 'சீக்கிரம் பாருக்கு வா.' என்று ஒரு சனிக்கிழமை குறுஞ்செய்தி வந்திருந்தது.

போனால் அண்ணாவோடு அண்ணாச்சி. அக்காவிற்குத் தெரியாமல் வந்திருந்தார்.

அண்ணா எனது கதையைச் சொல்லியிருப்பான்போல.

அண்ணாச்சி விழுந்து விழுந்து சிரித்தார். கொஞ்சமாகவே குடித்திருந்தார்.

'இந்தப் பயலுக்கு. நாஇருக்கிறதுக்குள்ள. ஒரு விருது கொடுத்திருனும்டே.'

'ச்சீ போங்க அண்ணாச்சி... சும்மா... லந்து பண்ணிட்டு...' - நான் பொய்க் கோபம் கொண்டேன்.

'ரவி. என்ன விருது கொடுக்கலாம்டா.'

அண்ணாச்சி யோசித்துச் சொன்னார். 'மும்பை தமிழின் உறை, மானம் காத்து, விந்து தடுத்த நெடுஞ்சேரலாதன், விந்துச் சோழன், காண்டம் காவலன். எதுடா வேணும் உனக்கு.' என்று அண்ணாச்சி சிரிக்க, எல்லோரும் கலந்துகொண்டோம்.

'அண்ணாச்சி, அந்த விருதை பேராசிரியரைக் கொண்டே கொடுக்க வச்சிருங்க.' என்று ரவி சொல்ல அந்தப் பாரே அதிரும் அளவுக்குச் சிரித்தோம்.

அடுத்த வருடம் விழா நடத்த அண்ணாச்சி இல்லாதலால், நான் எந்த அடைமொழியும் இன்றி மொட்டையாகவே நிற்கிறேன்.

•

வடா பாவ்

புனே ரயில் நிலையம். நேரத்தோடு வந்தாயிற்று. பிதுங்கி வழியும் ட்ராஃபிக்கும், கடைசி நிமிட வேலைப் பதற்றமும் நீங்கி மெல்ல பயணக் களையும், அதற்கான மனதும் பொங்கி வந்தன தமிழ்ச் செல்வனுக்கு.

ஒன்பது மாதம் கழித்து ஊருக்குப் போகிறான். அப்பாவிற்கு 70வது அகவை முடிந்ததற்கான கொண்டாட்டம்.

லீவு கேட்டு மூன்று மாதம் கையைப் பிடித்து, காலைப்பிடித்து, வெண்ணெய் தடவி வாங்கிய விடுமுறை. மடிக்கணினியும், அலைபேசியும் கொடுக்கப்பட்டிருக்கின்றன.

'இங்கு பாரு டாம் (தமிழைச் சுருக்கி) எப்போது கூப்பிட்டாலும், ஆன் லைனில் வரவேண்டும். சிக்னல் இல்லை அது இல்லை என்று ஏதாவது பஜனை பாடினால், நீ வரும்போது உன் வேலைக்கு மங்களம் பாடி விடுவோம்... ராம்நாத் ரானேயின் கதை உனக்கு தெரியும் என்று நினைக்கிறேன்... நான் எதுவும் செய்ய முடியாது. பின் அழுது பிரயோசனமில்லை...' சொல்லிக்கொண்டே போனபின் நிறுத்தினார் கேத்தன் மிஸ்ரா - தமிழ்ச் செல்வனின் பாஸ்.

'ச்சை... இந்தியில் சொல்லிவிட்டேன். மறுபடி சொல்கிறேன்...' என்று ஆங்கிலத்திலும் சொன்னார். தமிழுக்கு வலித்தது.

சார் கொஞ்சம் புரிகிறது என்று சொன்னாலும், எங்கே திருப்பிச் சொல்லு என்று கேட்பார். அதை தான் ஆங்கிலத்தில் சொல்லும்போது எங்காவது கொஞ்சம் மாறியிருந்தாலும், தலையில் அடித்துக்கொண்டு

அழுவதுபோல நடிப்பார். திருத்திச் சொல்லுவார். சிரிப்பதுபோல வழியவேண்டும். தர்ம சங்கடமான நிலைமை.

தனக்காக அவர் ஆங்கிலம் பேசும்போது ஏற்படுத்தும் வலி மரணத்திற்கு முன்னான வலி... ச்சை...

●

வண்டி வந்தாயிற்று. முடை நாற்றம் கொஞ்சம் வீசும் புனே ஸ்டேஷன். தமிழ் தனது பெட்டி தேடி, இருக்கை தேடி அமர்ந்தான். பி 54. மூன்றடுக்கு குளிர் பெட்டி.

ஏற்கெனவே மும்பையிலிருந்து இருவர் உட்கார்ந்திருந்தனர். இருக்கிற ஒரே பேக்கை இருக்கை அடியில் தள்ளினான். காலணி அவிழ்த்து உள்ளே தள்ளினான். பெர்முடாஸ் போட்டுக்கொண்டு வந்தது இலகுவாயிருந்தது. சென்னை வருவதற்கு முன் ஜீன்ஸில் மாறிக்கொள்ளலாம்.

இன்னும் வண்டி கிளம்பவில்லை. கையிலிருந்த புத்தகப்பையைத் திறந்தான். டாக்டர் ஜீக்லர், பிலிப் கோட்லர், பால் சாலோ, ஆட்டோகிராபி ஆஃப் யோகி, அட்வான்ஸ்டு ஆரக்கிள் - எந்தப் புத்தகத்தைப் படிக்கலாம் என்று யோசித்து எதையும் படிக்க மனமின்றி கண் மூடினான்.

தமிழின் முழுப்பெயர் - தமிழ்ச் செல்வன். அலுவலகத்தில் இப்போது 'ஹாய் டி, டிம், செல்வ், டாம்'.

இருக்கையில் சாய்ந்து, பக்கத்துப் பயணிகளுக்கு சின்னச் சிரிப்பைக் கொடுத்துவிட்டு வண்டியின் வெளிப்புறத்தை தடிமனான ஏ.சி. பெட்டியின் உள்ளிருந்து பார்த்தான். 'ஹிம்' என்கிற ஏ.சி.யின் ஓசை. வெளியே சத்தமற்ற ஊமை உலகம்.

இங்கு மட்டுமா, மொழி தெரியாது வறுபடும் தனக்கு எல்லாயிடத்திலுமே ஊமை உலகம்தானே... நினைப்பு எழுந்து, கடந்து போயிற்று.

மொழி புரியாதபோது வருகிற வலி வாழ்க்கையைச் சுருக்கிவிடுகிறது. வாழ்க்கை கொஞ்சம் அபூரணத்துவமாகதானிருக்கிறது.

'ஆப் கிதர் ஜாரேஹீ... (நீங்கள் எங்கே போகிறீர்கள்)' பக்கத்திலிருந்த இருக்கைக்காரர் கேட்டார்.

'சென்னை தக் ஜாராவும் (சென்னை வரை போகிறேன்)...' தனது பதில் அவனுக்கே கொஞ்சம் ஆசுவாசமாய் இருந்தது.

முன்பெல்லாம் 'மேரேக்கோ இந்தி நஹி... ஆத்தாகே... (எனக்கு இந்தி தெரியாது)' என்கிற வாக்கியம் நாக்கின் நுனியில் தொங்கிக் கொண்டிருக்கும். யாராவது, ஏதாவது ஹிந்தியில் பேசினால், கேட்டால் அந்த வாக்கியத்தை உடனே வேகமாய் எறிந்துவிடுவான். எறிந்துவிட்டு ஒரு ஆசுவாசம். மிளகாயின் அடிக்காரம். எரிப்பு.

'கேன் யூ ஸ்பீக் இன் இங்கிலீஸ்?' என்று கேட்பான். அந்தத் தொனியில் ஒரு ஆவேசமிருக்கும். இப்போதெல்லாம் முடிந்தளவு ஹிந்தி பேசி சமாளிக்கவே முயற்சிக்கிறான்.

பக்கத்து இருக்கைக்காரர் சிநேகமாய்ச் சிரித்தார். சமாளித்துவிடலாம் போல தோன்றியது. ஒரு ஐம்பது ஹிந்தி வார்த்தைகளை மாற்றி மாற்றிப் போட்டு பேசிப்பேசியே அவனது ஜீவனம். அவ்வளவுதான் அவனின் களஞ்சிய பலம். அவன் பார்க்க ஆரம்பித்த சில ஹிந்திப் படங்களும் அவனது வார்த்தைப் புலத்தைக் கொஞ்சம் கொஞ்சமாய் உயர்த்துகின்றன.

அடுத்து ஏதும் கேட்டுவிடுவாரோ என்று பயம் எழுந்தது. இவன் நினைத்தது போலவே அவரும் கேட்டார்...

'ஆப் கிதர் காம் கர்ரேயேஹோ...' சுத்தமான ஹிந்தி. அட்சரம் பிசகாத சுருதி சேர்ந்த ஹிந்தி. உ.பி. அல்லது பஞ்சாபியாக இருக்கலாம்.

அவன் கம்பெனி பெயரைச் சொன்னான். ஆங்கில வாடை அதிகமாய் அடிக்குமாறு பார்த்துக்கொண்டான். சுத்த ஹிந்தி கொசுக்களை விரட்ட அது பயன்படும் என்பது அவன் கணக்கு. அவர் வேறு சில கேள்விகளுக்குப் புகுந்தார். பதில்கள் சொன்னான்.

தனக்குப் பேச்சில் ஆர்வமில்லாததுபோல பார்வையை வெளியே திருப்பினான். சில நிமிடங்களுக்குப் பிறகு, சின்னதாய் குலுங்கல். வெளியேயிருந்த ஊமை உலகம் நகர ஆரம்பித்தது. இல்லை. காட்சிப்பிழை! தான் உட்கார்ந்திருக்கும் வண்டிதான் மெல்ல நகர ஆரம்பித்திருக்கிறது.

இந்த உரையாடலை அவர் நீட்டுவார்போல தோன்றிற்று. பஞ்சாபிகள், வங்காளிகள் பேச்சுப் பிரியர்கள். முன்னெச்சரிக்கையாய்,

'ஐ வான்ட் டு கோ ஃபார் ஸ்லீப். ஸால் ஐ கோ டு அப்பர் பர்த்? இஃப் யூ டோன்ட் மைண்ட்.' (I want to go for Sleep. Shall I go to Upper birth? If you don't mind) தமிழ்ச் செல்வன் கேட்டான்.

'ஃபீலிங் ஸ்லீப்பி... ஓ... நோ இஸ்யூ... டேக் இட், தட் இஸ் மை ஸீட் ஒன்லி.' (Feeling Sleepy, O, No issue, Take it. That is my seat only.)

தலை தப்பியது. மேலே ஏறி படுத்துவிட்டான். தூக்கம் எங்கே வரப்போகிறது?

மொழிக்குப் பயந்து புறமுதுகு காட்டி, மேல் பர்த்தில் படுத்துக் கொள்ளும் பரம்பரையா, தமிழ்ச்செல்வனின் பரம்பரை? அது புலியை முறத்தால்...

•

தமிழ்ச் செல்வன் ஒரு தமிழ்ப் பற்றாளன்.

மேடைப்பேச்சு, தமிழுணர்வு என்பதெல்லாம் அவன் தாத்தாவிட மிருந்து வந்தது. திராவிட நாடு இல்லையேல் சுடுகாடு என்று கடைசி வரை பேசிக்கொண்டே சுடுகாடு போனவர் தாத்தா.

சுடுகாட்டு அஞ்சலிக் கூட்டத்தில் தமிழகத்தின் தலைவர்கள் பேசிய பேச்சுதான் தமிழ்ச் செல்வனின் குடும்பத்திற்கான அங்கீகாரம். முதலீடு எல்லாம்.

எல்லா மேடைகளிலும் அவரது குடும்பம் அந்த நிகழ்வை ஒரு இறைவணக்கம்போல சொல்லியே தங்களது உரையை ஆரம்பிக்கும்.

அப்பா கழக விசுவாசி. என்ன, எல்லா கழகத்திற்கும் விசுவாசி. குடும்பத்தின் சகல உருப்படிகளும் தமிழும் தமிழர் வாழ்வும் உருப்பட வெந்நீர், செந்நீர் சிந்திக்கொண்டிருப்பவர்கள்.

தமிழ்ச் செல்வனும் சளைத்தவனல்ல. தமிழை இழிந்தவனை தாய் தடுத்தாலும் விடமாட்டேன் என்று அறைகூவுவான். தாயும் தடுக்க மாட்டார்.

மேடைகளில் துண்டும், தமிழ் மண்ணுக்காகத் தொண்டும் செய்து தமிழகத்தை வாழ்வித்து, அதை வைத்தே ஜீவிதம் நடத்தும் அரசியல் குடும்பம். அதிக பசையுள்ளது என்று சொல்லிவிடமுடியாது. ஒரு சிறுமுனைவர் என்று தொகுக்கலாம்.

•

தமிழ் கல்லூரியில் நுழைந்த வருடங்கள் கோலகலமாகத்தானிருந்தன. தனது சீனியர்கள் வகை வகையான வேலைகள் பெற்று, நிற நிறமான கனவுகளோடு தங்களிடம் வந்து பேசிய காலம்.

க்ரீன் கார்டு. அமெரிக்கா. ஆன் சைட். சில லகர சம்பளங்கள். இளைஞரணியில் சேர்ந்து தமிழுக்காகவும், தமிழர் நலனுக்காகவும் பாடுபட நினைத்திருந்த தமிழ் அந்த மாயவலையில் குளிர்காய்ந்தான்.

கணிப்பொறி யட்ச கன்னிதானே. ஒருதடவை பார்த்துவிட்டால் அதுபின்னே போய்தானே ஆகவேண்டும். பின் தமிழ்த் தாய்?

('நாங்கதான் இருக்கோமேப்பா, இருக்கற நிலமைல... என்னிக்கி இதை வெச்சு முன்னுக்கு வர்றது...' தமிழ்ச்செல்வனின் - தவப்புதல்வனின் தாய்.)

என்னே, பரிதாபம், இவன் வேலை சந்தைக்கு வரும் நான்காவது வருடம், மாயவலை, யட்ச கன்னி கானல் நீராயிற்று. எங்கோ நடந்த போர்கள், எங்கோ விழுந்த கட்டடங்கள் தமிழ்ச் செல்வனின் கனவுக் கட்டடங்களையும் தகர்த்தன.

மாயவலையில் நம்பிக்கை ஓட்டை விழுந்து, அமிலமாய் வேலைச் சந்தையை எரித்தன.

சில புதுப்புது சொல்லாடல்கள். உலகப் பொருளாதாரச் சீரழிவு, அமெரிக்காவுக்குப் பின்னாடி ஓட்டை, இங்கிலாந்துக்கு முன்னாடி ஓட்டை என்று ஏதேதோ சொல்லப்பட்டு வேலை வாய்ப்புகள் பெருமாள் வீதி கோனார் ஆச்சி மாதிரி மூக்கு சிந்தியது. (சத்தம் மட்டும் வரும்... சளி வராது.)

யோகம், நேரம், விதி இவையெல்லாம் தமிழ்ச் செல்வனின் பகுத்தறிவு டிக்ஷனரியில் இருந்ததேயில்லை. உண்மையை தமிழால் ஏற்றுக்கொள்ளவே முடியவில்லை.

வேலை காய்ந்த நேரத்திலும், தன்னோடு படித்த பீட்டர் பார்ட்டிகளெல்லாம் எங்கேயோ பேசிப் பேசி உள்ளே இடம் பிடித்துக் கொண்டன. தன்னிடமுள்ள ஆங்கில மொழியாளுமைக் குறைபாடால் - ஒவ்வொரு முறையும் நேர்முகத்தேர்வில் கடைசிக் கட்டங்களில் தூக்கியெறியப்படும்போதும், வலி அதிகரித்தது.

ஆங்கிலம் ஆரக்கிள்போல ஒரு மொழிதானே, கற்றுக்கொண்டால் போயிற்று என்று தமிழ் தன்னம்பிக்கையாகதான் முயன்றான்.

கொஞ்சம் கொஞ்சமாய் விழுந்து எழுந்து, விழுந்து எழுந்து பேசி ஓரிரு சில நேர்முகத் தேர்வுகள் தேறி, இந்த நிறுவனத்தில் (இந்திய நிறுவனம், இந்தியாவிலே பெரிய நிறுவனம்) வேலை கிடைத்தபோது மகிழ்ச்சிதான்.

கடைசி நிமிடத்தில் புனேவிற்குப் போகவேண்டுமென குண்டு போட்டார்கள்.

புனேவாவது, புடலங்காயாவது... எங்கே கிடைத்தாலும் ஓடிவிடு. வேலை வாங்கிவிடு. எதாவது செய்... டெஸ்டிங், சப்போர்டு... ஏதோ

ஒரு விளக்கெண்ணெய் வேலை... பரவாயில்லை. பெத்த பேரு கம்பெனி, நாற வேலை... பிடிக்காத வேலை... பரவாயில்லை. பெஞ்சில் இருக்கிறேன் புலம்பு. பரவாயில்லை...

என் மேனேஜர் ஒரு மஞ்ஞாண்டா என்று சாட்டில் கதைக்க... மால், க்ரெடிட் கார்டு... சின்னதாய் சில நண்பிகள் நட்பு என ஒரு வித்தியாச உலகத்தில் இருக்க, தமிழ் போதாது... தமிழ்ச் செல்வா... வேலை... வேலை வேண்டும். தமிழ்ச் செல்வா... வேலை வேலை வேண்டும்.

வேலை கிடைக்காமல் இருக்கிறேன் என்பது... முயற்சிக்கிறேன், குழந்தை இன்னும் வரவில்லை என்பதுபோல... பார்வைகள் எரித்துவிடும்.

ஆங்கிலப் போர்வைகொண்டு புனே குளிரைச் சமாளித்துவிடலாம். நடுங்கிச் செத்தாலும் கணிப்பொறி கோடு எழுதியே சாகவேண்டும், சாம்பலும் ஆரக்கிள் கணிப்பொறி கோடு மணந்தே சாகவேண்டும் என்று மனத் திண்ணத்தோடுதான் அவன் புனே ரயில் ஏறினான்.

'என்ன தம்பி, திருக்குறள், சித்திரனார், அய்யா புத்தகமெல்லாம் வெச்சிருக்கேல்ல...' என்று கேட்ட அம்மாவிற்கு அவன் ஏதும் பதில் சொல்லவில்லை.

கடந்த ஒன்பது மாதங்களில் தனது மாற்றம், வளர்ச்சி அதிலும் தனது இந்தி மொழி வளர்ச்சி குறித்து மகிழ்ச்சி. மகிழ்ச்சியான எண்ணம் அவனுக்கு நம்பிக்கையைக் கொடுத்தது. 'கூல் யார்... நாட் பேட்...' அவனுக்குள் எழுந்த வார்த்தை அவனுக்கே நம்பிக்கையாய் இருந்தது.

'இதெல்லாம் வாழ்க்கைல சகஜமப்பா' என்று நகைச்சுவை நடிகன் குரலில் மனதிற்குள் பேசிக்கொண்டான். கண்களை மூடி அகத்தில் சிரித்துக்கொண்டான்.

நகைச்சுவை மூலமே தனது மனதின் முட்காயங்களை ஆற்றிக் கொள்ளக் கற்றுக்கொண்டுவிட்டான். நகைச்சுவையும், சுயகேலியும் - வெறுப்பையும், இயலாமையும் அண்டவிடாமல் தடுத்தன. அதற்கு சிக்கந்தர், மகேஷ், விஷால் மற்றும் நிறைய இந்தி அரக்கி ஈன்ற நண்பர்களுக்கு நன்றி சொல்ல வேண்டும்.

இந்த மும்மூர்த்திகளை நோக்கி தமிழின் மனம் பயணப்பட்டது. வண்டி எதிர்திசையில் சென்னை நோக்கிப் போனது.

●

சாலா சர்தார்ஜி...

சிக்கந்தர் சிங் பயிற்சித்துறையின் மேலாளர், ஆரக்கிள் நிபுணன். வேலைக்கு முன் சொல்லிக் கொடுக்கும் பயிற்சி வகுப்புகளை பெரும்பாலும் அவனே எடுப்பான்.

சிக்கந்தரின் ஹிந்தி, பொங்கி வழியும் சிந்து நதிபோல சங்கீதமாய் இருக்கும். அவனே சொல்லி மகிழும் சர்தார்ஜி ஜோக்குகளும், இடையிடையே சொல்லும் (ஷாயிரிகளும்) கவிதைகளும் பிரசித்தம்.

வேலைக்கு ஏதுவாய் சொல்லிக்கொடுக்கப்பட்ட டிப்ஸ்கள், வாடிக்கையாளரைப் பற்றிய விவரங்கள் எல்லாம் பெரும்பாலும் இந்தியிலே சொல்லப்பட்டன. தன்னைத் தவிர யாருக்கும் அது பிரச்சினையில்லை. விஜய ரெட்டி, சமீதா நாயர், பாஸீ ஸெட்டி எவருக்கும் எந்தப் பிரச்சினையுமில்லை.

ஆங்கிலத்தில் கேள்வி கேட்க சிக்கந்தர் இந்தியிலே பதில் சொன்னான். ஓரிரு முடிவு வாக்கியங்களை மட்டும் ஆங்கிலத்தில் சொன்னான். (யூ காட் இட்... தட்ஸ் ஆல்... தட் த ரைட் வே டு டூ இட்...)

புனே வந்த கொஞ்ச நாளில் புரிந்து போயிற்று. தன்னிடம் இருந்தது கிழிந்த ஆங்கிலப் போர்வை. தமிங்கிலம் - கதைக்கு ஆகாதென்று. அதன் கிழிந்த ஓட்டையில், ஹிந்தி குளிர் வறுத்தெடுத்துக் கொண்டிருந்தது. ஊன்றுகோலாய் இருக்கும் என்று நினைத்த ஆரக்கிளும் அவ்வளவாய் உதவவில்லை.

புதிய இடம். புரியாத மொழி. புரியாததைக் காட்டவும் முடியாத நிலைமை. எந்த ப்ராஜக்டில் போடுவார்கள், என்ன பேச என்கிற திகைப்பு. பதினைந்து நாட்களும் தலையாட்டினான்.

காலையில் அறுத்தெடுக்கும் பயிற்சிகள். இரவு நீண்டு போகும் விருந்துகள். இரவு சிக்கந்தர் பாடுவான். எல்லாரும் பழைய இந்திப் பாடல்களைப் பாடுவார்கள். ஒரு பாட்டின் முடிவில் இன்னொரு பாட்டு. பாட்டுக் கண்ணி. தனக்கு அது ஒரு ஊமை உலகம். தன் முன்னால் ஊர்ந்து போகும் ஒரு ஊமை உலகம்.

ஒரு நாள், இளையராஜா இசை அமைத்த பாட்டு ஒன்று ஹிந்தியில் பாடப்பட்டபோது தமிழ்ச் செல்வனுக்குக் கண்ணீர் வந்தது. சடக்கென்று எழுந்து போய், அவனே தமிழிலே பாடினான்.

எல்லாரும் சந்தோஷப்பட்டார்கள். சிக்கந்தர் நல்ல குடிபோதையில் ‘ஏ... மதராசி... பகுத் அச்சா காராயார்’ (ரொம்ப நல்ல பாடறடா... மதராசி...) என்று தமிழ்ச் செல்வனைத் தலைக்கு மேல் சுற்றி

விளையாட்டாய் நீச்சல் குளத்திற்குள் எறிந்தான். தமிழ்ச் செல்வனுக்கு முதல் பனிக்கட்டி அப்படிதான், அப்போதுதான் உடைந்தது.

அடுத்த நாள் சிக்கந்தர் தனியாக வந்து தமிழ் சொல்லிக்கொடுக்கும்படி கேட்டான். ஆச்சரியமாயிருந்தபோது, ஒரு நீளமான கெட்ட வார்த்தைப்பட்டியல் கொடுத்து அதைத் தமிழ்ப்படுத்தி தரச் சொன்னான். சொன்னவற்றை இந்தியிலே எழுதிக்கொண்டான்.

அடுத்தநாள், அதை முழுமையாக வைத்து அவனே பாடினான், பஞ்சாபி பாணியில். பார்ப்பவர்களெல்லாம் அது ஏதோ கிராமத்து பஞ்சாபி பாட்டு என்று நினைத்து ஆடிக்கொண்டிருக்க அதன் அர்த்தம் புரிந்த தமிழ்ச்செல்வனும் சிக்கந்தரும் சிரித்தபடியே மகிழ்ந்து கொண்டிருந்தார்கள்.

அவன் ஏற்ற இறக்கத்தோடு பாட தமிழ்ச்செல்வன் விழுந்து, புரண்டு சிரித்தான். அப்படி ஒரு பாட்டு தமிழ் கூறும் நல்லுலகத்திலிருந்து வரவே முடியாது. அப்படி ஒரு சிரிப்பை அவன் வாழ்நாளில் சிரித்ததே இல்லை.

அடுத்த சில நாட்களுக்கு தமிழ்ச் செல்வன் இளையராஜா பாட்டும், ஏ ஆர் ரஹ்மானின் சில பிரசித்தி பெற்ற பாட்டுக்களையும் பாடினான். எல்லாரும் மகிழ்ந்தார்கள்.

அவர்கள் பாடிய பாட்டும், ஜோக்கும் புரியவேயில்லை. ஆயினும் சிக்கந்தர் சர்தார்ஜி 'நண்பனே, மொழிதாண்டி என்னை உலுக்கியவன் நீதாண்டா. என் மொழிகற்றல் வரலாற்றில், என் வெறுப்பை முதலில் துடைத்த கரம் உன்னுடையதுதானடா!'

'தேங்க்யூ சிக்கந்தர்... சாலா... சர்தார்ஜி... பே... சு...' (ஒரு சில கெட்டவார்த்தைகளின்றி அவனை நினைக்க முடியாது...)

•

மகேஷ் - என்ன கேட்டியா

பயிற்சி முடிந்து தமிழ்ச் செல்வனுக்கு கிடைத்த ப்ராஜக்டின் தலைவர் மிஸ்ரா. அப்டேட், ரிப்போர்ட்டிங் மீட்டிங் எல்லாமே ஹிந்தியில். மிஸ்ராவுக்கு ஆங்கிலம் ஏழாம் பொருத்தம். மிஸ்ராவிடம் வேலை செய்வது அடுப்பின் மேலே உட்கார்ந்த நிலையைக் கொடுத்தது.

அவர் ஒன்றை நினைத்து ஏதோ ஒன்று சொல்ல, தமிழ் அந்த ஒன்றைப் புரிந்துகொண்டு, இன்னொன்று செய்ய என்பதிலிருந்து பிரச்சினை ஒவ்வொன்றாய் ஆரம்பித்தது. குத்தல், குடையல். கத்தல். குமையல்.

எழுதிய ஆரக்கிள் கோடும், தப்பும் தவறுமாய் வருகிற நிலை. புத்தகப் படிப்பிற்கும் உண்மையான களச்சூழலுக்கும் உள்ள வித்தியாசம் புரிகிற முதல் மூன்று மாதங்கள்.

ஆபத்பாந்தவனாய் வந்தான். மகேஷ். தமிழகம் தவிர மற்ற இடங்களிலும் படித்து வளர்ந்த தமிழன். பாலக்காட்டு வாசனை வறுபடுகிற தமிழ். ஹிந்தியும், ஆங்கிலமும் சரளமாய்க் கொட்டும்.

‘ஹாய். என்னவாக்கும் நீ பண்றாய். அவன் என்ன சொல்றானோ... அதை பண்ணேண்டா... வெறுமனே டேட்டா பேஸை பேக்கப் பண்ணி வைச்சுட்டு வேற மிசின்ல ஃபைல ரன் பண்ண சொன்னான்... நீ கூறில்லாம எல்லாத்தையும் மாத்தி பண்ணியிருக்காய்... டேய்... இன்னிக்கு பேக்கப் எடுக்காதடா... லைவ் டேட்டாலேயே எதோ வேலை போயிண்டிருக்காம்... கேட்டியா...’

‘ஆமாம்... கேட்டேன்...’ தமிழ்ச் செல்வன் அவனை நக்கலடிக்க,

‘போடா... வெங்காயம்... இந்த கேலிக்கு ஏதும் குறைச்சல் இல்லையாக்கும்...’

மகேஷின் திட்டல், கோபம் அமுத மொழி. அவனது வீடு, அவர்களின் அரவணைப்பு, வாரவாரம் அங்கு கிடைக்கும் தமிழ்ச் சாப்பாடு, மனக்கிலேசமற்று தன்னைக் குடும்ப அங்கத்தினனாக்கிக் கொண்ட பாங்கு, நாக்கைச் சுழற்றும் அவியல் பிரதமன் - தன் தாத்தா, அப்பா விதைத்து எழுப்பிய வெறுப்பு மரம் பட்டுப்போன தினங்கள்.

வேலையை விட்டு ஓடாததற்கு அப்போதிருந்த சந்தை நிலவரமும், தன்னைக் கேடயமாய்க் காப்பாற்றிய மகேஷும்தான் காரணம் என்று தோன்றியது.

அவனும் வேறு ப்ராஜக்டுக்கு மாற்றப்பட, கையறு நிலை. நேரடியாய் மிஸ்ராவை நோக்குவது என்பது சனிபகவானையும், எமனையும் அவர்களது இல்லத்தில் சந்திப்பதுபோல.

•

மகேஷ் போனபின் அந்தக் குழுவில் எல்லாராலும் தான் தனியாக விடப்பட்டதுபோல உணர்ந்தான்.

ஒவ்வொரு நாளும் வீடு திரும்புவதற்குள் பதற்றம். தூக்கம் வராது. தனது நிலையை, தான் செய்ததுதான் தொழில் நுட்ப ரீதியாக சரி என்று பேசி நிறுவ முடியாது போனது தமிழ்ச் செல்வனுக்கு வலித்தது. செய்வதை விட செய்வதைச் சரியாகச் சொல்வது நிறுவனத்தில்

நிலையைத் தக்க வைத்துக்கொள்ள ரொம்ப முக்கியம் என்று உணர்ந்துகொண்டான்.

தனக்கு மொழி ஒரு பிரச்சினை. மொழியாளுமை அடுத்த பிரச்சினை. மொழியே ஒரு பிரச்சினை என்கிறபோது ஆளுமை என்கிற கட்டத்திற்குப் போகும் முன்பே தனது இருக்கையை போகிற வருபவர்களெல்லாம் எத்திவிட்டுப் போகிறார்கள் என்பதுபோல தமிழ்ச் செல்வன் உணர்ந்தான்.

வீட்டிற்கு வந்தாலும் அலுவலகத்தை அதன் பதற்றத்தைச் சுமந்து வருவான்... மிஸ்ரா வேதாளத்தை இரவெல்லாம் தோளில் சுமந்து தூங்க வேண்டும். தூக்கம் தொலைத்து, இருள்மை போர்த்திய நாட்கள் அவைகள்.

விசால் அந்தப் பயணத்தில் விளக்காய் வந்தான்.

●

ஆரோகணம்- விஷால்

விஷால் கோஷல். பெங்காலி. சுமாரான ஆங்கிலம். நல்ல நண்பன். ஏதோ காரணம் தெரியாத ஒரு அன்பு அவனிடம் படிந்துவிட்டது.

அலுவலகத்தை மனதில் சுமந்து அவதிப்பட்டுக் கொண்டிருந்த தினங்களில் அவன் பாடும் பெங்காலிப் பாடல்கள் ஏதோ செய்யும். முதலில் கடுப்பையும், ஆத்திரத்தையும் கொடுத்த அதே மொழி, மெல்ல தன் மன வயப்பட்டு கேட்கக் கேட்க ஏதோ செய்தது. விஷாலுக்கு நல்ல சாரீரம்.

போன ஜென்மத்தில் தேசாந்திரி பாடகனாக தான் இருந்திருக்க வேண்டும் என்று அவன் சொல்வதுண்டு. மெல்லிய உடல் அசைவுகளோடு அவன் பாடும்போது அவனை அவன் மறந்த நிலை. இசையில் நானிருக்கும்போது கடவுள் எனக்குக் கீழே என்பான்.

அதுவும் தாகூர் பாடல்களையும், தேவதாசி பாடல்களையும் அவன் பாடும்போது அதில் உயிர் இருக்கதான் செய்கிறது. அதற்கான அர்த்தங்களையும் அவன் ஆங்கிலத்தில் சொல்லுவான்.

தமிழ் மனதுடைந்து போகிற தருணங்களில், அவன் பாடுகிற பாடல்கள் ஏதோ செய்து- கண்ணீர் விடுகிறபோது - அதை உணர்ந்து அவன் இன்னும் பாடுவான்.

அந்த வெள்ளிக்கிழமை ஞாபகமிருக்கிறது. எச்.ஆர் மனிதவளத் துறையிலிருக்கிற நண்பி சுஜிதா பாஜீ அழைத்து அந்த விவரத்தைச் சொன்னாள்.

சுருக்கமாய்:

அடுத்த வாரம் அலுவலகத்தில் அவன் வேலைக்குக் கத்தி. கம்யூனிகேசன் சரியில்லை என்று மிஸ்ரா குழு நண்பர்கள் வத்தி வைக்க, அவன் மாற்றப்படலாமா என்று கேட்க, எந்தக் குழுவும் அவனை எடுக்கத் தயாராயில்லை. ‘சரி... அடுத்த வாரம் முடிவெடுப்போம்... அதுவரைக்கும் மிஸ்ரா, நீயே பார்த்துக் கொள்’ என்று குழுத்தலைவர் தள்ளிப் போட்டிருக்கிறார்.

செய்தி கேட்டு கை நடுங்க ஆரம்பித்தது. வாழ்க்கையின் முதல் முறை தோல்வியும், நிராகரிப்பும் சந்திக்கும் மனம். தனது மொழித்திறமை யின்மையின் பரிசு.

அன்று தமிழ் ஊருக்கு ஃபோன் செய்து வழக்கத்திற்கதிகமாய் பேசிக் கொண்டிருந்தான். அடுத்த நாள் சனிக்கிழமை தூக்கமில்லை. சாப்பிடவுமில்லை. 30 நாளில் ஹிந்தி மறுபடி எடுத்துப் படிக்க ஆரம்பித்தான்.

அன்று இரவுதான் விஷாலின் பாட்டு. என்ன பாட்டு... ஏதோ பழைய ஹிந்தி பாட்டா? பெங்காலிப் பாட்டா... ஏதோ ஒன்று... கரைத்தது. கரைந்தது... தன்னிலிருந்து பயம் வழிந்து போனதா என்ன... தமிழ் அன்று நிரம்ப அழுதான்.

விஷால் பாடுவதை நிப்பாட்டவேயில்லை. ஏதோ உன்னதம் வந்தது போல நண்பனுக்காக விடாது பாடிக்கொண்டிருந்தான்.

அடுத்த நாள், விஷாலோடு பெங்காலிகள் கட்டிய புது காளி கோயிலுக்குப் போனான். உள்ளே போகாது, வெளியே உட்கார்ந்து கொண்டான். பஜனை சத்தம் உள்ளிருந்து. என்ன மொழி இது... தண்ணீரில் சளப் சளப்பென்று நடக்கிற மாதிரி... ஏதோ அந்த மொழியும் பாவனையும் தனது மனதுக்கு ரொம்ப நெருங்கியதுபோல உணர்ந்தான்.

ஒரு பெங்காலிச்சிறுவன் வந்து ஏதோ கேட்க, அதற்கு தமிழ்ச் செல்வன் ஓரிரு பெங்காலி வார்த்தைகளால் பதில் சொன்னான்... தன்னால் அந்தப் பொடியனிடம் உரையாட முடிந்தது. பொடியன் பதிலில் மகிழ்ந்து ஓடிப்போனான். தனது பதில் தமிழுக்கு மகிழ்ச்சியாய் இருந்தது.

இது தனக்குத் தெரிந்த ஆங்கிலம் இல்லை. இப்போது பயத்தோடு எதிர்கொள்ளும் ஹிந்தியுமல்ல. எப்படி முடிந்தது?

மனம்தான் காரணம்போல. பயமின்றி, வெறுப்பின்றி. புரிந்து கொண்ட காதலாய் ஒரு சூழலில் ஒரு மொழி போகும்போது - என்ன மகிழ்ச்சியாய், சந்தோஷமாய் இருக்கிறது.

பகுத் குஷ் (ரொம்ப சந்தோஷம்). தனக்குள் எழுந்த வார்த்தைக்கு அவனே சிரித்துக் கொண்டான். இதுதானே மொழி.

அந்தக் காளி கோயிலின் பிராகாரமும் கோஷலின் பாட்டும், பயம் கழற்றின. எதுன்னாலும் கத்துகிட்டா போச்சு...

அடுத்த நாள் எழுந்தபோது பயமில்லை. வேலைக்கு வந்த கத்தி, தலை, தலைப்பாகை எதையும் ஒன்றும் செய்யவில்லை.

•

வண்டி சோலாப்பூரில் நின்றது. ஏதாவது சாப்பிடலாம் அல்லது குடிக்கலாம். இரவுக் காற்று கொஞ்சம் குளிராய் இருந்தது.

ஸ்டேஷனில் பெரும்பாலும் மராட்டி பேசுகிறார்கள். தேவையெனில் ஹிந்தி பேசுகிறார்கள். இதே போலதான், அலுவலக மீட்டிங்குகளில் நாலு அல்லது ஐந்து மொழிகளிலும் பேசப்படுகிறது. மணக்கும் மொழிக் கதம்பம்.

தமிழ்ச் செல்வன் ஒன்றைக் கவனித்தான். இன்னொருவன் தனது தாய்மொழியில் பேசும்போது மற்றவன் வெறுப்பதில்லை. அதன் சாரத்தைப் புரிந்துகொள்கிறான். பொதுவானவற்றிற்கு ஹிந்தியிலும், வாடிக்கையாளரிடம் சொல்லவேண்டிய வார்த்தைகளை ஆங்கிலத்துக்குமாய் பேசிக் கொள்கிறார்கள்.

கடந்த ஒன்பது மாதங்களில் தன் நிலைமை சீரடைந்து வருவதாகத் தோன்றியது. மிஸ்ராவுக்கும் அவனுக்கும் ஒரு தனிப்பட்ட மொழி ஒன்று உருவாகியிருந்தது. வெறுமனே சொல்லாமல் பேப்பரிலும் வரைந்து சொல்லுவார். தானும் முடிந்தளவு ஹிந்தியில் பேசுவதும், அவரும் அதற்கு ஆங்கிலத்தில் பதில் அளிப்பதும் முன்னேற்றமாகவே பட்டது. புது மொழி.

இப்போதெல்லாம், தமிழ்ச் செல்வன் ஒவ்வொருவர் பேசும் வார்த்தையையும் அதி தீவிரமாய் வாங்கி, செரித்து அவன் பழகிக் கொண்டிருந்தான். தனக்கு வரும் ஆகுதிகளைக் கபளீகரம் செய்யும் அக்னி தேவன்போல, ஒவ்வொரு வார்த்தையையும் அவன் உள்ளனுப்பி, அதை மனனம் செய்து, மறுபடி தனக்குள்ளே உமிழ்ந்து, மறுபடி அதற்கான மற்றொரு விடை துப்பி... அவன் மொழியோடு போரிட்டு கற்றுக் கொண்டிருந்தான்.

ஸ்டேஷனில் நடு இரவிலும் கிடைக்கும் சூடான வடா பாவை வாங்கிக் கொண்டான். திக்கா, மிட்டாய் சட்னி - சிவப்பாய், பச்சையாய் சட்னி பாவின் (ரொட்டி/பன்) உட்புறத்தில் தடவி யிருக்கும். இனிப்பும், காரமும் கலந்து சட்னி. பாவின் இதழ்களுக்கு நடுவில் பிதுங்கி வழியும் வடா. வடா, பாவின் தோலில் தொட்டு தூவலாய் கலந்திருக்கும் உலர்ந்த பூண்டு சட்னி. பொட்டலம் மடிக்கும் முன்பு எண்ணெயில் வறுத்து உப்பு தூவிய சின்ன பச்சை மிளகாய்.

தனக்கு முன்பில்லாத உணவுப் பழக்கம். இப்போது பிடிக்கிற பழக்கமின்றி, காதலாகவும் மாறிவிட்ட மாற்றம். வெறுமனே மிளகாயை எடுத்துக் கடித்தான். சருக்கென்ற பச்சை மிளகாயின் கடியில் எரிச்சல் தலைக்கேறியது.

•

ஊரில் விழா பெரும் விமரிசையாக நடந்து கொண்டிருந்தது. பேச்சு பேச்சு. மேடைப் பேச்சு. தான் குழந்தையாக இருந்ததிலிருந்து பார்த்த மேடை. கிட்டதட்ட அதே பேச்சு. தாத்தாவின் தியாகத்தைச் சுட்டி விட்டு பேசத் தலைப்படும் தலைவர்கள்.

அப்பாவின் கழக விசுவாசத்தைக் காட்டுவதற்கே விசேடங்கள் வந்ததுபோல இருக்கும்.

தமிழ்ச் செல்வனுக்கு மூச்சு முட்டிக்கொண்டு வந்தது. சிறுநீர் பிளாடரும். காலிசெய்யும் பொருட்டு அந்தச் சந்துக்குள் நுழைந்தான். சுவர் முழுவதும் விழாவின் போஸ்டர்கள்.

அந்த போஸ்டரில் நான்கைந்து முகங்கள் இறங்கு முகமாய் இருந்தன. கருத்துருவாக்கம் ஆரம்பித்த ரிஷி மூலம், நதியாய் வந்த அடுத்த முகம், அழுக்காகிப் போன அடுத்தடுத்த முகங்கள். சிரிக்கும் முகங்கள்.

படம் பார்த்து கோபம் பொங்கிற்று. காறித் துப்பினான்...

மாமாவின் குரல் கேட்டது. 'என்ன மருமகபிள்ளே, ரொம்ப குமைஞ்சிட்டியாடே... இப்படி காறித்துப்பிற...'

மாமா - குடும்பத்தைப் பொறுத்தவரை பாதை தவறிய செம்மறியாடு.

'என்ன மாமா?'

'இவா போஸ்டர் மேலே காறித்துப்பி என்னத்தடே பண்ணப் போற... உங்க தாத்தா மேடை போட்டு வாய் கிழியப் பேசி, சிலையை உடைக்கப் போனாரு. உங்கப்பன் எல்லாயிடத்திலயும் தார் பூசி அழிச்சான்... நீ படிச்ச பையன்ல... அதுதான் யாருக்கும் தெரியாம நீ

கடுப்பா காறித் துப்புறீரோ... வளர்ச்சி அமோகமா இருக்குடே மக்கா...'

தமிழுக்குக் கூசியது. சடக்கென்று தன் உடையை யாரோ இழுத்தது போன்ற பதற்றம்.

'ஆத்திரத்தை அடக்குனாலும் மூத்திரத்தை அடக்க முடியாதுடே. ச்சை... சாக்கடையா போச்சுதுடே மக்கா இங்கே. அங்கன போய் அடிக்கலாம் வாடே.'

மாமாவும் தமிழும் அந்த போஸ்டரிலிருந்து கொஞ்சம் தள்ளி நின்று மூத்திரம் அடித்தார்கள்.

•

திவசம் :

டோம்பிவிலி – அவுட்சோர்ஸிங்

அப்பாவிற்கு திவசம் போடவேண்டியிருந்தது. புதிதாய் வாங்கிய வீட்டின் முதல் விசேடமாக அது அமையவேண்டாமென அம்மா விரும்பியதால் டோம்பிவிலியில் ஒரு மாமியிடம் அவுட்சோர்ஸிங் செய்துவிடலாம் என்று முடிவாயிற்று.

எல்லாமே வாத்தியார் மாமா செட்டப்தான். வெறும் துண்டோடும், துட்டோடும் போனால் போதும், மற்ற எல்லாம் துட்டுக்கேற்றபடி கிடைத்துவிடும். வாத்தியார் சொன்ன ஆத்திலே (வீட்டிலே) குளித்து மடியாய் (அதென்ன மடி... எதை மடிக்க) மடியை மடித்துக்கொண்டு உட்கார்ந்தால்போதும், மற்றபடி தேவபாஷைகளை துட்டுக்கேற்ப வாத்தியார் வழக்கம்போல கவனித்துக்கொள்வார்.

தாம்பாலம், துளசி, சந்தனம், அரிசி, எள்ளு, சில்லறை, சின்ன சின்ன பாத்திரங்கள், தொன்னை செய்ய இலை, அதை நறுக்க சின்னதாய் சிசர், அதில் சொருக ஈர்க்குச்சி எல்லாம் வாத்தியார் கொண்டுவந்து விடுவார். மடியாய் பட்சணம், திவச சமையல் எல்லாம் திவசமாமி கவனித்துக் கொள்வார்கள்.

தேவபாஷைகளின் பலத்தின்பேரில் எந்த விலாசத்தொந்தரவும், ரயில் தொந்தரவுமில்லாமல் எங்களின் மூன்று தலைமுறையும் டோம்பிவிலி திவச வீட்டிற்கு வருஷச்சாப்பாட்டிற்கு வருகை தந்து விடுவார்கள் என்ற நம்பிக்கை, பின்ன தேவபாஷைன்னா சும்மாவா...

அம்மாவிற்கு ஆச்சரியமான ஆச்சரியம். 'மும்பைல துட்டு கொடுத்தா திதி என்ன, அம்மா, அப்பா கிடைச்சாலும் ஆச்சரியமில்லைபோல'

என்றாள். விலைக்கு விந்தும், கர்ப்பைப்பையும் உண்மையிலே கிடைக்கிறதென்று நான் சொன்னதை அம்மா விளையாட்டுக்காகச் சொன்னதாய் நினைத்துக்கொண்டுவிட்டாள்.

அதைவிட ஆச்சரியமும் அதிர்ச்சியும், வருஷத்திற்கொருதடவை வந்துவிட்டுப்போகும் ஆவிரூபமான அப்பாவுக்குதான். அந்த மும்பை திவசத்திற்குப் பிறகு, வந்த எல்லா திவசங்களுக்கும் முன்னாடியே அம்மாவின் கனவில் வந்து எல்லாவற்றையும் செக் செய்யாமல் வருவதேயில்லை என்று தீர்க்கமான முடிவு கொண்டுவிட்டார்.

இப்படிப்பட்ட திவசச் சாப்பாட்டிற்கு பதிலாக லங்கணம் பரம ஜீவிதம், கொலைப்பட்டினி பரவாயில்லை என்று முடிவு கட்டியிருக்க லாம். அவுட்சோர்ஸிங் தடைசெய்யப்படவேண்டும் என்று பேசுகிற ஜார்ஜ் புஷ்ஷை ஆதரிக்கக் கூட இப்போது தயாராகயிருப்பதாக கேள்வி.

காலையில் லோக்கல் மின்வண்டி பிடித்திறங்கி அந்த ப்ளாட்டில் புகுந்தோம். வழியில் நின்று நம்பர் பார்த்துக்கொண்டிருக்கும்போது அந்தச் சின்னப்பெண் வந்தது.

'இங்க லோகுமாமியாம், எங்கே...' நான் தமிழிலே கேட்டேன்.

'எங்கம்மாதான். வாங்கோ... வாங்கோ' இரண்டாவது ஃப்ளோருக்குக் கூட்டிப்போனாள்.

'அம்மா... தானேயிலிருந்து திவச மாமா வந்திருக்கா...' சொல்லிக் கொண்டே உள்ளே போனது.

'வாங்கோ, வாங்கோ...' மாமி சிரித்துக்கொண்டே வழியில் நின்றவாறே சொல்லிக்கொண்டே இருந்தாள்.

'அம்மா, அவாளுக்கு 'இடஒதுக்கீடு' கொடும்மா' என்றாள் அந்தப் பெண். அந்தத் தூயதமிழிலும் அர்த்தத்திலும் ஒரு நொடி அசைக்கப் பட்டோம்.

'என்னது... என்னம்மா சொல்றே?' அண்ணா கேட்டான் கொஞ்சம் அதிர்ச்சியாய்.

'அதெல்லாம் ஒண்ணுமில்லை. என்னை வழி விடுங்கோன்னு சொல்றா. சன் டீவி நியூஸெல்லாம் தவறாம பாப்பா... நல்ல தமிழும் பேசுவா...' மாமியின் சமாளிஃபிகேஸன். இடம் ஒதுக்கீடு செய்தால் தான் நாங்கள் உள்ளே போக வழிகிடைக்கும். ஆகா... என்ன சமுதாய தத்துவம்...

தமிழ்த்தாய் எங்கள் முன் கரகாட்டம், ஒயிலாட்டம் ஆடி வரவேற்ப தாய் மாயை. தாத்தாவிற்கு தமிழ் என்றால் உயிர். பாவம் மணிப் பிரவாள தமிழ் கேட்டவர் அரபிக்கடலோர சன் டீவி உபய மும்பைத் தமிழ் கேட்டிருந்தால் அந்தப்பெண்ணை வயதையும் மீறி சாஷ்டாங்கமாய் நமஸ்கரித்திருப்பார். அந்தப்பெண் ஏதோ மாபெரும் காவியம் இயற்றிய பில்டப்பில் அநியாயத்திற்கு பெருமையாய் சிரித்ததுதான் கொஞ்சம் பயமாயிருந்தது. தேவாரமும், திருப்பாவையும் சொல்லிக்கொடுத்து தமிழில் தேய்ந்து கிடக்கும் அம்மா, இடஒதுக்கீட்டுத் தமிழ் கேட்டு மெல்ல இடிந்துபோனாள். வெளியில் காட்டிக்கொள்ளவில்லை. எப்படியோ நாங்கள் ஒரு நரசுஸ் காப்பியில் சிரமப்பரிகாரம் பண்ணிக்கொண்டு எங்கள் பித்ருக்களை வரவேற்கத் தயாரானோம்.

அது ஒரு ரூம் கிச்சன். ரூமில் அடைசல். சுவரில் பாலிவுட் நட்சத்திரங்கள். பாத்ரூமில் பாதிப் பாத்திரம். மீதி கழிப்பறை. பாத்திரத்தின்மீது நின்றுகொண்டு குளியல். கொஞ்சநாளுக்கு கொஞ்ச நேரத்திற்கு முன்னாலும் யாரோ அப்படி நின்றுகொண்டு குளித்திருப் பார்கள், அதில்தான் அப்பாவின் பட்சணங்கள் தயாராகின்றன என்ற நினைப்பே அப்பாவின் மீதான பரிதாபத்தை அதிகப்படுத்தியது.

●

எங்கள் வீட்டில் நடக்கிற திவச ரகளை அந்த ஏரியாவுக்கே தெரியும். தான் போடுகிற சிரார்த்தத்தில் ரொம்பவும் சிரத்தை கொள்ளும் அப்பா, அம்மாவிற்கு பட்சணம் செய்து கொடுக்க காலை மூன்றுக்கு எழுந்து பொதுக்கிணற்றில் குளித்து, மடியாய் ஜலம் கொண்டுவந்து, ஈரத் துணியோடு வடைக்கு அரைத்தல், பாத்திரத்தை அலம்புதல், தேங்காய் துருவல் போன்ற லேபர் வேலைகளை ரொம்பவே மடியாகச் செய்து கொடுப்பார். அதற்குப்பிறகு ஒரு குளியல், பின் வாத்தியார் வந்ததும் ஒரு குளியல்.

ஆக, குறைந்தது மூன்று குளியலாவதிருக்கும்.

அப்பாவின் சுத்தம் பார்த்து மற்றவர்கள் பெருமைப்பட அம்மா ஆனந்தக் கண்ணீர் மல்குவார். பின்ன கிணத்து ஜலத்தை அள்ளிக் கொட்டுவது அம்மாவாயிற்றே. அம்மா திவச காரியத்திற்கு ஏதாவது பக்கத்திலிருக்கும் தூரம்(!) போன மாமியை உதவிக்கு வைத்துக் கொள்ளலாம். தேவைக்கு மீறி எதாவது அபசாரம் ஏற்பட்டு அதிகம் குளிக்கவேண்டியிருந்தால் அது அன்றைய டாக் ஆஃப் த டேயாகவும் அது பேசப்படும். அன்று தெருவில் அவரது நடை, உடை, பாவனை

எல்லாம் மேன் ஆஃப் த மேட்ச் வாங்கப்போகிற கிரிக்கெட் ப்ளேயர் போல இருக்கும்.

சுவரிலுள்ள மற்ற படங்கள் எல்லாம் கழற்றப்பட்டு தாத்தா, பாட்டி படம் மட்டும் மாட்டப்படும். விஷ்ணு இலைக்காக மட்டும் பாஸ்போர்ட் சைஸ் குஞ்சு குருவாயூரப்பன் எந்த ஜட்டியும் போடாமலிருக்கும் படம் வெளியே வைக்கப்படும். பாட்டிக்கு அந்தப்படம் ரொம்ப பிடிக்குமென்பதால் அந்தப்படத்திற்கு மட்டும் விதிவிலக்கு. எந்தப்படம் வைக்கப்படவேண்டும், பாத்திரம் எப்படிக் கழுவப்படவேண்டும், குழந்தைகள் எப்போது உள்ளே வரவேண்டும் என்கிற வரைமுறைகள் அப்பாவின் ராஜாங்கத்தில் அடிக்கடி மாறிக் கொண்டேயிருக்கும்.

கோமு பாட்டி வந்து கனவில் ஏதாவது உத்தரவு கொடுத்துவிட்டு போனார்களா என்று நாங்கள் நினைக்கும் அளவிற்கு மர்மம் நிரம்பியதாக இருக்கும்.

‘இருக்கும்போதே தாலிய அறுத்தா... இப்ப இழவு... வருசாப்தியோட போட்டோம்’ என்று அம்மாவின் முனகல் டெசிபல் ஒவ்வொரு வருடம் உயர்ந்தது, அவளது தைரியம் உயர்ந்ததையும் அப்பாவிடம் இங்கிதம் அதிகரித்ததையும் காட்டியது. அம்மாவின் திவச உழைப்பிற்கு மறு நாளுக்கு மறுநாள் தனியாய் அணைப்பாய் குழைவாய் சன்மானம் தர அப்பா மறந்ததேயில்லை. அம்மா அந்த அன்பான அங்கீகாரத்திற்குதான் அத்தனை திவசங்களையும் பொறுத்துக் கொண்டிருக்கலாம். ‘ரொம்ப படுத்திட்டேனாடி கோந்த...’ ‘ச்சீ, அதெல்லாம் ஒண்ணில்லைன்னா...’ அம்மா குழைந்து உருகிவிடுவாள். அடுத்த திவசத்திற்கு ஆயத்தமாகிவிடுவாள், புலம்பலோடு.

இப்போது டோம்பிவிலியில் ஒரே குளியல்தான். அதுவும் பாதி பாத்ரூமில் பாத்திரங்களுக்கு மேலே. வெளியே வந்தால் சல்மான்கானும், ஷாருக்கானும், பாதி முதுகு காட்டிக்கொண்டு மாதுரியும், ஒல்லியாய் இருந்த ஊர்மிளாவும் எங்களை விடாமல் சிரித்துத் துரத்தினார்கள்.

அப்பாவிற்கு ஒல்லியாக யாரையும் அவ்வளவாகப் பிடிக்காது. மாதுரியை இவ்வளவு முதுகு காண்பித்ததாலும், இடுப்பை வளைத்து இவ்வளவு பெரிதாகக் காட்டுவதாலும் மன்னிக்கலாம். ஊர்மிளா மீது அவருக்குக் கோபம் கண்டிப்பாய் வர வாய்ப்பிருக்கிறது. பின்ன, ஏற்கெனவே இவ்வளவு ஒல்லி, அதிலயும் இவ்வளவு பெரிசா காலை காட்டிக்கணுமா... நடிகை சரிதாவை ஏனோ ரொம்பவே அப்பாவிற்குப் பிடித்துப்போயிருந்தது.

பட்... யாரை என்னதான் பிடித்திருந்தாலும் திவசச் சாப்பாட்டிற்கு வேற மனுஷாள வீட்டுக்குள்ள விடணுமாடி... என்று அப்பா கடிந்து கொள்வாரோ என்கிற பயம் அம்மாவிடம் மெல்ல குடி கொண்டிருந்தது. என்ன 'கான்' ஃபேமிலியோடு லஞ்சு செய்யும் பாக்கியம் ராமகிருஷ்ண கனபாடிகள் குடும்பத்திற்கு ஏற்பட்டதற்கு அந்த இடஒதுக்கிடு பெண்தான் காரணம். அந்த ரூமில் எங்களது மூன்று தலைமுறைகள் சாப்பிடுவதைப் பார்த்தது உண்மையில் கான் வகையறாக்களுக்கு பெரிய கொடுப்பினைதான். அதன்பிறகுதான் ஒரு கான் மானைச் சுட்டுவிட்டு சிறைக்கும், மற்றொரு கான் மார்க்கெட்டும் போயிற்று என்று நீங்கள் சொன்னால் நான் கேட்டுக் கொள்ளப்போவதில்லை.

'எங்காத்து பெண்ணுக்கு இவான்னா ரொம்ப பிடிக்கும்... பாட்டெல்லாம் அப்படி பாடுவா...' மாமி வடைதட்டிக்கொண்டே பேசினாள். அது ஓரமாய் நின்று ரெண்டுங்கெட்டானாய் பெருமையாய் சிரிப்பு வேற சிரித்தது. மாதுரி ஸ்டைலில் கொண்டை வேறு போட்டிருந்தது.

'அப்படியே மாதுரி மாதிரியே சோலிகே பாட்டுக்கு ஆடுவள்' என்றாள் மாமி.

'அப்படியா... குட்... குட்...' அண்ணா ஏதோ சொல்ல வேண்டுமே என்பதற்காய் சொன்னான்.

நல்லவேளை அவள் எதுவும் அப்படி ஆடிவிடவில்லை... ஆடியிருந்தால், '...ளி, இதென்ன ...டியா குடியா...' என்று மாதுரியை என் ரிக்வேத தாத்தா அதர்வண பாஷையில் அர்ச்சித்திருக்கலாம்.

நல்லவேளை மாதுரி அந்தமாதிரி எந்த வசவும் வாங்காமல் எம்.எப். ஹுசைன் கண்டத்திலிருந்தும் தப்பி குடியும் குடித்தனமுமாய் செட்டிலானது எங்கள் ராமகிருஷ்ண கனபாடிகள் குடும்பத்தின் ஆசீர்வாதம் என்று சொன்னால் நீங்கள் சிரிப்பீர்கள். கவலையில்லை.

எல்லா பாலிவுட் கடவுளர்களையும் அந்தப் பெண் சிரித்தபடியே பார்த்து, ஒரு கதாநாயகருக்கு ஒரு பாட்டின் இரண்டு வரிவீதம் தனக்குள்ளே பாடிக்கொண்டது.

எங்கள் பாட்டி நாங்கள் பார்க்கவே சாப்பிடமாட்டாள். எங்களையே இரவு படுக்கப் போகுமுன்தான் பேன் பார்க்கமட்டுமே தொடுவாள். 'பிண்ட பித்ருன்னு... என்னடா இரப்பாளி, கடங்காரா, கண்ட கட்டைல போறவன் ஃபோட்டோவ வெச்சுண்டு எனக்கு என்னடா திதி வேண்டிக்கிடக்கு. இருந்தப்போ எத்தனை கோட்ட

வரப்பாடேோட இருந்தவடா’ என்று எந்த டப்பிங்குமில்லாமல் பாட்டி பேச ஆரம்பித்தால், சல்மான் சட்டை போட ஆரம்பிக்கலாம்; ஷாருக்கான் ஜென்மத்தில் எந்தத் தமிழ் படத்திலும் நடிக்கமாட்டேனென்று முடிவுக்கு வரலாம்.

நாங்கள் பய பக்தியோடு பிதிர்களுக்காகக் காத்திருக்க வாத்தியார் வந்தார். ஆரம்பித்தார். விஷ்ணு இலைக்கும், அப்பாவின் தூதராகவும் இரு மாமாக்கள் வந்தார்கள். சீக்கிரம் முடித்துவிட்டு அடுத்த இரண்டு இடத்திற்கு - ஒரு சுப, மற்றொரு அசுப காரியத்திற்கு அவர்கள் போக வேண்டும். சினிமாவில் எக்ஸ்ட்ரா ஆக்டர்கள் மாதிரி.

எல்லாம் டோம்பிவிலி வாத்தியார் எக்ஸ்சேன்ஜில் (Exchange) இன்றைக்குக் கிடைத்த இரு வேதவித்துகள். பொதுவாக வெகு காலையில் அவர்களது மீட்டிங் வேதவிற்பனை ஆரம்பிக்கும். அப்போது மொபைல்கள் இல்லாத காலம். ஆகவே டோம்பிவிலியில் ஒண்ணாம் நம்பர் ப்ளாட்ஃபார்மில் பேசி அவர்களது வேத கனத்திற்கும், வேட்டி கனத்திற்குமேற்ப அப்பாயின்ட்மெண்டுகள் வைத்துக்கொண்டுவிடுவார்கள். நேற்றைய தட்சணையின் பங்கும் டிமேட் அக்கவுண்டு இல்லாமல் செட்டில் செய்யப்பட்டுவிடும். எல்லாம் ஒரு சில சீனியர் வாத்தியார்களின் லாபியில் மேற்பார்வையில் நிகழும். இப்போதெல்லாம் குறுஞ்செய்தியிலேயே (SMS) எல்லாம் தீர்மானிக்கப்பட்டுவிடுகிறது என்பது ஆச்சரியமான விஷயமல்ல. ஒரு வாத்தியார் மாமாவின் குறுஞ்செய்தியை இப்போது கள்ளத்தனமாகப் படித்தபோது, ‘கிட்டு Tomo... 5. 30 GP ஹோமம்... 7. 30 திவசம்... வாழைக்காய். நேோ ஹோமம்... chembur 11. 30 கிரகபிரவேசம் நேருல் மாமியாத்தில். எல்லா சாமானும் கொண்டு வரும். பழைய வேட்டி, புது கமல் சாங் MP3ல் blue toothல் காப்பி பண்ணிக்கிறேன்...’

அன்றைக்கு எழுந்தருளியிருந்த (வந்த) மகாவிஷ்ணு ரொம்ப இளைஞனாயிருந்தார். பின்ன மகாவிஷ்ணு இல்லையா. பெர்முடாஸ் மாதிரியான ஒரு சிக்ஸ்பாக்கெட் பேன்டும், ரீபேக் டீஷர்ட்டும் போட்டுக்கொண்டு வந்திருந்தார். அது மஃப்டி உடைபோல ‘என்னடி மகாவிஷ்ணு இப்படி...’ அப்பா அதிர்ந்து போயிருக்கவேண்டும். அவர் சிரார்த்தம் போடும்போது மகாவிஷ்ணு இலைக்கு உட்காருபவனை அப்பா அலசி அலசி தேர்ந்தெடுப்பார். அன்றைக்கு அந்த இலைக்கு உட்கார்ந்தவரைப் பார்த்து ஆவி ரூபத்திலிருந்து எழுந்துவந்து அவன் கழுத்தைப் பிடித்துத் தள்ளி வெளியேற்றி விடுவார் என்று எங்களுக்கெல்லாம் பயமாய்தானிருந்தது.

எவ்வளவு பெரிய போஸ்ட், மகாவிஷ்ணு போஸ்ட். அதை ஒவ்வொரு வருடமும் தன்னைக் கூச்சப்படாமல் புகழும் நபருக்கே கொடுத்து கௌரவிப்பார் அப்பா. சாகித்யா, கலைமாமணி விருதுக்கு இணையான அரசியல் அந்த மகாவிஷ்ணு இலைக்குத் தேர்ந் தெடுக்கும் நபரில் இருக்கும். சாப்பாட்டிற்குப் பின்னான திவச அந்தணர்களைச் சுற்றும்போது மகாவிஷ்ணு இலைக்காரரால் ஒரு பெக்கு, ஒரு டோஸ் அதிகமாகவே தான் புகழவேண்டும் என்பது அவர் எதிர்பார்ப்பு. தஞ்சாவூர்க்காரர்களைத் தவிர்த்துவிடுவார்.

ரொம்ப வாயைப் புடுங்கிக் கேட்டதற்கு, 'அவா புகழறாளா, காலை வார்றாளான்னே தெரியாது' என்று பட்டும் படாமலும் சொன்னார். மொத்தத்தில் சனாதன தர்மத்தை இந்தப் பூவுலகத்தில் தான் மட்டும் கடைப்பிடிப்பதால் வானிலை அறிக்கைகளை மீறியும் வருடம் மும்மாரிப் பொழிகிறது என்பதற்கு இணையான புகழ்வார்த்தைகளை மகாவிஷ்ணு இலைக்காரர் சொல்லிவிடவேண்டும் என்கிற பேரவா பூர்த்திசெய்யப் பட்டுவிடும். ஆனால் அன்றைக்கு அந்த இலைக்கு உட்கார்ந்தவரைப் பார்த்தால் அப்பா ஆவி ரூபத்திலிருந்து கண்டிப்பாய் கன்வர்ட்டாகி மனிதரூபத்திற்கு மாறிவிடுவார் என்று நாங்கள் ரொம்பவே பயப்பட்டோம்.

அம்மா அதிகமாகவே பயப்பட்டாள். அம்மா அப்பாவின் 'மறு எழுச்சி' பற்றி இப்போதெல்லாம் அதிகமாகவே பயப்படுகிறாள். மூன்றுநாள் கழித்து எழுந்து வர அப்பா மேரிமைந்தனல்ல என்று ஆசுவாசப்படுத்த வேண்டியிருக்கிறது. ஏன் பயம்? பின்னே இருக்காதா... அப்பா ஒண்ணுவிட்ட, விடாத ஒரு துட்டுக்கும் பிரயோசனப்படாத சித்தப்பா, சித்தி எல்லாருக்கும் ஃப்ரி கொள்ளியும் தவறாமல் அக்னிஹோத்திர திவசமும் பண்ணும்பொருட்டு அம்மா தாலியை அவர் இருக்கும்போதே சிம்பாலிக்காக அறுப்பார். கடனோ, உடனோ வாங்கி பித்ரு காரியங்களுக்குக் குறைவைக்கக் கூடாதென்பதில் அவர் உறுதி எந்த வெப்பத்திலும் உருகாத இரும்பு போன்றது. அந்தக் கடுப்பில் 'அந்த மனிசன் போனதற்கப்புறம் ஒரு திவசத்தோடு போயிடுத்தே... இருந்தா ஒரு ஆறு ஏழு சொல்லி கழுத்தை அறுத்துருவாரே' என்று நினைத்துக் கண்கலங்குவதை, அப்பாவை அன்பாய் நினைத்து கண்கலங்குவதாய் வாத்தியார் மாமா எண்ணி, 'உங்க அப்பா என்ன பெரிய மனுஷன்யா... க்ரேட்...' என்று ஏதோ போட்ட சாப்பாட்டிற்கு பில்டப் கொடுத்துவிட்டுப் போவார். அப்பாவிற்கு ஒவ்வொரு திவசத்திற்கும் கிடைக்கும் இதுபோன்ற பாராட்டே மிகப்பெரிய பலமாயிருக்கவேண்டும்.

மகாவிஷ்ணு போஸ்ட்... எவ்வளவு பெரிய போஸ்ட் அது!

அப்படிப்பட்ட அக்னிஹோத்திர ஔபாசன ஹோமமும் செய்த அப்பாவிற்கு 'பில்டர் அக்னி ஹோத்திரி' மகாவிஷ்ணு கிடைத்தது பிரபஞ்சத்தின் முரணியங்கல் என்றுதான் அப்பாவிற்குப் பிடித்த காரல் மார்க்ஸ் சொன்னபடி சொல்லவேண்டியிருக்கிறது. அன்றைய டோம்பிவிலி மகாவிஷ்ணு கோல்டுபிளாக்கும், தீப்பெட்டியும் வெளியே தெரியும் வெள்ளைச்சட்டையும், பெர்முடாஸுமாக உட்கார்ந்திருந்தது பகவானின் சங்கல்பமாகத்தானிருக்கவேண்டும். ஹோமப்புகையையும் மீறி நேற்றைய இரவின் சோமபானம் கண்களில் கொஞ்சம் மிச்சமிருந்தது.

'அப்பம், வடை, எள்ளுருண்டை அச்சா சைட் டிஷ்ரே - க்யா' என்று அவர் வாத்தியார் மாமாவைக் கேட்டதுதான் கொஞ்சம் அதிகமாயிருந்தது. நல்லவேளை தேவபாஷை மட்டுமே தெரியும் நிலையிலிருக்கும் அப்பாவிற்கு சைட் டிஷ் சமாசாரம் கேட்டிருக்காது. திவசம் களை கட்டியது. அண்ணா தனக்குத் தெரிந்த ஸ்லோகங்களைச் சொல்லி வாத்தியாரின் முகத்திலிருந்து புன்முறுவலைச் சம்பாதிக்க முயற்சி செய்துகொண்டிருந்தான். பத்துவருஷம் திவசம் போட்டால், படிக்காதவனும் வாத்தியாராகிவிடலாம். ஒரே வழக்கம், பேட்டன். ஸங்கல்பம், ஹோமம், மூணு ரோவில் சாதப்பிண்டங்கள், அதே நெய்மணம். ஒருவழியாய் தேவபாஷை வகுப்பு முடிவடைந்தது. கண்டிப்பாய் நெய் மணமும், வார்த்தைகளும் அதிக செலவில்லாமல் பூமி, ஸ்டேட்டோஸ்பியர் தாண்டி நாஸாவால் கண்டுபிடிக்கமுடியாத தேவலோகத்திற்குப் போயிருக்க வேண்டும்.

அப்பா, தாத்தா, கொள்ளுத்தாத்தா எல்லாரும் தம்பதி சமேதராய் வந்துவிட்டார்கள். புது இடம், நோக்கியா ஈயர் ரிங்கோடு ஈ-70 மாடல் வைத்திருந்த புதுவாத்தியார் மாமா, இளமை ததும்பும் மகாவிஷ்ணு, அசமஞ்சமாய் தனது களைக்குக் கொஞ்சம் கூட பொருந்தாத ஒரு மாமா. இதையெல்லாம் தரிசித்த அப்பா, தாத்தா, கொள்ளுத்தாத்தா எல்லார் முகத்திலும் ஆச்சரியம் தெரிந்தது. அது எங்களுக்கும் தெரிந்தது.

'கொஞ்சம் அட்ஜஸ்ட் பண்ணிக்கங்கோன்னா... இது அவுட்சோர்ஸிங் திவசம். அடுத்த தடவை நம்ம சொந்தாத்தில போடறப்போ இதெல்லாம் காம்பன்சேட் பண்ணிர்றேன்' என்று அம்மா வேண்டிகொண்டதற்கிணங்க அவர்கள் அமைதியாய் ஏற்றுக்கொண்டார்கள். பின்ன, அவர்கள் தேவர்களல்லவா இப்போது, 'என்னடே, இழவு. திவசம் தா... ளி' என்று தாத்தா கத்தவா செய்வார்...

'குவாலிடி செக்கிங்கும், சர்வீஸ் அக்ரிமெண்டும் போடாமே எப்படி ஆர்டர் கொடுத்த' என்று அப்பா ரூல் பேசாததற்கும் காரணம் அவர்கள் தெய்வ ரூபேன - இல்லையா...

இத்தனை தவறுகளுக்கப்பறமும் அப்பா மறுபடி ஹோமகுண்ட புகையிலிருந்து மலர்ந்தெழவில்லை. அப்படி எதுவும் நடக்காதது அவர்கள் எங்களுக்குச் செய்த மிகப் பெரிய ஆசீர்வாதம்தான். ஒருவேளை முதன்முதலாய் தமிழ் நாட்டுக்கு வெளியே கூட்டிக் கொண்டு வந்ததாலும் மும்பையில் இப்படியெல்லாம் இருக்கலாம் என்றும் அவர்களும் புரிந்துகொண்டிருக்கலாம். திவசம் சாப்பிட்டு விட்டு மெல்ல இண்டியா கேட்வே, மெரிண் டிரைவ், மகாலட்சுமி கோயில், மாதுங்கா, செம்பூர் என்று சுற்றிப் பார்க்கும் அவசரத்திலும் இதையெல்லாம் அவர்கள் அட்ஜஸ்ட் செய்துகொண்டிருக்கலாம்.

ஆவிரூபமாக அவர்கள் சாப்பிட்டு இடத்தைக் காலி செய்தபிறகு, வாத்தியார் படைகளுக்கான சாப்பாடு தொடர்ந்தது. மாமி அளவு பார்த்து, ஆளைப்பார்த்து குக்கர் வைத்தார். அன்று பார்த்து கேஸ் தீர்ந்து போனது எங்களது பித்ருக்களின் பேட்லக்தான். பக்கத்துவீட்டிலிருந்து கேஸ் எடுத்து வந்து செய்வதற்குள் இருந்த இடைப்பட்ட நேரத்தில், இடது கையாலே மகாவிஷ்ணுவும், பித்ரு ரூபேன மாமாவும் 'தீன்பத்தி' சீட்டு விளையாட ஆரம்பித்தார்கள். வலது கையால் பாயசம் அதுபாட்டுக்கு போய்க்கொண்டிருக்க இடது கையால் சீட்டு விளையாட்டு எங்களையெல்லாம் பரவசப்படுத்தியது. அம்மாவிற்குக் கோபம் கோபமாய் வந்தது, அந்த விளையாட்டு புரியாததால். ரம்மி விளையாண்டிருந்தால் ஒரு கை போட்டிருப்பாள்.

மோர் சாதத்திற்கு சுடச்சுட சாதம் வந்தது. பித்ரு ரூபத்திலிருந்த மாமா சாப்பாட்டுக்கு முன் ஒரு பத்துமாத்திரைகளும் அதற்குப்பின் ஒரு நான்கு மாத்திரைகளும் எடுத்துக்கொண்டார். தனது உடல் நிலையை மீறியும் பித்ருக்களின் வயிறு நிறையவேண்டுமென்ற அவரது தொழில்பக்தி எங்களையெல்லாம் பரவசப்படுத்தியது. பின்ன, எங்களது மூன்று தலைமுறைக்கும் அதுவும் ஒரு வருஷத்திற்கும் சேர்த்து அவர் சாப்பிடவேண்டுமல்லவா...

அதற்குப்பின் எங்களது சாப்பாட்டுக்கடை ஆரம்பித்தது. அப்போது என் தம்பி தேவையில்லாமல், எங்கள் குடும்பத்தையே சுழற்றிப் போடக்கூடிய கேள்வியைக் கேட்டான், அந்தச் சின்னப்பெண்ணைப் பார்த்து, 'ஏன்ம்மா... பாட்டு எதுவும் படிக்கிறியா...' அந்த மாமிக்கு ரொம்ப பெருமை...

'ஆமாம், ஆமாம்... கோந்தே, கேக்கறாளோள்ளியோ... ஏதாவது பாடும்மா... கூச்சப்படாம பாடும்மா...'

அந்தப் பெண் வசதியாய் உட்கார்ந்துகொண்டு, ஃபாஸ்ட் பௌலரின் வார்ம் அப் ரன்போல தொண்டையைக் கனைத்துக்கொண்டது.

'குழந்தைக்கு சபை கூச்சம் பாவம்...' மாமி இடைவெளி நிரப்பினாள். படத்திற்கு முன்னான ட்ரெயிலர்போல.

அந்த இரண்டுங்கெட்டான் திருவாய் மலர்ந்து பாட ஆரம்பித்தது.

'திருப்பதி ஏழுமலை வேங்கடேசா...
டம்சக்கு, டம்சக்கு... டம்சக்கு...
எங்களுக்கு கருணை கொஞ்சம் காட்டு லேசா...
டம்சக்கு... டம்சக்கு...
மலையேறி வந்த நாங்க...
டம்சக்கு... டம்சக்கு...'

பிரபுதேவாவின் குத்துப்பாட்டு. சுருதி சுத்தமான பாவனையில் தொடையில் தாளம் போட்டுப் பாட ஆரம்பித்தது லேசா. ஆ... ஆ... என்கிற முடிவில் கண்ணை மூடிக்கொண்டு நித்யஸ்ரீயாக கற்பனை பண்ணிக்கொண்டிருக்கும்போல.

அப்பம், எள்ளுருண்டையின் இனிப்பையும் தாண்டி எங்கள் கண்ணில் ஸ்ரார்த்தோமான சிரார்த்தக் கண்ணீர்.

நாங்கள் விக்கித்துப் பார்க்க, அப்பா, தாத்தா, பாட்டி, கொள்ளுத்தாத்தா, கொள்ளுப்பாட்டி எல்லாரும் சேர்ந்து காக்கை ரூபத்தில் அழுததைப் பார்க்கநேர்ந்தது. அந்த மொத்தத் தலைமுறையை கணிசமாக வெறுக்கும் அம்மாவிற்குக் கூட அவர்கள் எல்லாரும் சேர்ந்து அழுததைப் பார்க்க பாவமாயிருந்தது, அதனால் ஓரிரு கண்ணீர் சொட்டு வந்தது. அந்தத் திவசத்தில் எங்கள் மூதாதையர்களெல்லாம் ஃபேமிலி ஃபோட்டாவில் சிரிப்பதைப்போல, ஒன்றாய் அழுததைப் பார்க்கமுடிந்தது.

திருப்பதி ஏழுமலை வேங்கடேசா... டம்சக்கு டம்சக்கு...

நன்றி: வடக்குவாசல், ஜூன் 2008

•

நிழல் கதை

தொலைபேசி அடித்தது. இரண்டாவது ட்ரிங்கில் கட்டானது. அடுத்த முறை முதல் ட்ரிங்கில் கட்டானது. அடுத்த முறை அடித்தபோது முதல் ட்ரிங்கிலே எடுத்தாள். எடுத்தவுடன் எப்போதும் சொல்லும் காலை, மாலை, மதிய வணக்கம், நிறுவனத்தின் அறிமுகம் எதுவுமின்றி அமைதியாய் இருந்தாள் அபிதா.

'என்ன கேக்கறதா...' அடுத்த முனையிலிருந்து சத்தம் வந்தது.

கண்களால் அலுவலகம் அளந்தாள். மெலிதான சோர்வைப் போர்த்திக் கொண்டு, மதிய சாப்பாடு முடிந்த பின்னான அலுவலக நேரம்.

மூணே முக்காலுக்கு மேசையில் வரும் ராஜு பைய்யாவின் தேநீர் எல்லாரையும் சுறுசுறுப்பாக்கி, ஓட வைக்கும். வீட்டிற்குப் பையைக் கட்டுவதற்குள் அன்றைக்கிருக்கிற வேலை நரகாசுரனை ஒவ்வொரு தினமும் ஒழித்துவிட்டே கிளம்பவேண்டும்.

'என்ன கேக்கறதா...?' இந்த முறை சத்தம் கொஞ்சம் கூடுதலாய் வந்தது.

'கேக்கறது சொல்லு...' அபிதா.

பேசியபடியே டைம்ஸை மேய்ந்து கொண்டிருந்தாள். தானாய் உடம்பும் மனதும் நடக்கப் போகிற சம்பாஷனைக்காகக் காத்திருந்தது போல உடம்பில் மெல்லியதாய் ஜிவ்வென...

நேராக சினிமா பக்கத்திலிருக்கிற படங்களை மேய்ந்து கொண்டிருந் தாள். படங்கள் சார்ந்த செய்திகள், வம்புகள் ரொம்பவே முக்கியம்.

அன்றாட ரயில் வாழ்க்கையில் அதெல்லாம் பேசிவிட வேண்டும். அதுபோக தனது உடம்புக்கு மெல்ல வார்ம் அப்பாக அது அமைந்துவிடும்.

‘சாப்பிட்டாச்சா...’

‘ஹூம்...’

சட்டையில்லாமல் நிற்கிற அந்த நடிகனின் மார்புக் காம்பைப் பார்த்தாள். அவனின் நீண்ட மூக்கு அவளுக்கு எப்போதும் பிடிக்கும், அந்த நடிகையின் சின்ன தொடை, இரண்டாம் பக்கத்தில் வளரும் நடிகை சிகரெட் பிடித்தபடி கால் விரித்து, மார்பைக் குனிந்து காட்டி அந்த இடைவெளியை வலிந்து பெரிதாக்கிக் காண்பித்தாள், மூன்றாம் பக்கத்தில் ஏதோ ஒரு விழா, பட்டம். நான்காம் பக்கம் திருப்ப உலக சினிமாக்காரர்களின் செய்திகள்.

‘என்ன ஸ்பெஷல்...’

‘கத்திரிக்கா கொத்ஸூ... பொங்கல்... சட்னி... நீ லஞ்ச் பண்ணிட்டியா?’

‘இல்லை...’

‘ஏன்?’

‘இப்பதான் சாப்பிட போறேன்.’

‘வ்வ்வ்வே...’ பழிப்பு காட்டினாள்.

‘ஐயோ... இன்னொரு தடவை சொல்லு... ஹூம்... என்னமோ பண்றது...’ குரலில் நடித்தான்.

அடுத்த பக்கத்தில், பீச்சில் வாலிபால் விளையாடும் பெண்கள். அதில் அந்த நடிகையைப் பார்த்துக்கொண்டேயிருந்தாள். வழிந்தோடும் வியர்வை கால்களைக் கூட மின்ன வைத்திருந்தது. அவளின் உண்மையான கறுப்புக் கலரை எந்த லோஷனோ மட்டுப்படுத்தி, மென்மையாக்கி இருந்தது.

இடுப்புக்குக் கீழேயான ஜட்டி அதலபாதாளத்தில் இறங்கி மார்புக்கும், தொடை நடுவுக்குமான தூரத்தை அதிகப்படுத்தி யிருந்தது. நீண்ட வலுவான கால்கள். கால்களைத் தவிர்த்தாள். இடைக்கு வந்தாள். அவளின் உயரத்திற்கு அந்த நீளமான, தட்டை யான, முறுக்கேறிய வயிறு சார்ந்த இடைப்பகுதி அழகாய்ப் பொருந்தி யிருந்தது. தன்னிச்சையாகத் தனது வயிற்றைத் தடவிக்கொண்டாள்.

அடுத்த பக்கம் போவதற்குள் மறுபடியும் அந்த இடைப்பிரதேசம் அபிதாவைச் சுண்டியிழுத்தது. கண்ணை மூடிக்கொண்டாள். உடம்பில் சுடு நரம்புகள் மெல்ல வேலையைச் செய்ய ஆரம்பித்தன.

'ஹூம்...' என்றாள். பேப்பரைத் தள்ளி வைத்துவிட்டு, பென்சிலை எடுத்து நோட்பேடில் எழுதுவதுபோல் வைத்துக்கொண்டாள். யாரோ தனக்கு ஃபோனில் டிக்டேசன் செய்வதுபோல பார்ப்பவருக்குத் தோன்றலாம். ஒரு முறை அறை முழுக்க நோட்டம் விட்டாள். அலுவலகம் அதே மந்த கதியோடு.

இருக்கையில் நிதானமாக சாய்ந்துகொண்டு, காலை இறுக்கியும் விரித்தும் ஆட்ட ஆரம்பித்தாள்.

'இன்னிக்கு ஸ்பெஷல் என்ன தெரியுமா...'

'என்ன?'

'கத்திரிக்கா கொத்ஸு... பொங்கல்... சட்னி...' ஒவ்வொன்றையும் அழுத்தி அழுத்திச் சொன்னாள்.

'ஓ... ஓகே. மறந்தே போயிட்டேன்... நேத்திக்கு மேரேஜ் போயிருந்தே இல்ல...' (எந்தக் கல்யாணம் போய் விட்டு வந்த அடுத்த நாள் பொங்கலும், கத்தரிக்காய் கொத்ஸூம் சாப்பிடுதல் அபிதாவுக்கும், அவளது கணவனுக்குமான ஒரு அந்தரங்கமான நிகழ்வு.)

'ஆமா...'

'எப்படியிருந்தது?'

'எப்படியிருக்கும்... மேரேஜ் மாதிரியிருந்தது...'

களுக்கென்று சிரிப்பு வந்தது. தும்முதல் மூலம் தனது சிரிப்பை அடக்கிக்கொண்டாள்.

'ஹா. கமான். நான் அதை கேக்கலை...'

'பின்ன...'

'ராத்திரி...'

'என்ன ராத்திரி... கப்பிளுக்கு அது ஃபர்ஸ்ட் நைட்டு... அபிசியலா...'

'ஓ. ஜோக்கா...'

அபிதாவுக்குப் பிடித்திருந்தது. அவன் என்ன கேட்க வருகிறான் என்று தெரியும். அவனுக்கும் ஏன் அபிதா இப்படி இழுக்கிறாள் என்றும்

தெரியும். பொங்கல், கத்தரிக்கா கொத்ஸு... என்ற வரிசைக்கு முன்னான நிகழ்வுகளை அவனிடம் பகிர்ந்து கொண்டிருக்கிறாள்.

அவன் அமைதியாய் இருந்தான். அவன் அமைதி அவளுக்கு மகிழ்ச்சி தந்தது.

'என்ன சார்? சைலன்டாயிட்டீங்க... கேட் விழுந்திருச்சா...' பக்கென சிரித்தாள்.

'இப்பதான்... ட்ராஃபிக் போறதுக்கு மெல்ல எழுந்திருக்கு... சைக்கிள் போறமாதிரி...' அவன் சொல்ல, சிரித்தாள்.

அவளின் இந்த மாதிரியான கணங்களுக்கான தனிக்குரல் அவனைத் துன்புறுத்தும். அது நேரிலோ, சாதாரண தொலைபேசி பேச்சிலோ இல்லாத குரல். வாசிக்கப்படாத வாத்தியக் கருவியின் பிசிறுதட்டிய குரல்.

'எங்கிருக்க...'

'ஆஃபிஸ்லதான்... தனியா... ஓரமா.'

'வசதிதான்...'

'ஹூம். உன் குரல் கேட்டாலே என்னமோ பண்றது... போ... ஹஸ்கி...' என்றான்.

'குரலை வெச்சுண்டு என்ன பண்ணுவ?'

'கேமரா வைக்கறேன்... பாக்கறியா?'

'ஹேய், ராஸ்கல்... உதைபடுவ....' குரலை சீரியஸாய் உயர்த்தினாள்.

'சாரிம்மா... விடு... என் தலை எழுத்து... நா என்னமோ பண்ணிக்கறேன்... நீ பேசு...'

மனதிற்குள் சிரித்துக்கொண்டாள். அவனின் சலிப்பு அவளை மேலும் சூடாக்கியது.

'சொல்லுடா. ப்ளீஸ் நேத்திக்கு என்னாச்சு....' அவன் நேரடியாகவே கெஞ்சினான்.

●

ரிசப்ஷன் முடிந்து வீட்டுக்கு வர ஒன்பதரையாகிவிட்டது. வீட்டுக்கு வந்தும் புடவையைக் கழற்றவில்லை. சின்னதாய் மண்டபத்திலிருந்து எடுத்து வந்த பூவையே தலைக்குள் புதைத்து வைத்துக்கொண்டாள்.

‘பால் சாப்பிட்டு படுக்கறேளா...’

‘இல்லை பூஸ்ட்டே கொடு...’

தழைய விட்ட புடவையோடு பூஸ்ட் கொண்டுபோய் கொடுத்தாள். எப்படி தழைய விட்டால் எது எது தழையும் என்று இத்தனை வருட அநுபவத்தில் அத்துப்படி.

எதிர்பார்த்ததுபோல், தம்ளர் எடுத்து திரும்பும்போது பின்பக்கம் பிடித்து இழுத்து அழுத்திக்கொண்டார். பச்சைக் கலர் பட்டுப் புடவையில் வாசனை பிடித்தார். தலையை இழுத்து, அழுத்தி முகர்ந்ததில் விழுந்து கலைந்த மல்லிகைப் பூ. மெல்லியதாய் வாசம் விடுத்தது.

‘இருங்கோ... டம்ளர் வெச்சுட்டு வர்றேன்...’

வருவதற்கு கொஞ்ச நேரம் எடுத்தாள். ப்ளவுஸுக்குள் இருந்த உள்ளாடை கழற்றினாள். தொந்தரவு கொடுக்கும். அவருக்கும் எரிச்சல் கொடுக்கும். முடிந்தவுடன் குடிக்க எலுமிச்சை பிழிந்த தண்ணீர் தயார் செய்துகொண்டாள்.

கக்கம் தூக்கி மோந்து பார்த்தாள். கல்யாணத்திற்குப் போட்டிருந்த சென்ட்டின் வாசனை மெல்லியதாயிருந்தது. இது போதும் - முனகிக்கொண்டாள்.

படுக்கையில் போய் உட்கார்ந்தவுடன், கையை எடுத்து நெஞ்சுக்கும், வயிற்றுக்கும் கீழே தடவிக்கொண்டே சொன்னார். ‘அபி, டயர்டா இருக்கு... கொஞ்ச நேரம் தூங்கறேனே... அப்புறம் எழுப்பிவிடு... ப்ளீஸ்... செல்லம்... ஃப்ரெஸ்ஸா... சூப்பரா... பண்ணலாம்...’

‘கட்டிண்டுண்டு படுத்துக்கலாம் வாயேன்...’ அவள் கையை தொடைகளுக்கு நடுவில் செருகியபடியே ஒருக்களித்து தூங்கிப் போனார்.

கொஞ்ச நேரம் கழித்து கையை எடுத்து மார்புக்குக் குறுக்கே கட்டிக் கொண்டாள். விம்மிப் புடைத்து கோபமாயிருந்த மார்புகள். இடுப்பை யாரேனும் அழுத்திப் பிடித்து, துணியைத் திருகுவதுபோல திருகினால் நல்லாயிருக்கும் என்று தோன்றியது.

படுத்திருந்தவரைத் திருப்பி அவர் கால்களைத் தன் தொடை மீது போடும்படி செய்துகொண்டாள். தொடைகளில் விழுந்த அழுத்தம் ஓரளவு ஆசுவாசமாயிருந்தது.

மெல்ல புடவையை நீவி விட்டுக்கொண்டாள்.

கொழுந்தன் கல்யாணத்தில் இரண்டு தடவை பச்சைப் புடவை கட்ட வேண்டியிருந்தது. கொழுந்தனின் மனைவி தன்னை விட நல்ல கலர்.

'என்னது... ஒண்ணுக்கு ஒண்ணு இலவசமா... வர்றவளுக்கு கிஃப்டா... என்ன பண்றது உங்களுக்கு வாய்ச்சது அவ்வளவுதான்...'

'ச்சீ... பைத்தியம்... என் சந்தோஷம் யாருக்குடி இருக்கும். பெண்டாட்டிகிட்ட எதையும் மறைக்காம... என்ன வேணா பேசிண்டு... என் ராசாத்தி...'

மழை பெய்து குளிர்ந்த டிசம்பர் நீண்ட இரவு. முயக்கம், பேச்சு, முயக்கம். காலை விடிந்தபோது... உடம்பு உடம்பாயில்லை. ஆனாலும் என்ன ஒரு சந்தோஷம். அது நீள் வசந்த காலம். உடம்பு மிகச் சரியாய் அந்த நினைவில், அதுபோல குதூகலத்திற்காய் ஏங்கிற்று.

எழுப்பினாள். அரைகுறைத் தூக்கத்தில் புரண்டு படுத்தான். அணைத்து, தேய்த்து, இழுத்து, புரண்டு, அவனுக்குப் பிடித்த மானதைச் செய்து... ஹூம். அவன் அசந்து தூங்கிப்போயிருந்தான். எழுதலுக்கான வாய்ப்பு குறைவே. மெல்லியதான குறட்டை. இது சடக்கென்று தலை நிமிர்த்தி, மரம் விடுக்கும் இலையுதிர் காலம் போல. அவ்வளவு இலகுவாய் துளிர்ப்பதில்லை.

பச்சைப்புடவையை முழுவதுமாய் அவிழ்த்து மோந்து பார்த்தாள்.

குழந்தைகள் பிறந்து, முயக்கம் பழக்கமான ஒரு காலகட்டத்தில் அதுவாக உருவான ஒரு அட்டவணை.

திருமணம் போய்விட்டு வந்து தம்பதிகளைச் சார்ந்த பேச்சு, அங்கு வந்திருந்தவர்களில் இருவருக்கும் பிடித்த சில நபர்களைப் பற்றிய அந்தரங்கமாய் சிலாகிப்பு, அன்றே அவருக்குப் பிடித்த பெரிய பெரிய கத்தரிக்காய் டிசைன் போட்ட பச்சைப்புடவையுடன் கூடல், அடுத்த நாள் பொங்கல், கத்தரிக்காய் கொத்ஸு வைத்து சாப்பிடுதல், சில நேரங்களில் வெளியூர் போன இடத்தில் வித்தியாசமான சூழலில் கூட அதே புடவையைச் சுமந்துகொண்டு செல்லுதல், பெரிய டூர் போய்விட்டு வந்த இடைவெளி கொடுத்த பிரிவினையுடன், சில ஞாயிற்றுக்கிழமைகளின் மதிய வேளைகளில், ஏதோவொரு இளம் தம்பதிகள் வந்து போன தினம், பழைய தினங்களை அசைபோட்டவாறு சிலமுறை, குழந்தைகள் இல்லாத நேரத்தில் வீட்டில் வேறு சில மூலைகளில், சமையல் கட்டில், குளியலறையில் இடம் மாறி சிலமுறை - இப்படியாக ஒரு கால அட்டவணை ஓடிக் கொண்டிருக்கிறது.

ஒரு காலகட்டத்தில் சில படங்களைக் கொண்டுவந்து பார்ப்பது என்ற வழமை வந்தது. அந்தக் காலகட்டத்தின் சனி இரவுகள் நன்றாகத் தானிருந்தது. அந்தப் படக்காட்சிகளைப் பேசியபடியே சில தினங்கள்.

முதலில் அருவருப்பாய் இருந்த அந்தப் படக் காட்சிகள் மெல்ல மெல்ல தன்னுள் இறங்கத்தான் செய்தன. ஆனால் அதைப் பார்த்துச் செய்த எதுவும் படத்தில் காட்டியபடி ரசிப்பாகயில்லை.

படம் பார்த்தலை திடீரென்று நிறுத்திவிட்டார். தான் ரசிக்க ஆரம்பித்து விடுவேனோ என்று பயமா? பிம்பங்களும், வார்த்தைகளும் இறங்கியதன் கறைகள் அப்படியே. அழுத்தி அழுத்தி அழிக்கிறாள்.

அதே படுக்கை, அதே நிலை என்று மறுபடியும் சுழற்சியில் வரும்போது மெல்ல தட்டிய அலுப்பு.

அட்டவணை அயிட்டங்களில் நீண்ட நாள் நிலைத்து நிற்கிற ஐயிட்டம் - கல்யாண வீடு, பச்சைப்புடவை.

மாமியார் போனபின் தனக்கு வந்த பெரிய பெரிய கத்தரிக்காய் போட்ட டிசைன் கொண்ட புடவை அது. அந்த பெரிய டிசைன் அபிக்கு பிடிக்காததுதான். ஆனாலும் அவரின் அலுப்பைக் கலைத்துப் போட்ட புடவை, மல்லிகைப் பூ. இயங்கும் முன்பு முகர்ந்துகொள்ள, மோர்சாதத்திற்கு ஊறுகாய்போல.

தன்னை மடியில் வைத்துக்கொள்வார்.

'என்ன பெரிய சிவபெருமான்னு நினைப்பா... சூத்ரம் சொல்லிக் கொடுக்க போறேளா...'

எல்லாவற்றிற்கும் ஒரு சிரிப்பிருக்கும். அந்தச் சிரிப்பில் ஒரு அறிவு, மமதை, திமிர், நிதானம், அலைகடல் அன்பு, கருணை எல்லாமிருக்கும். புடவையைத் தாறுமாறாக சுத்திண்டு, தனது கொஞ்சூண்டு சூம்பிய வலது காலைத் தடவிக்கொடுத்தபடியே பேச்சு, பேச்சு... தன்னைத் தலைக்கு மேல் வைத்துத் தாங்கும் ஆண்மை.

அதைவிட அமைதியாய் கேட்டல்... பேசிக்கொண்டே உடைபடுகிற சக்கர வியூகங்கள். மெல்ல மெல்ல ஒவ்வொரு இழையாய் முன்னேறும் அபிமன்யு போல.

நேற்றுதான் கல்யாணமானது போன்ற இள மனதும், எல்லாம் தெரிந்து, முதிர்ந்து உள்வாங்க தயாரான உடம்புமாய் உணர்வாள் அபிதா.

இன்று காலையிலிருந்து அதற்காக எதிர்பார்த்து எதிர்பார்த்து, பேசுவதற்கு வைத்திருந்த நிறைய விஷயங்கள், ஜோக்குகள், கோப முகங்கள், வலிப்பு காட்டல் எல்லாம் சேர்த்து நிறைய பண்ணி, வெறுமனே கட்டிக்கொண்டு படுத்தல், போதும் அடுத்த இரண்டு மாதத்திற்கான சாப்பாடு என்பதுபோல.

இன்றைக்கு என்ன ஆச்சு, என்று கேள்வி வந்தது. இதுவும் அலுத்துவிட்டதா என்று பயம் வந்தது. பாவம் உடம்பு தானே அவருக்கு என்று ஒருபுறம். சமாதானமா புண்ணாக்கு, மை ஃபுட், எனக்கு என்ன சொல்கிறாய் என்று கோரமாய் தன்னுடல் மறுபுறம். மனதின் மத்தளம்.

தனக்குள் பொங்கிப் பொங்கி எழும் இவை தன்னை எங்காவது தள்ளிவிடுமா என்று பயம் வந்தது. தள்ளிவிடுமா என்ன, நிறையவே தள்ளிவிட்டிருக்கிறது என்று நினைத்தாள்.

மெல்ல மெல்ல முகங்கள், வார்த்தைகள், விளையாடல்கள் நினைவிற்கு வந்தன. வெடித்து, வெடித்து விரிந்துகொண்டே போகிறதே இந்த பிரபஞ்சம்.

ஓனர் பையன் பிரபாகரன், வேறு வேலைக்குப் போன ராகுல் ஷா, இப்போது மார்க்கெட்டிங்கிலிருக்கும் புதுப்பையன் உ.பி.க்காரன் ராம்வீர், மென்பொருள் சரிசெய்ய வரும் ரமணி - எல்லாரும் என்னிடம் சாதாரணமாய் பழகுவதில்லை. அது அவர்களுக்கும் எனக்கும் தெரியும். தெரிந்த விளையாட்டு. ஒருவர் களத்தில் இருப்பது மற்றவருக்குத் தெரியாது.

ராகுல் மனைவி அவனை விவாகரத்து செய்து போய்விட்டாள். ராம்வீருக்குத் தன்னோடு பழகுவது, நெருக்கமாய்ப் பேசுவது பேரனுபவம். ரமணி பேச்சிலர். ரஜினிஸ் பற்றி பேச ஆரம்பித்து, எங்கேயோ போய் நிற்கிறான்.

யாரிடமும், உடல் ரீதியாய் எதுவும் இல்லாமல், வெறும் மன ரீதியாய், வாய்வார்த்தையாய் நெருங்கிய உறவு. வார்த்தைகளில் முயக்கம். மனதின் மூலம், வார்த்தைகள் மூலம் உடம்பைக் குளிர்வித்தல். உடல் அடையாததை மனம் தானே கோலமிட்டு நிரப்புதல்.

டிமெல்லோ மேடத்தைப் பார்த்து விளையாட்டாய் ஆரம்பித்தது. மேடம் வயதானவள். நெருப்பானவள். விளையாட்டாய்ப் பேசுவாளே தவிர, எவனும் கனவில் கூட நினைக்க முடியாதபடி நெருப்பு.

தனக்கோ எப்பவோ தாண்டிவிட்ட மன இலட்சுமண ரேகை. உடலும் இழுக்கப்படுமோ... திகில்.

எல்லாம் சகஜம், உடம்பு, வெப்பம், நாளம், ஹார்மோன், பாஸீங் பேஸ், கடக்கும் மேகம், மோகம், மெனோபாஸின் அறிகுறி என்ன வெல்லாமோ படித்துப் பார்த்தாயிற்று. மனதிற்குள் சொல்லிப் பார்த்தாயிற்று.

முன்னெல்லாம், சடக்கென்று ஒரு டம்ளர் ஜலத்தில் அமிழ்ந்து போய்விடுகிற இந்த ஒன்று ஏன் விஸ்வரூபம் எடுத்து துரத்துகிறது.

அலுவலகத்தில் பரிபூரணாவிடம் அரைகுறையாய்ச் சொன்னாள். பரிபூரணா ஒரு பாதிச் சாமியார் மாதிரி பேசுவாள். ஏற்கெனவே ஏதோ குருவிடம் கற்றதைக் கொட்டுவாள்.

'இது அகமன பிரச்சனை. உடலோடு இருக்கும் வரைக்கும்... ஒரு டம்ளர் போதும். மனதில் இருக்கும்போது அவை வளரும்... ஒரு லாரி தண்ணீர் குடித்தாலும் அடங்காது... சரி, தவறு என்று எதுவுமே இல்லை. மாபெரும் குற்றம் குற்றவுணர்வு கொள்வதுதான். பலவீன மாக்கும் எந்தச் செயலும் கர்மாவை கொடுக்கும்... வெறுமனே பார்த்துக்கொண்டே இரு... அந்த எண்ணம் பலமிழக்கும்...'

கர்மா, சர்மா ஒரு மண்ணும் புரியவில்லை. உடம்பு சூடும், உசுப்பும் பேச்சும் நன்றாகத்தானிருக்கிறது. அதன் அடியில் பொங்கி வரும் கசப்புதான் கலங்கடிக்கிறது.

ச்சை... நான் இதெல்லாம் நினைத்து மனதை தேவையற்று குழப்பிக் கொள்கிறேனோ... மனதை சமாதானப்படுத்தினாள்.

நினைவுகள் எழுப்பிய வெப்பத்தில் உடம்பு. தொடையின் கனம் போதவில்லை. உடம்பிற்கு இப்போது அது தேவைப்பட்டது. யோசித்தலில் உள் எடை கூடியிருக்கிறது. பசியின் வெம்மை.

அவனையே சில நேரம் அப்படிப் பார்த்துக் கொண்டிருந்தாள். அவனை அப்படி எழுப்பி கஷ்டப்படுத்தியது மனதை அழுத்தி, அழுகையைத் துப்பியது. பச்சைக்கலர் பட்டுப்புடவையைத் தலைக்கு வைத்து, சத்தமின்றி தூக்கம் வரும் வரைக்கும் அழுதுகொண்டே இருந்தாள்.

சம்பந்தமேயில்லாமல் அந்த அழுகை அடுத்த நாள் மின்சார வண்டி பயணத்திலும் சயான் வரும் வரை தொடர்ந்தது.

•

‘சொல்ல மாட்டியா...’ ரமணி கெஞ்சிக்கொண்டிருந்தான்.

‘நீயே சொல்லிக்கோ...’

அவன் அவனுக்கு பலமுறை சொல்லப்பட்ட கதையை சத்தங்களோடும், கற்பனை சேர்த்தும் சொன்னான். அதில் அவன் இருப்பதாக சேர்த்துக்கொண்டான்.

அவளுக்கு உடம்பு திமிர்த்துக்கொண்டு வந்தது. வயிறு குழைந்து, தொடை இறுக்கிக் கொண்டாள். வெப்பம் கால் வழியே வழிவதை உணர்ந்தாள்.

‘சயான் நாத்தம்...’ மேலெழும்பி வர, வாட்டர் பாட்டிலில் நீர் குடித்தாள். ரீசிவரைப் பொத்திக்கொண்டு, வெளியே தெரியாது குலுங்கிக் குலுங்கி அழுதாள் அபிதா.

நிஜத்திலிருந்து வெகு தொலைவிலிருந்த அந்த நிழல்கதையை அவன் விரித்துக்கொண்டே போனான்.

•

ப்ளாட் துளசி

இந்த ப்ளாட்டுக்கு வந்தது முதல் இதுவரை எந்தப் பிரச்சினையும் வந்ததே இல்லை என்கிற சந்தோஷ பலூனில் சின்னதாய் ஓட்டை.

1

லிஃப்ட்டிலிருந்த என்னைக் கையைப்பிடித்து இழுக்காதவாறு இழுத்து தனது இல்லத்தை நோக்கி இழுத்துச் சென்றார் நாயர். நாயர் உயரம். பின்னாலிருந்து தள்ளாத குறை.

'தும் ஆக்கே காலி தேக்கோ.' (நீ வெறுமன வந்து பாரு.)

நான் ஏன் அவர் வீட்டுக்குப் போய் ஏன் வெறுமனே பார்க்க வேண்டும். அதுவும் அலுவலக அவசரத்தில்.

'முடியாது.'

'அப்புறம் பார்க்கலாம்.'

'என்ன என்று முதலில் சொல், அப்புறம் யோசிக்கலாம் வரலாமா, வேண்டாமா...'

இப்படி ஏதாவது சொல்லியிருக்கலாம்தான். அதற்குள் நாயர் தன் வீட்டு பெல் அடித்துவிட்டார்.

அவரது மருமகள் கதவைத் திறந்தாள். வியர்வை பொட்டுப் பொட்டாய் நெற்றியில் முளைத்திருந்தது. சமையலறையில் இருந்து வந்திருக்கலாம். பரதம் ஆடிவிட்டு வந்திருக்கலாம். இல்லை, படுக்கை அறையிலிருந்து...

நோ நோ... சான்ஸ் இல்லை. அவளது கணவன் இப்போது கடலில் உத்தியோக நிமித்தமாய். அதுவுமில்லாமல் காலையிலே அவ்வாறு இருந்திருக்க முடியாது. நாயரின் மனைவி ஆசாரமானவள். எல்லாம் அவள் கட்டுப்பாட்டில் நடப்பதாய் நினைத்துக் கொண்டிருப்பவள்.

'எந்தா... இத்தன சீக்கிரம்...' மலர்ந்த சிரிப்போடு மாமனாரைப் பார்த்து தாழ்ப்பாளை நீக்கிய பின், என்னைப் பார்த்து விரிந்த கண்களில் சின்னதாய் ஆச்சரியக் குறி. இன்னொருத்தன் கூடவே இருப்பதால் தனது மருமகளின் சிரிப்பிற்கு எதிர்சிரிப்பு சிரிக்காமலும், கொஞ்சம் கடினமாகவும் முகத்தை வைத்துக் கொண்டார் நாயர்.

கதவு திறக்க, முதல் அறை தாண்டி ஹாலுக்குக் கூட்டிக்கொண்டு போனார். நான் நடந்தவாறே மருமகளை நோக்க, சின்னதாய் அவள் புன்னகைத்தாள். வெள்ளை நைட்டியில் பச்சைப் பூக்கள். வியர்வையை அவள் அவசரமாய் ஒரு கையைத் தூக்கித் துடைத்துக் கொண்டதில் காது பக்கத்துத் தலைமுடிகள் கலைந்து முகத்தில் விழ, அதை ஒதுக்கி விட இன்னொரு கையைத் தூக்கியதில் ஸ்லீவ்லெஸ் நைட்டி சின்னதாய் நெகிழ்ந்ததுபோல தெரிந்தது, காட்சிப் பிழையாகவும் இருக்கலாம்.

நாயர் இறுக்கமான முகத்தோடு ஹால் திரையின் பின்பக்கத்தைக் காட்டினார். அதில் ஏராளமான சிவப்புப் பொட்டுகள் இருந்தன. கொஞ்சம் மண் கலந்து இருந்தது. மண்ணைத் தண்ணீரில் கலந்து கொட்டியதுபோல தெரிந்தது.

அந்தத் திரைச்சிலை சோலாப்பூரிலிருந்து வந்த ஒன்று. அதன் மேல் பாகத்தில் எந்தச் சேதமும் இல்லை. அது அப்படியே சின்னச் சின்னதாய் வட்டங்களையும், உருளைகளையும் சேர்த்துக்கொண்டு தனது உருவத்தை விரித்திருந்தது. அதன் வரைவில் ஒரு திட்ட படிதலையும் தாண்டி மெல்லிதான சுதந்திரமும், இலகு தன்மையும் எப்படியோ அந்த டிசைனில் வந்திருந்தது. அந்த டிசைன் என்னதான் இந்தப் புடவைக்குள் கட்டினாலும் எனக்குள்ள சுதந்திரத்தை, கள்ளத்தனத்தை மீறலை நீ எடுத்துவிட முடியாது என்று சொல்வது போல தோன்றும். அந்தத் திரைச்சீலையும் அதிலிருக்கும் ஒரு மெல்லிய, அகிம்சையான கள்ளத்தனத்தையும் ஒவ்வொரு முறையும் இந்த இல்லத்திற்கு வந்திருக்கும்போது இதை ரசித்திருக்கிறேன்.

நாயர் மருமகள் வந்த பின்புதான் இந்த ரசனை, அதுவும் அவள் ரசனைக்கேற்ற திரைச்சீலை. இதற்கு முன்பு அந்த வீடு ஒரு கந்திர

கோலம். நாயர் பெண்டாட்டிக்கு இதெல்லாம் புரிவதில்லை. பிடிப்பதுமில்லை.

நாயர் மூக்கால் பேச ஆரம்பித்தார். மெல்லியதாய் கத்த முயற்சித்தார். செய்திச் சுருக்கம் இதுதான்:

'மேலிருந்து விழுந்த நீர் அவர் வீட்டு ஜன்னல் வழியே சிதறி திரையை சிதைத்துவிட்டது... இந்த ப்ளாட்டில் இந்த நிம்மதி கூட இல்லை... இதை சுத்தப்படுத்த என் மருமகள் எவ்வளவு முயற்சித்திருப்பாள். ஆனாலும் அது போவதாயில்லை. நாங்கள் எங்கே போவோம்?

இது நம்மூர் தரவாடில்லை. ப்ளாட் வீடு. மேலே இருப்பதால் மட்டும் கடவுள்களில்லை. என்னால் எந்த கீழ் வீட்டுக்காரர்களுக்கும் பிரச்சனையில்லை...' இத்யாதி... இத்யாதி... தொடர்ந்து பினாத்திக் கொண்டிருந்தார் நாயர்.

சத்தம் கேட்டு ஈரத் தலையோடும், சந்தன நெற்றியோடும் வந்த நாயர் பெண்டாட்டி அதி பயங்கர மங்களகரமாய் இருந்தது வயிற்றில் புளியைக் கரைத்தது.

'பாரு... நானும்தான் செடி வைக்கிறேன்... அதற்கு மெல்ல மெல்ல தண்ணி விடுவேன். குழந்தைக்கு பால் ஊட்டுவது மாதிரி...' சொல்லியபடியே கையை மார்பக்கம் வைத்துக் காண்பித்தாள். குரலும், உருவமும் பயமுறுத்தின. திடீரென குரல் மாறி,

'நீ என் பிள்ளை மாதிரி... வேறு யாராவது இருந்தால் திருப்பிப் போட்டு சவட்டி விடுவேன்...'

இந்த ரீதியில் முழுக்க மலையாள பகவதியாய் அர்ச்சிக்க ஆரம்பித்தாள். நாயர் ஆன்ட்டி வேகமாகப் பேசும்போது மொழி அதுவாகவே மலையாளமாக மாறிவிடுகிறது. ஏன் ஆன்ட்டி திருப்பிப் போட்டு சவட்டுகிறீர்கள் என்று சாதாரண நிலையில் இருந்தால் யோசித்திருக்கலாம்.

சிரித்துக்கொண்டே ஆங்கிலத்தில் அவள் மருமகளிடம் கேட்டிருக்கலாம்.

ஆனால் இன்று நிலைமை சரியில்லை. கடிகார முள் அலுவலகத்தை நோக்கி விரைகிறது. சீக்கிரம் கிளம்பணும். வெள்ளைக் கொடி.

'நாயர்... கண்டிப்பாய் சாயங்காலம் வந்து பேசுகிறேன்... சாரி...' சொல்லியபடியே நகர்ந்தேன்.

நாயர் மருமகள்தான் என்னை வந்து வழியனுப்பி வைத்தாள். அவசரத்திலும் ஒரு மெல்லிய சந்தோஷம் எனக்கிருந்தது. அவள் கண்களிலும் ஏதோ ஒன்று வழிவதை உணர முடிந்தது. கிட்டதட்ட

இதே சிரிப்பைதான் அவள் மாமனார் கதவைத் திறக்கும்போது விடுத்தாள்.

ஹாலில் அவள் சிரித்த சிரிப்பிற்கும், நடை தாண்டியபின் அவள் சிரித்த சிரிப்பிற்கும் உள்ள வித்தியாசம் நுண்ணியதாயினும் பெரியது. கதவோடு தன் மார்பை நெருக்கிக் கொண்டாள். லிஃப்டில் ஏறியபின் மெல்லியதாய் கை அசைத்து விடை கொடுத்தாள்.

அந்தத் தீரைச்சிலையின் சுதந்திரம் அவள் சிரிப்பில் தெரிந்தது.

வீட்டிலிருந்து துளசிச் செடி வழியே வழிந்த நீர் மீதும், அம்மா மீதும் எனக்கே கோபம் வந்தது.

2

வேர்

அலுவலகத்தில் கிடைத்த ஒரு மகத்தான வெற்றிக்குப் பின் வந்த ஒரு ஞாயிறில் மிகப் பெரிய மன அழுத்தம் அவனுக்கு ஏற்பட்டது.

வீட்டில் வேறு யாரும் இல்லை. மழைத் தூறலான சோம்பலான ஞாயிறு. வீட்டில் எல்லாரும் ஏதோ ஒரு கல்யாணத்திற்குப் போயிருந்தனர். அவன் தனியனாய் இருந்தான். இலக்கியம் படித்தான். ஹிந்துஸ்தானி கேட்டுக்கொண்டே மது அருந்தினான். சுபா முத்கலை மறுபடி கேட்டுக் கொண்டே இருந்தான். பேகன் அக்தருக்கு மாறினான். கீர்த்தீ ஸ்கால் பாடும் காபி ராகத்தில் மெல்ல விசும்பி, பனால் கோசின் வார்த்தையற்ற குழல் சங்கீதத்தில் உள் உடைந்து விக்கி விக்கி அழுதான்.

அதுவும் அவன் போதை குறைந்த பின்புதான் அவன் அழுததே அவனுக்குத் தெரிந்திருந்தது. அந்த வெற்றிக்குப் பின்னான வெறுமை அவனை இலேசாக்கி ஏதோ செய்தது. வீடு, தன் வர்த்தகம் எல்லாம் அர்த்தமற்றுப் போனதாய் சில கணம் உணர்ந்தான்.

மிகுந்த விழுமியங்களோடு வாழ்ந்து எந்தக் காரணமுமின்றி தற்கொலை செய்துகொண்ட தன் தந்தை அவனுக்கு ரொம்ப நாட்களுக்குப் பிறகு ஞாபகம் வந்தது. தனது வீட்டு ஜன்னலைத் திறந்து பார்த்து, கீழே நோக்கினான். அக்கம் பக்கத்து ஜன்னல்களை நோக்கினான்.

நினைவற்ற உடல் நகர்ந்த அந்த கணத்தில்தான் பக்கத்து வீட்டு கீதா கதம் பால்கனி செடியின் பூக்கள் அவனோடு பேச ஆரம்பித்தன. ஏதோ அவனும் பதில் சொல்லிவிட்டு உள்ளே படுத்துக் கொண்டான். நள்ளிரவு எழுந்து அடுத்த பெக்கிற்காக உட்காரும்போதுதான், அவை

மட்டும் அப்போது பேசவில்லையெனில் என்னவாகியிருக்கும் என்று நினைத்தான். நினைப்பே பயமாகதானிருந்தது.

இரவா, பகலா என்று தெரியாத வெளிச்சம் கொண்ட ஒரு தூறல் நாளில்தான் அந்த சம்பாஷனை நிகழ்ந்தது.

அப்படிதான் பூக்களை அவனுக்குப் பிடித்துப் போயிற்று.

மலர்

அவைகளிடம் பேச ஆரம்பித்து கொஞ்ச நாட்களுக்குப் பின் எதேச்சையாக ப்ளாட் வாசலிலே பூ தொட்டிகளோடு காது தோடு போட்ட மார்வாடிக்காரனிடமிருந்து ஒன்றுமே புரியாமல், சில பூந்தொட்டிகளை வாங்கிக் கொண்டான்.

'ஹியா... சாப்... கர்மே துள்சி தோ ரக்னேகாகே...' (வீட்டில துளசி செடி வைக்க வேண்டாமா?) என்று வியாபாரத்திற்காகத் தள்ளிவிட்டான்.

அவன் பூந்தொட்டிகளோடு வந்தபோது அவன் வீடே ஆச்சரியமானது. அவன் பூக்களை வாங்குபவன் அல்ல. அதுவும் மூன்று பூச் செடி, ஒரு துளசிச் செடி என பால்கனி நிறைத்தது ஆச்சரியக் கண்ணோடுதான் பார்க்கப்பட்டது. புதிதாய் வந்த செடிகள் அந்த இல்ல மந்தத்தனத்தை மெல்ல அசைத்தது என்றே சொல்லலாம்.

முன்னெல்லாம் அவனும் அத்தகைய நெகிழ்வுகளில் நம்பிக்கையற்று தான் இருந்தான். இப்போதெல்லாம் அவன் காலையில் சில நேரம் அதோடு செலவழிக்கிறான். அது ஏன் வளரவே இல்லை என்று சாப்பாட்டின்போது கவலைப்படுகிறார்கள் அவனும், அம்மாவும். அம்மா மற்ற வீட்டில் எப்படி வளர்கிறது என்று பதிவுபோல பட்டியலிடுகிறாள்.

இதற்கு முன் அவனது தாவர அறிவு வெகு அபூர்வமானது. பூக்கள் மரத்தில் பூக்கலாம், செடியிலும் பூக்கலாம். ஆனால் கடையில் கிடைக்கும் என்கிற அளவிற்கு அபாரமானது. முதலில் பூச்செடி வாங்கி வைத்தபோது அதன் உள்ளிருந்த மண்ணை அவன் கையில் உறை போட்டுக்கொண்டே வெளியில் எடுத்தான். எத்தனை முறை கழுவினாலும் அது அவன் கூடவே ஒட்டிக்கொண்டு வந்தது போலவே உணர்ந்தான்

ஒரு சில நாட்கள் கழித்து மறுபடியும் அம்மா மண் எடுக்கச் சொன்னபோது வந்த இலேசான பச்சை பிடித்த மண் அவனுக்குப்

பயமாயிருந்தது. நிறைய டெட்டால். நிறைய கழுவல். ஆயினும் விடாது துரத்திய அதன் மணம் அவன் மனதில். தானும் தன் மனைவியைப் போலவேோ என்கிற நினைப்பு வரவே, தலையை உதறி மண் வாசனையை ஆழமாய் உள்ளிழுத்து அதைப் பழக்கப்படுத்திக் கொண்டான்.

அப்படியான ஒரு ஞாயிறு காலையில்தான் அடுத்த பால்கனியிலிருந்து பூக்களுக்கு பதிலாய் கீதா கதம் சொல்லிக் கொடுத்தாள், எவ்வளவு தண்ணீர், எப்படி விட வேண்டும். எப்போது விட்டால் நல்லது, எப்படிக் கொத்தி விடவேண்டும், வேர்களை வெட்டாமல், தொட்டியும் சிதையாமல்... எல்லாம் சொன்னாள் கீதா கதம். ஒவ்வொரு நாளும் ஏதாவது காரணம் கொண்டு பூக்களைச் சுற்றி சம்பாஷனைகள் தொடர்ந்துகொண்டே இருந்தன. முதல் சில நாட்களில் எதுவுமே பூத்துக் குலுங்கவே இல்லை.

அவன் அலுவலகம்போல அங்கேயும் பயப்பட்டான். அவசரப் பட்டான். அப்போது கீதா கதம் சின்ன பாக்கெட் வில்லை ஒன்றை வாங்கி அவ்வப்போது அதன் மீது தெளிக்கச் சொன்னாள். அவளிடமிருந்த பாக்கெட்டை அங்கிருந்தே தூக்கிப் போட்டு எப்படி பூச்செடிக்குள் தூவுவது என்றும் சொல்லிக் கொடுத்தாள். அது உரம் மாதிரி ஏதோ ஒன்று. நகரச் செடிகள் தொட்டியில் வளர்வதற்குக் கூட செயற்கை உரம் வேண்டும்போல. அதை மேலே தூவிய பின்பு செடி வளர்ந்துவிடும் என்கிற நம்பிக்கை முளைத்தது.

●

தண்ணீர், கிளறுதல் ஆகியவற்றைத் தொடர்ந்து செடியால் பால்கனியி லிருந்து வருகிற மண் வாசனை அவன் மனைவியை பயமுறுத்துகிறது. மண் வாசனை மெட்ரோவிலே வளர்ந்த அவளுக்கு பயமான ஒன்று. பாக்கெட்டில் போட்டு, வாசனை திரவியம் தெளித்து, மறு சுத்திகரிப்பு செய்யப்பட்டு பெரிய மால் (Mall)களில் விற்றால் மட்டுமே அவளால் விலை பார்த்து மண் கூட வாங்க முடியும். அவள் பதிவுபோல தனது பிடித்தமின்மையை நாசூக்காய் சொல்லியபடியே போகிறாள்.

பூச் செடியை விட அதைக் கூடவே வளர்க்கும் கீதா கதம்தான் அவன் செடி வாங்கக் காரணம் என்று அவனது மனைவி உளமார உறுதி கூறுகிறாள். இது ஏழு ஜென்ம உறவு என்றும் நக்கலடிக்கிறாள். அதுவும் உண்மையாயிருக்கலாம் என்று அவன் சொன்னது அவளது பதற்றத்தை அதிகரித்தது.

இருவரும் விடுமுறை நாட்களில் சோம்பல் நிறைந்த முற்பகுதியில் தங்களது பால்கனியில் நின்று செடிகளின் குசலம் விசாரித்துக்

கொள்வதும், அதைப் பராமரிக்கும்போதும் கீதாகதம் சொல்லும் ஆலோசனைகள் கேட்கும்போதும் அவனது அர்ஜுன சரணாகத பாவத்தை உற்றாமல் நோக்கிய அவனின் மனைவி ஏதோ சொல்ல முடியாத கோபத்தோடுதான் இருந்தாள். பதிவுபோல அதையும் அவள் மெட்ரோ நக்கலாய்த்தான் வெளிப்படுத்தினாள்.

'என்ன இன்னிக்கு என்ன கலர் ட்ராயர் போட்டுண்டிருக்கா... ஆகா... உங்களுக்கு பிடிச்ச ப்ளாக் கலர் ட்ராயர்... பிங்க் கலர் டாப்பு... ஜமாய்ங்கோ...'

'நீங்க டூர் போறப்பல்லாம் பாருங்கோ, அவ வீட்டு பூவெல்லாம் வாடி போய்டறது... பாவம்...'

'இங்கிருந்து ஒரு பைப்பு வெச்சுண்டு நேரா அங்கிய விட்டர்லாமே...' (அதை இடுப்பு உயரத்தில் வைத்து செய்து காட்டிச் சிரிப்பாள்.)

'ஒரு சின்ன ப்ரிட்ஜ் வேணா போட்டுக் கொடுங்கோ... பாவம்... நீங்க இல்லைன்னா அவளே வந்து உங்க செடியை பாத்துக்கலாமே...'

சம்பாஷனைகள் வெறும் வளரும் பால்கனி செடிகளைப் பற்றி மட்டும் அமைவதில்லை. செடி பராமரிப்பிற்கான சில ஞாயிறு காலைகளில் கீதா கதம் பால்கனியிலிருந்து பேசியவற்றிலிருந்து தொகுத்தவை கீழே:

> தாதரில் அவள் அம்மா வீட்டில் இதை விட நிறைய செடியிருக்கு மாம். கிட்டதட்ட அவர் அப்பா ஒற்றை தார் பாய்ச்சிக் கட்டி செய்கிற எல்லா பூசைக்கும் அங்கிருந்தே பூ கிடைக்குமாம். அது போக வீட்டின் எல்லார் தலைகளிலும் பூ நிரம்பி வழியுமாம். (அவள் பூர்வாசிரமப் பெயர் கீதா ஃபடுகே. திருமணத்திற்குப் பிறகு கீதா கதம்.)
>
> பூக்கார வீடு என்று அதற்குத் தனிப் பெயரே உண்டாம். தனது அக்கா, அண்ணன், தங்கை எல்லா வீடுகளிலும் தன்னை விட பெரிய பூ பாக்கியதை உண்டு என்றும் தான் மட்டும் ப்ளாட்டில் வாழ்வதால் இத்தகைய துர்பாக்கியம் என்றும் சொல்லி அலுத்துக்கொண்டாள்.
>
> சாங்கலியிலிருந்தும், தார்வாட்டிலிருந்தும், சோமேஸ்வரத்தி லிருந்தும் நிறைய புது வகைப் பூக்களை அவள் அப்பா தருவித்து வளர்த்துக்கொண்டே இருப்பாராம். தன் வீட்டில் வைக்க முடியாத பூ வகைகளை யாருக்காவது கொடுத்து வளர்க்கச் சொல்லிக் கொண்டே இருப்பாராம். பூவை, செடியைப் பற்றிய பேச்சுகள் சுற்றியபடியே அந்த வீடு இருக்குமாம்.

தான் மட்டும் வேறு சாதி (ஜெய்பீம் பார்ட்டி அம்பேத்கார்வாலா) மராட்டிக்காரனை மணந்துகொண்டதால் தன்னிடம் குறைவாகவே பேசுவதாகவும், பூக்களைப் பற்றி தன்னிடம் அறவே பேசாதது தனக்கு மிகுந்த மனக் கவலையளிப்பதாகவும் சொல்லி கண் கலங்கியபோது அவளின் வெளிர் இலட்சண முகத்தில் அகண்ட பூனைக் கண்கள் லேசாய் ஈரமானதுபோல தெரிந்தது. சிரிப்பால் அழுகையை அகற்றிக் கொண்டாள்.

தனது திருமணத்திற்குப் பிறகு தான் தலையில் பூச்சூடுவதே இல்லை என்றும் ஆனாலும் இந்தப் பூ பிசாசு பைத்தியம் விடாது இன்னும் தொடர்கிறது என்றும் நகைத்துக்கொண்டே சொன்னாள்.

இங்கு பூ வளர்ந்து மறுபடியும் அவ்வப்போது வந்து போகிற அப்பா தன்னோடு சகஜமாய்ப் பேச ஆரம்பிக்கலாம் என்கிற நம்பிக்கையோடு அவள் இருப்பதாகப் பட்டது. வளர்கிற செடிகளும் பூக்களும் மறுபடியும் தனக்கும் தனது தந்தைக்குமான கதவுகளைத் திறக்கும் என நம்புகிறாள்போல.

கீதாவைப் போலவே அம்மாவிற்கும் அந்தச் சின்ன பால்கனியில் செடி வளர்ப்பு உயிர்ப்பைக் கொடுத்திருக்க வேண்டும்.

மார்வாடிக்காரன் தள்ளிவிட்ட துளசி வந்த பின், அம்மா ரொம்ப நாட்களுக்குப் பிறகு நெகிழ்வாய் உணர்ந்தாள்.

அவளது தினசரி ஆன்மிக அலுவல் வரிசைகளில் புதிதாய் வந்த ஒன்று கண்டிப்பாய் மகிழ்ச்சி அளித்திருக்கக் கூடும். அதே ஹனுமான் சாலீசா, சுந்தர காண்டம், சௌந்தர்ய லஹரி, அன்ன லட்சுமிக்கான பூஜை எல்லாம் போரடித்திருக்கலாம். ஒரே உப்பு, புளி சமாசாரம்போல.

புதிதான ஆன்மிக ஐட்டமாய் வந்த துளசிச் செடியும் அதன் பராமரிப்பும், வளர்ச்சியும் பேரனைப் பார்த்துக்கொள்வதற்கு இணையான இளகிய மகிழ்ச்சியைக் கொடுத்திருக்கலாம். கண்ணெதிரே வளர்கிற உயிர் எதுவுமே மகிழ்ச்சிதான். நெகிழ்வுதான். உயிர்ப்புதான்.

கீதா பேசுவது பாதியே புரிந்தாலும் அவளின் செடி உயிர்ப்பு அம்மாவிற்குப் பிடித்திருந்தது. நம் வீட்டில் அவ்வளவாய் வளரவே இல்லை என்கிற குறையைத் தாண்டி கீதாவிடம் பூக்களைப் பற்றி சின்னச் சின்ன இந்தி வார்த்தைகளோடு தமிழிலே பேச ஆரம்பித்தாள்.

துளசிச் செடிக்கு நீர் விட்டது போக, மிச்சமிருந்தால் மற்றவற்றிற்கும் காட்டிவிட்டுப் போவாள். அம்மாவிற்கு மற்ற பூச்செடிகள் மேலே அவ்வளவு அக்கறையில்லை. அவை பிடிக்காது என்பதல்ல, துளசி ரொம்பவே பிடித்துப் போனதுபோல தெரிந்தது.

பதிவுபோல ஊர் பழைய துளசியை நினைத்து ஒப்பீடு அட்டவணையைத் தயாரித்தாள்.

'இந்த ஊர்ல எல்லாமே சின்னதுதான்... துளசி தனியா நம்ம இடுப்பு உயரத்திற்கு இருக்க வேண்டாமோ... அப்பதானே சேவிக்கறதுக்கு பாந்தமா இருக்கும்...'

'ராஜாமணி மாமாவாத்து துளசிதான், துளசி. என்ன உயரம் என்ன களை, ஒவ்வொரு துளசியும் ஒரு களைதான்... அதுக்கு உங்க அப்பா தண்ணி விட்டப்பறம் சொல்லுவா, இங்க பாருடி குளிச்சுட்டு பெருமாள் சேவிக்க புறப்பட்ட பெரியாழ்வார் மாதிரின்னா சிரிக்கறதுன்னு... ஆமா... அப்படி சிரிச்சிண்டு நிக்கும்...' சொல்லும் போது அம்மா கண் சிரிக்கும்.

'அப்பாக்கு ரொம்ப கஷ்டம்னா ராஜாமணி மாமாவாத்து துளசி மாடம் முன்னாடிதான் சேவிச்சுண்டு வருவா... உண்மையிலேயே துளசி சேவிக்க போறேளா, மாமி போடற காபிக்கு போறேளா... ஆத்தில இல்லாம அப்படி என்ன அந்த துளசி உசத்தின்னு கேட்டு நான் பழியா விளையாட்டுக்குச் சண்டை போடுவேன்.... போடி கம்மனாட்டி... அது செடியில்லைடி... பெருமாள்டின்னு கத்துவா... என்ன மனக் கஷ்டம் வந்தாலும் பதினொரு நாள் குளிச்சு தண்ணி விட்டா போறுமே, கஷ்டம் போறதோ இல்லையோ மனசில சில்லுனு ஒரு தெளிவு வந்துடுமே...'

உண்மைதான். அவனும் ராஜாமணி வீட்டுத் துளசிபோல வேறெங்கும் பார்த்ததில்லை. அந்த அழகு, கம்பீரம், புனிதம் எல்லாம் மனப்பிரமைதான் என்றாலும் அது அதுதான். அம்மாவிற்கு இந்தத் துளசியும் அப்படி வரவேண்டும் என்கிற ஆசை. ஆனால் அவளே சொல்லிக்கொள்வாள்.

'இந்த இக்கிணியூண்டு பால்கனில என்ன வளரும். அதுக்கே தெரியும்... ஒரு ஸ்கொயர் ஃபூட்ல எத்தனை வளரணும்னு... அது மட்டும் இருந்தா போதாது... கூட எதுக்கு யாரையோ பாத்து சொறிஞ்சுண்டு என்னென்னெல்லாமோ வாங்கி வச்சிருக்க... இதுகள் வெறுமனே வளர்றதே தவிர கொஞ்சமாவது மணம் வருதா பாரு... எல்லா இந்த ஊர்க்காரா மாதிரிதான்...'

ஒன்பது அடிக்கு ஒண்ணரை அடி பால்கனி. ஆகவே எனக்கான மூன்று பூச்செடி. அம்மாவிற்கான துளசி. மாநகரத்தில் அவர்களுக்கான தோட்டங்கள் இல்லத்திற்குள்ளேயே. பால்கனியின் பாதியிடத்தை ஏ.சி.யின் இயந்திரமும், மற்ற சில பொருட்களும் அடைத்துக்கொள்ள பாவம் செடிகளும் இருக்கிற இடத்தில் தங்களது ஜீவனத்தைக் கழிக்க

வேண்டியிருக்கிறது. அம்மா சொன்னதுபோல துளசி மட்டும் வாங்கியிருக்கலாம்தான்.

துளசி ரொம்ப தெளிந்த ஞானிபோல வளர்கிறது. மற்ற பூச்செடிகள் குழைந்து, வளைந்து, பால்கனியின் கம்பிகளில் ஒட்டியும், முட்டியும் வளர்கின்றன.

மற்ற பூக்கள் மீது ஏதோ ஆசை. ஏதோ ஆசை என்ன? குறிப்பாய் கீதா கதம் துளசி வளர்ப்பதில்லை. அவளிடம் பேச வேலையிருக்காது.

கீதாவிடமே அம்மா ஏன் துளசி வளர்க்கவில்லை என்று தமிழிலும் சைகையிலும் கேட்டபோது கீதா கதத்தின் முகத்தில் ஒரு இறுக்கம் வந்தது. ஆனால் எந்த பதிலும் சொல்லாமல் விட்டுவிட்டாள் (ஆத்துல இல்லைனா என்னடா... அவ ஆத்துக்காரனை தண்ணி விட சொல்லலாமே?) அவனும், கீதாவும் அம்மாவிற்கான பதிலைத் தவிர்த்துவிட்டனர்.

அடுத்த வார பால்கனி பேச்சில் கீதா கதம் சொன்னாள், இன்னும் அவள் அப்பா திருமணத்திற்குப் பின் அவளை துளசிக்குத் தண்ணீர் விட அநுமதிப்பதில்லை என்று சொல்லி நீண்ட மௌனத்திற்குள் உட்புகுந்தாள். பின், தான் துளசி வளர்க்கிறேன் என்று தெரிந்தால் அவர் வருத்தப்படவும் கூடும் என்பதால் தான் அந்த முயற்சி எடுக்கவில்லை என்றாள். உறவுகள் எல்லாம் சரியான பின்பு துளசி வளர்க்கக் கூடும் என்றும் அப்பாவே வந்து அதைக் கொடுக்கக் கூடும் என்றும் சொல்லும்போது சிரித்துக்கொண்டாள். அதனாலோ என்னவோ துளசி பற்றிய எந்த ஆலோசனையையும் அவள் பேசுவதில்லை.

ஒரு நாள் அவ்வப்போது இறுகிய முகத்தோடு கீதா கதம் வீட்டிற்கு வந்து போகும் அப்பா, அந்த வீட்டு பால்கனியிலிருந்து நம் வீட்டு துளசிச் செடியையே பார்த்துக்கொண்டிருந்ததாக அம்மா சொன்னாள்.

'என்னடாது... எப்பப் பாத்தாலும் ஒரு ட்ராயரை போட்டுண்டு... கழுகு மாதிரி உக்காந்திருக்கு... சரியான பிரதிவந்தம்... துளசிக்கு தண்ணி விடும்போது இப்படியா வெறைச்சி பாப்பார்...'

மெல்ல மெல்ல அவனுக்கு அடுத்த தடவைக்கான மண் கிளறல்கள், கீழ் பாத்திரம் கழுவி விடுதல் போன்ற வேலைகள் பிடிபட்டுப் போயின. அவன் அலுவலகத்தைப் போலவே செடிகளிடமும் அவசரப்பட்டான். அவைகள் அவனின் க்வார்ட்டர் மற்றும் மாதாந்திர அழுத்தங்களை மதிப்பதாகவே தெரியவில்லை.

ஆனாலும் அது அதன் போக்கில் வளர்ந்து, பால்கனி பூத்துக் குலுங்கியது. அவன் செடிகளை விட இப்போது அம்மாவின் துளசி

வெகு சீக்கிரமாகவே வந்தது. அம்மா அதற்கு முழு கிரிடெட் எடுத்துக் கொண்டாள். ஜலம் மட்டுமில்லை, பக்தி என்று புருடா விட்டாள். வீட்டு சாமிகள் துளசியோடு வாசம் கொண்டன. வீட்டுத் துளசியை அம்மாவே தினமும் ஒன்றிரண்டு சாப்பிடுவாள்.

பூச்செடியின் வளர்ச்சி பால்கனி கிரிலில் முட்டி மோதி சிலசமயம் உடைக்க வேண்டியிருந்தது. தண்ணீர் அதிகமாக வேண்டியிருந்தது. அதிகமாகி கீழே விழுந்தால் நாயர் சொசைட்டியில் குற்றப்பத்திரிகை வாசித்து விடுவான்.

பால்கனியை இடித்து கொஞ்சம் பெரியது செய்து கொள்ளலாம் என்றாள் அம்மா. 'இந்த ஊர்ல காசுக்கு பிடிச்ச கேடு... எதையாவது இடிச்சு காத்துலன்னா இடம் பிடிக்கறது சவங்கள் (ஜனங்கள்). நீயும் கொஞ்சம் இடிச்சு போடு...'

காற்றில் இடம் எடுத்துக்கொண்டு கொஞ்சம் பால்கனி நீட்டிக் கொள்ளும் வழக்கம் பொதுதான். அதற்கே கிட்டதட்ட பெரிய பத்து பதினஞ்சு கிட்ட செலவாகலாம். பால்கனிச் சுவரை உடைத்து நீட்ட வேண்டும். ஹாலின் மார்பிளை மாற்றி அதுபோல நீட்ட வேண்டும், பெரிய ஃபிரஞ்சு விண்டோ போட வேண்டும். சின்னதாய் வெளி தளத்தைச் சரிப்படுத்தி, மார்பிள் போட்டு, வாகாய் சாய்த்து தண்ணீர் நேரே குழாய்க்குப் போகுமாறு ட்யூப் வைத்து செய்யலாம். எல்லாம் முடிந்து பெயிண்டிங் அடிக்க வேண்டும். ஹாலுக்கு மட்டும் அடித்தால் நன்றாயிருக்காது. இதோடு சேர்த்து கொஞ்சம் லைட்டிங்கையும் மாற்ற வேண்டும். ஆட்டோ விண்டோ போட்டால் இன்னும் நன்றாயிருக்கும். ப்ளாட்டில் எங்கு கை வைத்தாலும் பணம் பிய்த்துக்கொண்டு போகும்.

'ஃபூல் (பூ) வைக்கறதுக்கு இவ்வளவு செலவு தேவையா... லேட்டஸ்ட் மாடுலர் கிச்சன் மாத்தணம்னு எத்தன நாளா அழுதிண்டிருக்கேன்...' என்கிற குரல் எழ முழு வாய்ப்புண்டு.

ஆகவே அதைத் தள்ளிப் போட்டான். அம்மாவிற்கு பால்கனியில் இறங்க முடியாத வேளைகளில் வீட்டு மோசி (வேலைக்காரி) எல்லாச் செடிக்கும் தண்ணீர் விடவேண்டும். எல்லாம் வளர்ந்து கொண்டுதானிருந்தது.

காய்

எல்லாரும் வீட்டில் இல்லாத ஒரு சனி பின் இரவு சின்னதான வோட்காவோடு அவன் தனது வாழ்க்கையை நினைத்துப் பார்த்துக்

கொண்டு வெளியே சொல்ல முடியாத அழுத்தங்களை அசைபோட்டு அவற்றைத் தடவிக் கொடுத்துக் கொண்டிருக்கும்போது இயற்கைக் காற்று வேண்டி ரிமோட்டால் ஜன்னல் திறந்தான்.

அப்போது அந்தப் புதுச் செடி கர்ப்பிணி வயிறு சாய்வதுபோல வீட்டிற்குள் சாய்ந்து தனது முதல் பூவைக் காட்டியது.

அவைகள் அவனோட பேச ஆரம்பிக்க அது எப்போதும் சலிப்பையோ, ஒரு அடிமன பயத்தையோ கொடுக்கப் போவதில்லை என உணர்ந்தான். அவைகள் அவைகளாகவே இருந்து பேசின. பேச்சின் ஓட்டத்தில் ஒரு கள்ளத்தனமான காதல் அந்தச் செடிகள் மீது வந்தன. அவை கீதா போல பேசுவதில்லை. சலனப்படுத்துவதில்லை.

எனவே அவனும் எந்த எதிர்பார்ப்புமின்றி, காரணமின்றி இளகுதல் என்பதை உணர்ந்தான். அவனுக்குள்ளும் பூச்செடி. தன்னையே தான் பார்த்தல். அதைப் பார்த்துப் பார்த்து, பேசிப் பேசி ஏதோ உடைந்து, அந்த இராத்திரி முழுக்க அவன் அழுது கொண்டேயிருந்தான். அது அவனிடமிருந்த எத்தனையோ அடைப்புகளைக் கழுவி விட்டுச் சென்றதுபோல இருந்தது.

முதல் முறை பார்த்த பக்கத்து வீட்டு பால்கனியின் செடி தன்னைக் கீழே விழாமல் தடுத்தது. தாங்கியது. இப்போது உள்ளே வந்த செடி தன்னைக் கரைத்து மேலான எதுவோடவோ இணைக்கிறது. அதை உணர்ந்த ஜென் கணத்தில் ‘அவன்’ ரமணியானான்.

எல்லாம் நன்றாய் போய்க் கொண்டிருந்த கணத்தில் அது நடந்திருக்க வேண்டாம்தான். என்ன செய்வது?

கல்லடி

தவறு லலிதா மோசி மேல்தான். லலிதா மோசி எங்கள் வீட்டு வேலைகள் செய்யும் அலுவலர். வயது நாற்பதுக்கு மேலே. அவருக்கு ஹனுமான் சாலீசா ரொம்ப பிடிக்கும். அவரை அனுமான் என்றுதான் அவரது வீட்டுக்காரர் கூப்பிடுவாராம்.

லிஃப்ட் இருந்தாலும் படிகளில்தான் குதித்துக் குதித்து ஏறி வருதல். நாலடிக்குக் குறைவான உயரம் கொண்டு மஞ்சப்பையை இடது தோளில் போட்டுக்கொண்டு குதித்துவரும்போது சாட்சாத் அனுமான் சேலை கட்டி வருவது போலவே இருக்கும். மற்றும் வாயில் தூங்கும் நேரம் கூட குதப்பிக் கொண்டேயிருக்கும் டம்பாக்கு புகையிலை.

எப்போதுமே புகையிலை ஒதுங்கியிருக்கும் கன்னங்கள் வீங்கி அனுமானின் ஒப்பனைக்கு இன்னும் அழகு சேர்க்கும்...

அன்று லலிதா மோசி கொஞ்சம் அதிகமாய் சாலீசா சொல்லி யிருக்கலாம். ஒரு நாள் ஃபேன் துடைக்கிறேன் பேர்வழி என்று அதை அழுத்தி, இழுத்துத் துடைக்க இரண்டு நாளில் ஃபேன் வழுக்கி விழுந்து கொஞ்சமாய் எங்கள் தலையைப் பதம் பார்த்தது. வாழ்க்கை நிரந்தரமற்றது என்கிற தத்துவத்தை அது எங்களுக்குச் சொல்லிக் கொடுத்தது. மற்றும் ஒழுங்காக எல் ஐ சி பாலிசிகளுக்கு நேரம் தவறாமல் பணம் நிரப்பவும் எனது மனைவிக்குக் கற்றுக் கொடுத்தது.

இப்படியான அனுமனின் அநுக்கிரகம் அதிகமான ஒரு சுபயோக சுப தினத்தில் பால்கனியைக் கழுவ நிறைய தண்ணீரை அடித்து அடித்து கழுவியிருக்கிறார். அடித்த தண்ணீர் எல்லாம் கீழ் ப்ளாட்டு நாயர் வீட்டிற்குள் புகுந்திருக்கின்றன. பொதுவாக ஒரு சில துளிகள் தெறித்தாலே முகத்தை ஐயங்காரின் யோக உடலைப்போல முறுக்கும் நாயர் ஃபேமிலிக்கு அது பிரளயம்போல. சொல்லாமல் புகுந்தது தீவிரவாதி கஸ்மல் போல.

ஜன்னல் சாத்தாததால் திரைச்சீலையின் சகலபாகங்களும் நனைய, நாயர் மனைவி, மருமகள் சகிதம் - எத்தனை தடவை சொன்னாலும் இந்த மண்டைகளுக்கு ஏறாது என்று முடிவுகட்டி, பொறுத்தது போதும் பொங்கியெழ வேண்டும் என முடிவெடுத்து என் வீட்டில் புகுந்து சண்டையை ஆரம்பித்திருக்கிறார்கள்.

நான் இல்லாத வேளை. எனது மனைவியும் சாரி சாரி என்று விளித்து திகைத்து நிற்க, அம்மாவும் நாயர் மனைவியும் தமிழ், மலையாள மொழிகளில் புகுந்து விளையாடியிருக்கிறார்கள். முக்கியமான அதன் சாராம்சம் கீழே:

‘ஒரு நாள் தண்ணி தெரியாம விழுந்ததுக்கு குதிப்பாளா?’

‘எவ்வளவு தரம் சொல்லியாச்சு... மேனர்ஸ் வேண்டாமா... காது செவிடா...’

‘எல்லா ஞாயித்துக்கிழமையும் கறி நாத்தம் குடலை பிடுங்கறது. என்னிக்காவது வந்து இந்த இழவை பண்ணாதீங்கோன்னு சொல்லியிருக்கேனா...’

‘எலும்பை தூக்கி உள்ள போட்டா உங்களுக்கு எப்படி இருக்கும்...’

'செத்த சொசைட்டிக்கு போறதுக்கு நான் என்ன கிறுக்கா... போலிஸுக்கு போறதுக்கு ரொம்ப நேரம் ஆகாது... நாளைக்கு முன்ன பின்ன பாத்துக்கணும்ல.'

வாய் வார்த்தை தடித்து, ஒரு வழியாய் பக்கத்து வீட்டுக்காரர்களால் நீர் ஊற்றி அணைக்கப்பட்டிருக்கிறது.

சண்டையின் முடிவில் பக்கத்து வீட்டிலிருந்து ஒரு யோசனை வந்திருக்கிறது. செடிகளுக்கு நேரே நீர் ஊற்றாமல் பால் கவரிலோ அல்லது ஏதோ ப்ளாஸ்டிக் பேக்கிலோ நீர் ஊற்றி சின்னதாய் ஊசி போட்டு செடியிலே போட்டுவிடுவது. அதுவே மெல்ல மெல்ல சொட்டு சொட்டாய் வழிந்து செடி ஈரமாகிவிடும். நீரும் கீழே விழாது. நாயர் மருமகள் திரைச்சீலை நனையாது. நாயர் மனைவி கதகளி ஆடமாட்டாள். நாயர் மருமகளுக்காய் கண்ணீர் சிந்த வேண்டாம்.

ஆனால், அம்மா, மனைவி இரண்டு பேருமே இதை மறுத்து விட்டார்கள்.

'ஏண்டா... மனுசாளுக்கு சலைன் ஏத்தற மாதிரி என்னடாது... நம்பளே சாத்தை அள்ளி அள்ளி போட்டுண்டிருக்கோம்... துளசிக்கெல்லாம் நான் அப்படி விடமாட்டேன். போ...'

'ஐயோ. ப்ளாஸ்டிக் பாட்டில்ல செடிகளுக்கு தண்ணீர் வேண்டாம்... தாமன் குழந்தையாய் இருந்தப்போ பாட்டில்ல பால் பிடிச்சு வெச்சுட்டு போனது ஞாபகம் வருது... அதுவே எனக்கு கில்டி கான்சியஸ்ஸை இன்னும் கொடுக்கறது... முடியலன்னா செடிய சொசைட்டி கார்டன்ல வெச்சுட்டு வாங்கோ...'

எந்த முடிவும் எடுக்கப்படாமல் முடிவு அடுத்த ஞாயிறு கூட்டத் தொடருக்காக ஒத்திப்போடப்பட்டது. அந்த வாரம் முழுக்க எல்லார் மனதிலும் நாயரின் சண்டையும், செடிகளின் நீரும்தான் தளும்பிக் கொண்டிருந்தன.

அடுத்த வாரம் எல்லாரும் ஒரு முடிவுக்கு வந்திருந்தோம். என்ன ஆனாலும் செடிகள் அப்படிதான் இருக்கும். முடிந்தவரை நீர் அதிகமாய் விழாமல் பார்த்துக் கொள்வோம். அம்மாவிற்கு துளசி முக்கியம். எனக்கு என் செடிகள் முக்கியம். அவைகள் என்னுடன் வளர்கின்றன. என்னுள் வளர்கின்றன. என்னுள் நானும் வளர்கிறேன்.

என் மனைவிக்கு நாயர் மனைவி அம்மாவைப் பேசிய முறை பிடிக்காது போக அவளைப் போட்டுத் தீட்ட முடிவெடுத்தாள். ஒரு முடிவுக்கு வந்தோம். அது எல்லாரையும் சந்தோஷமடைய வைத்தது.

சொல்லப்போனால் கீதா கதம்தான் இந்த முடிவை அடைய எங்களுக்குக் கொஞ்சம் உதவினாள். அந்தச் சண்டை முடிந்து அவள் வந்து எங்களுக்காய் பேசியது எங்களுக்கிடையேயான ஒரு இறுக்கத்தைத் தளர்த்தியது.

கடந்த நான்கு வருடங்களில் லிஃப்டிலும், பொது வெளியிலும், பொது விழாக்களிலும் ஹலோ சொல்லிக் கொண்டதுபோக, இப்போதுதான் அந்த நாயர் சண்டை எங்களது வீட்டை அவளோடு இறுக்கமாக்கியது. அவளை நாயர் மனைவி எங்களைத் திட்டியதை விட செடிகளை குறிப்பாய் துளசிச் செடியை, தனது தேள் கொடுக்கு நாக்கால் நாயர் மனைவி வசை பாடியதுதான் ரொம்பவே அசைத்திருந்தது.

முடிவு: எல்லாரும் சேர்ந்து, 'நாயரே, நீ என்ன முடியுமோ செஞ்சுக்கோ. எங்க போணுமோ போயிக்கோ... இது இப்படிதான் இருக்கும்... நாங்க இப்படிதான் இருப்போம்.'

நாயர் சொன்னபடி வருகிற ஞாயிறு அவன் வீட்டுக்குப் போய் நிதானமாய் அவனுக்கு என் முடிவைச் சொல்லிவிட முடிவெடுத் திருந்தேன்.

எல்லாம் நன்றாய் போய்க் கொண்டிருந்த கணத்தில் அது நடந்திருக்க வேண்டாம்தான். என்ன செய்வது?

கனி

எல்லாம் முடிந்த ஒரு ஞாயிறு நாளில் எனது மனைவியின் கைகளைப் பிடித்துக்கொண்டு கீதா கதம் குமுறிக்கொண்டிருந்தாள். தொடர்ந்த இடைவெளியில் அழுது கொண்டேயிருந்தாள். கொஞ்சம் அழுவது பின்பு நிலைமை உணர்ந்து வார்த்தைகளால் அழுகையை முழுங்குவது, மறுபடியும் ஏதோ வார்த்தைகள் அவளது அப்பாவைத் தொடப்போக மறுபடியும் அழுகை என தொடர் வண்டியாய் இருந்தது.

அவள் எனது அம்மாவுக்கும் மனைவிக்கும் நடுவில் சோபாவில் உட்கார்ந்து கொண்டிருந்தாள். அம்மாவுக்கு மொழி புரியாவிட்டாலும் அவளின் சோகம் புரிந்துகொள்ள முடிந்தது. அம்மாவின் கண்கள் வெட்கமின்றி கண்ணீர் வடித்தது. அது கீதாவிற்கும் நம்பிக்கை கொடுத்திருக்க வேண்டும். அழுகை, கண்ணீர் மற்றவருக்கும் அழலாம் என்கிற நம்பிக்கையைக் கொடுக்கிறது.

எனது மனைவி கீதாவின் கைகளைப் பிடித்தவாறே அவளது வீட்டின் பாரபட்சத்தைக் கண்டமேனிக்கு ஆங்கில வார்த்தைகள் நிரப்பி

திட்டிக்கொண்டிருந்தாள். கீதாவிற்கு அது ஆறுதலாய் இருந்திருக்க வேண்டும். ஏழு வருடங்களில் பக்கத்து வீட்டுக்காரர்கள் கண்ணீர் சிந்தி பேசிக்கொண்டிருந்தது அப்போதுதான். கீதாவின் கணவனின் முகம் பிரமை பிடித்துப்போயிருந்தது.

'கொஞ்ச நாள் புனேயில் எனது கிராமத்தில் இவளை இருக்கவைத்து விட்டு வரலாம் என நினைக்கிறேன். அவளது அப்பா ஒரு நல்ல மனிதர்... என்ன கொஞ்சம் அந்தக் கால மனிதர்... நாங்கள்தான் அவரது மனதை புண்படுத்திவிட்டோம்...' எனக்கு நெகிழ்ச்சியாய் இருந்தது.

கீதா கதம் அப்பா - விகாஸ் ஃபடுகே செத்துப் போனதற்கு அவளுக்கு லேட்டாகவே சொல்லி விட்டார்களாம். பதிவுபோல கல்யாணமாகி தங்களது குடும்பப் பெயர் மாற்றிக்கொண்ட தனது மருமகளையும், மகன்களையும் மட்டுமே எல்லா சம்பிரதாயங்களையும் செய்யச் சொல்லியிருக்கிறாள் அவள் அம்மா.

அன்று மாலை அவர்கள் கிளம்பும்போது எனது மனைவி மூலம் கீதா கதத்தை அம்மா கூப்பிட்டு விட்டாள். தமிழிலே சொன்னாள்.

'இந்தாடியம்மா. இந்த துளசி செடிய எடுத்துண்டு போ...'

எங்களுக்கு ஆச்சரியமாயிருந்தது. கீதா கதம் ஆடிவிட்டாள்.

'அம்மா... வீட்டுச் செடிய கொடுக்கலாமோ...' அவளுக்குப் புரியக்கூடாதென ரமணி மனைவி தமிழில் கேட்டாள்.

'அதெல்லாம் ஒண்ணுமில்ல... வீடாவது... காடாவது... பாவம்... இதுதான் அது மனசில இருந்து அரிச்சிண்டிருக்கு...'

அம்மா கையைப் பிடித்துக்கொண்டு கீதாவும், அம்மாவும் எதுவுமே பேசாமல்... இரண்டு பேரும் கொஞ்சம் அழுதுகொண்டார்கள்.

•

பர்த் டே

ஒரு மாதத்திற்கு முன்பே தாமன் வரப்போகிற சுபதினத்தை ஞாபகப்படுத்திக் கொண்டிருந்தான்.

அவன் அதை மறக்காமல் இருக்க எல்லா பிரயத்தனங்களும் செய்தான். அதில் ஒன்று:

அந்த அடுக்ககத்தில் அவனது ஒவ்வொரு நண்பனுக்கான பிறந்த நாள் முடிந்ததும் அவன் வீட்டின் சபையைக் கூட்டுவான். அன்றைய நிகழ்வு பற்றிய அவனது ஆச்சரியம், அதிசயம், ஏமாற்றம், விவரிப்பு, விளக்கம், பிரசாரம், அதிலிருந்து பெற்றது, கற்றது என்று அவன் லயிப்போடு பேசுகிற பாணியை வீட்டில் எல்லாரும் மெல்லிய சிரிப்போடு எதிர்பார்த்திருந்தோம் என்பதே உண்மை.

சபை முடிவில் அன்றைய நிகழ்வில் அவனுக்குப் பிடித்த சில விஷயங்களை, தனது பிறந்த நாளுக்கான குறிப்பேட்டில் சேர்ப்பான். சில சமயம் அப்படியே, சில சமயம் சில திருத்தங்களோடு. இப்படியாக புதுப்புது ஐடியாக்கள் அந்தக் குறிப்பேட்டில் சேர்ந்த வண்ணமிருந்தன. அந்தப் பெருநாளுக்கான பிம்பத்தை, வரை படத்தை அவன் வியந்த விழிகளோடும், துள்ளும் மனதோடும் குடும்பத்தாருக்கு கடை பரப்பிக் கொண்டிருந்தான்.

முதலில் கடுப்பாயிருந்தாலும், அவனது ஆச்சரியம் நிறைந்த பேச்சால் குடும்பமே கொஞ்சம் கொஞ்சமாய் அவனுக்கு செவி சாய்க்க ஆரம்பித்தது. பாட்டி வெகு கவனமாய் அதைக் காதில் விழுங்கி ஏற்றுக் கொண்டாள், விமர்சித்தாள். தாமனின் அம்மா அரைகுறையாய்க் கேட்டுக்கொண்டாள். அப்பா ரமணி தனது வழமையான

விமர்சனத்தோடு அதைத் தேவையான அளவு மட்டுமே வாங்கிக் கொண்டார்.

மற்றவர் பற்றி கவலையின்றி அவன் சதப்பிரஞ்ஞனாயிருந்தான். அவன் விவரிப்பு, வியாஞ்ஞானம், ஞாபகப்படுத்தல் மூலம் அவனது கனவை மற்றவர்களின் இதயத்தில் ஏற்றிக்கொண்டே இருந்தான். தன்னோடு கனவில் மற்றவர்களையும் பங்கு பெறச் செய்ததில் அவன் ஓரளவு வெற்றி பெற்றான் என்றே சொல்ல வேண்டும்.

தாமனின் சபை விவாதத்தில் சில முக்கிய நிகழ்வுகள்:

தேஜஸின் பிறந்த நாள் விருந்தில் எல்லாருக்கும் ரிட்டர்ன் கிஃப்ட் பேக்கோடு சேர்த்து பாரதமாதா படம் கொடுக்கப்பட்டிருந்தது. அவனது தாத்தா மிகுந்த தேசபக்தி கொண்டவர். தனது 84 வயதிலும் தினமும் காலையில் காக்கி ட்ரவுசர் போட்டுக்கொண்டு அடுக்ககத்தின் நடு புல் மைதானத்தில் சின்னதாய் ஸாகா (Saka) உடற்பயிற்சி செய்துவிட்டு, பாரதமாதாவிற்கு நின்றபடியே கழுத்தை வளைத்து நமஸ்கரித்து, அருகம்புல்லை மாட்டிற்குக் கொடுத்துவிட்டு தனது காலை உணவு உண்ணும் பழக்கம் கொண்டவர்.

புரியாதபோதும் அந்தச் சின்னக் குழந்தைகள் கையில் பாரத மாதா படம் கொடுத்து மராத்தியில் ஒரு ஐந்து நிமிடம் பேசினாராம். ஹிந்தியில் பேசமுடியும் என்றாலும் மராத்தியில் மட்டுமே பேசக்கூடியவர். மற்றவர்கள் மராத்தி தெரியாது என்று சொன்னால் மட்டுமே ஹிந்திக்குத் தாவுவார். (எப்போதும் தாத்தா உளறுவார் என்பான் பேரன்; 'என்ன செய்ய, தாங்க முடியலை, சாரி' அலுத்துக் கொள்வாள் அவர் மருமகள்.)

தாத்தா கொடுத்த பாரதமாதாவை வைத்து தாமன் குழுவால் விளையாடமுடியாது. அதில் பாரதமாதா கையில் ஆயுதங்கள் வைத்திருந்தார். எல்லைகளற்று அகன்றிருந்தார். சிங்கத்தின் மேல் கம்பீரமாய் உட்கார்ந்திருந்தார். அவன் பள்ளிக்கூடங்களில் கலரிட்டு வரையப்படும் எல்லைக் கோடுகளில் எங்கேயும் அப்படி ஒரு உருவத்தை அவர்கள் பார்த்ததே இல்லை.

ஸ்பைடர் மேனோ, ப்ளாக் மேனோ படமாயிருந்திருந்தால் அதை வைத்து விளையாடலாம். அதன் மீது அதற்கான சரியான கலர் வரையலாம். பாரதமாதாவை வைத்து என்ன செய்ய? ஆகவே தாமன் பாரதமாதா கடவுளாயிருக்கும் என்று ஊகித்துக்கொண்டு சாமிப் படத்தின் பின்னால் வைத்துவிட்டான்.

மானஸ்வியின் பிறந்த நாள் அவள் அழுது அடம் பிடித்ததால் வீட்டில் வைக்காமல் ஒரு ஹோட்டலில் வைக்கப்பட்டது. அவளின் பத்தாவது பிறந்தநாள் என்பதாலும் இதற்கு மேல் இவ்வளவு பெரிய பிறந்த நாள் வீட்டில் கொண்டாடப்படப் போவதில்லை என்பதாலும், இனிவரும் பிறந்த நாட்கள் தனது நண்பர்களுக்கான பிரத்யேகமானவை என்பதாலும் இந்தப் பிறந்த நாள் மிக 'கிராண்டாக' அமைய வேண்டும் என்கிற பிடிவாதத்தாலுமே இப்படிச் செய்ய வேண்டியிருக்கிறது என்று அவள் அப்பா கேத்தன் மேத்தா அலுத்துக்கொண்டார்.

செலவுப் பட்டியல் இல்லாமல் கேத்தனுக்குப் பேசத் தெரியாது என்பதால் எல்லாரிடமும் எவ்வளவு செலவானது என்பதை அலுக்காமல் சொல்லிக்கொண்டே போனார். (கித்னா கரீச்சகே சாப்... 'எல்லாம் என்ன விலை விக்குது?')

கேத்தான் பங்குச் சந்தை தரகர். எல்லா பொருட்களின் விலைப் பட்டியலும் அவருக்கு மனனம். இந்திரனுக்கு இருந்த ஆயிரம் சாபக் கண்கள்போல உடம்பெல்லாம் விலைப்பட்டியல் தொங்கும்போல. என்ன, எதையுமே உயர்த்திச் சொல்லுபவர் என்பதால் அவர் சொல்கிற வார்த்தையைக் கொஞ்சம் கழிவு செய்ய வேண்டியிருக்கும்.

கிஃப்ட் பேக்கில் ஏதாவது பில் வைத்து அனுப்பியிருக்கிறாரோ என்கிற பயத்தில் எல்லாரும் தங்களது பையை ஒருதரம் பயத்தோடு செக் செய்துகொண்டனர்.

ராகேஷ் வீட்டில் நடந்த கர்பா (குஜராத்தி நடனம்), சோகன் சேட்டர்ஜி வீட்டு ரஸகுல்லா, தாகூர் சங்கீத், மித்ராவின் வீட்டில் அனாதைக் குழந்தைகளை அழைத்து அவர்களையும் விருந்தில் கலந்துகொள்ள வைத்தது, சர்மா வீட்டில் டீவி தொடர் நடிகை வந்திருந்தது (அவர்கள் குடும்பத்துச் சொந்தம்), ஆதித்யா வீட்டு புட்டுக் குழம்பு, சங்கீத்தின் வீட்டு கேட்பரீஸ் பெரிய கிஃப்ட் பாக்கெட் (அவனது அத்தை கேட்பரீஸில் வேலை), ராவ் வீட்டில் பிறந்தநாள்போது எல்லாரும் சேர்ந்து சொல்லும் கீதை ஸ்லோகங்கள் (அடுத்த முறையிலிருந்து தனது மகனை அனுப்பமாட்டேன் என்றாள் சார்லஸின் அம்மா - ஒரு ஆசார பிரட்டஸ்டன்ட்), சார்மிளாவின் வீட்டு புரோட்டா, சூரஜ் ஐயர் வீட்டு மைசூர் பாக்கு பொட்டலம், தன்வீஸ் வீட்டில் கொடுக்கப்பட்ட பெட் டைம் ஸ்டோரி புத்தகம், ஜான்வி வீட்டில் நடந்த கேண்டில் லைட் நடனம் என மேலும்... மேலும்... மேலும்...

இதுபோல அந்த வருடத்தில் வந்த ஒவ்வொரு பிறந்த நாளின்போதும் ஒவ்வொருவரும் செய்த புதுமைகள், புதுமைகளாகக் காட்ட முனைந்த சிறுமைகள் என எல்லாம் அன்றைய இரவு சபையில் தாமனால்

விவரிக்கப்படும். அதற்கு செவி சாய்ப்பது குடும்பத்தினரின் கடமை. அவன் விழிகள் விரிய ஒவ்வொன்றையும் சொல்லுவான். அதோடு அதனைப் பற்றிய தனது அடிக்குறிப்பையும் சேர்த்துக் கொள்வான்.

அதிலிருந்து சிறுகச் சிறுக தனது பிறந்த நாளுக்கான ஒரு தயாரிப்பு வரைபடத்தை அவன் மெல்ல மெல்ல மெருகேற்றியிருந்தான். அதை அவன் விளையாட்டாக அல்ல, கொஞ்சம் சீரியஸாகவே செய்கிறான் என்பதை அவனிடம் புதிதாய்த் தொத்திக்கொண்ட ஒரு வழக்கம் நிரூபித்தது.

தனது ஒரு நோட்டுப் புத்தகத்தில் கடைசிப் பக்கத்தில் தனது பிறந்த நாளுக்கான குறிப்புகளை, செயல் திட்டங்களை எழுத ஆரம்பித்திருந் தான். அழைக்கவேண்டிய நண்பர்களின் பெயர்கள், அம்மா, அப்பா விற்கு ஒதுக்கப்பட்ட வேலைகள் என ஒரு முழு செயல் திட்டமே இருந்தது. அந்தக் கிறுக்கல் புத்தகத்தை அவனது எந்தப் பாடப் புத்தகத்தை விடவும் பக்தி சிரத்தையாய் பாதுகாத்து வந்தான்.

அதன் குறிப்புகள் ரமணியின் நிறுவன ஆண்டுக் கூட்டத்திற்கான தயாரிப்பிற்கு ஒத்ததாய் இருந்தது. ஆனால் அதில் திட்டங்கள் மாறிக்கொண்டே இருந்தன. ஒவ்வொரு நண்பனின் பிறந்த நாளுக்குப் பிறகும் அவனது திட்டங்கள் மாறுவது குறித்து அவனுக்கும், பாட்டிக்குமான சண்டை பிரசித்தமானது.

‘ஸ்லோகம் சொல்லச் சொன்னா, கை வணங்க மாட்டேங்கறது... இதுக்கு மட்டும் மணிக்கணக்கா உக்கார முடியறதோ? பர்த்டேக்கு எத்தனை நாள் இருக்கு? இப்பவே உக்காந்து தலைய உடைச்சிக்கணுமா...’

‘ஸ்லோகத்திற்கு ஏன் பாட்டி கை வணங்கணும்? வாய்தான் வணங்கணும்... ஏதாவது உளராதே...’

‘ஆமா, நாந்தான் உளர்றேன்... நீ ஒழுங்கா பேசேன்...’

‘பாட்டி... வெறும் சிக்ஸ் மன்த் தான் இருக்கு... எவ்வளவு வேலையிருக்கு... உனக்கென்ன தெரியும்...’

‘போடா... சும்மா உளறிண்டு... பர்த்டே பைத்தியம் பிடிச்சு அலையற... ஒரு நா கூத்துக்கு இந்த பாட்டமா...’

‘உனக்கு தெரியாது பாட்டி... ஜான்வி தான் எனக்கு சொல்லிக் கொடுத்தா... எப்படி பிரிப்பேர் பண்றதுன்னு...’

‘என்ன இழவோ... ரொம்பதான் பைத்தியம் பிடிச்சு அலையறதுகள்... பிறந்த நான்னா, ஒரு பாயசம் வைச்சு, ஒரு கேக் வெட்டி

கொண்டாடுவா... இப்படியாடா... இந்த ஊர்ல எல்லாமே கோசம் தான்... காசு கொழுப்புடா... எல்லாம் தலை, கால் தெரியாமன்னா ஆடறதுகள்... ஹூம்...' ரமணியிடம் அவன் அம்மா அலுத்துக் கொள்வாள்.

பேச்சில்தான் அலுப்பு. ஒரு பிறந்த நாள் முடிந்து வரும் பேரனிடம் பாட்டிதான் முதலில் கேட்பாள்.

'என்னடா... இன்னிக்கு என்னடா சாப்பாடு போட்டா?'

பழைய சண்டைகளை மறந்து தாமன் ஆரம்பிப்பான்.

'புதுசா பாவ் பாஜி போட்டா பாட்டி... அப்புறமால்ல... ஒரு சாக்லேட் கொடுத்தா...'

'ஆமா... ஒரு பீத்த சாக்லெட்டு... உங்கம்மாதானே ஒவ்வொரு வாரமும்... அந்த பவ்வு பாஜியா... பண்ணி போட்டுண்டே இருக்காளேடா...' தனது அதிருப்தியின் மூலமே சம்பாஷனையைத் தொடருவது அம்மாவின் வழக்கம். சாப்பாடு பற்றி குற்றப் பத்திரிகையில் அம்மாவின் தேர்ச்சி பிரசித்தம். வயிறு நீண்டு வாயானதோ என்று குழம்புமளவுக்கு.

'இதுக்காதான் போனியாக்கும்... வேற என்னடா கொடுத்தா?'

பேசியபடியே ரிட்டர்ன் கிஃப்டைப் பிரித்துப் பார்ப்பாள்.

'ரித்திஸோடதாடா... எம்புட்டு பணக்காரா... மூணு காரு வெச்சிண்டிருக்கான்... வெறும் நாறக் கலர் பென்சிலை கொடுத்திருக்கு பாரு... ஈசுவட்டி கஞ்சம்னா இது...'

'ஒரு சமோசா வெச்சு கொடுத்திருக்கா பாரு ஜான்வி அம்மா... என்ன சமத்துடீ... இது என்ன குழந்தைக்கு காணுமா? போன தடவை வந்தப்போ அந்தப் பொண்ணே நாலு வடை முழுங்கித்து... என்ன கணக்கு போடறதுகளோ...'

'புரோக்கர் மாமா என்னதான் பேசினாலும்... ஒவ்வொரு தடவையும் டைமையா ஐடியா பண்ணி கொடுக்கறா பாரேன்... போன வருசத்து முந்தின வருசம் ரப்பர் பாத் டாப்பு, போன வருசம் டைம் வைச்ச பேனா, இந்த வருசம் சின்ன வெயிட் போர்டுன்னு புதுசு புதுசான்னா கொடுக்கறான்... சைனா மாலா இருக்கும்போல... என்னயிருந்தா என்ன... கொடுக்கறானே...'

'என்னடா... சித்தேசு அம்மாவா... அவளுக்கு என்ன சமைக்கத் தெரியும்... எல்லாத்துக்கும் வெளியேருந்து ஒரு டப்பாவை வாங்கி

கொடுத்திருவள். இங்கதான் எல்லாம் டப்பால இருக்கே. ஒரு வடாபாவ்வு, ஒரு ஸ்வீட்டு, ஒரு டோக்ளான்னு… எல்லா வருசமும் இப்படித்தான்… எல்லாத்தையும் டப்பால கொடுத்தாதானே அவளும் பாவம் எல்லாரோட சேர்ந்து ஆடமுடியும்… என்ன கருமம்டா அது… பங்காராவா… இந்த உடம்பு வெச்சிண்டு எப்படித்தான் ஆடறாளோ…'

'மித்ராவோட அம்மாதானே… பேச்சுதான் பெத்த பேச்சு… மதர் தெரஸா மாதிரி பேசுவள்… பாரு… பீஸா துண்டுல பாதி போட்டிருக்கா… என்ன மூலைக்கு காணும்? மூதிகளுக்கு மூலை எங்க போச்சோ? முடியலைன்னா என்னத்துக்கு காமிக்கணும்? பாவம்… குழந்தைகள் பிடிச்சிருக்குன்னா… கூட கேக்காதோ…?'

'தேஜஸ் தாத்தா கிழம் இந்த வருசம் என்னடா பேத்தித்து?'

பின் தொடரும் வார்த்தைகள். விவாதங்கள். சபை குறிப்புகள். ரமணி அம்மாவுக்கும், தாமனுக்குமான அந்த உரையாடல், விவாதம் முடிவில் தாமன் அதிலிருந்து சில யோசனைகளை, குறிப்புகளை தனது பிறந்த நாள் தயாரிப்பு குறிப்பேட்டில் குறித்து/கிறுக்கிக் கொள்வான்.

அவர்களது விவாதம் பெரும்பாலும் சண்டையிலும் அஸ்வத் அழுகையிலும் முடிவடைந்தாலும், அந்தக் குறிப்பேடு அப்டேட் செய்யும் வேலை தடைபடவேயில்லை.

•

பிறந்த பெருநாள் விழாவிற்கு ஒரு மாதத்துக்கு முன் அவனும் பாட்டியும் சேர்ந்து தயாரித்த குறிப்பு ஒரு முடிவுக்கு வந்து அது ஒரு ஞாயிறின் சாயங்கால வேளையில் ரமணியின் நல்ல மூடு தெரிந்து அவன் பார்வைக்குக் கொண்டுவரப்பட்டது.

ரமணிக்கு குறிப்பைப் பார்த்து கிட்டதட்ட மயக்கம் வந்தது. குழந்தை முன் எதுவும் சொல்ல வேண்டாமென்று 'சரி அப்புறம் பேசிக்கலாம்' என்றபடி தனது மடிக் கணினியில் தஞ்சம் புகுந்தான். தாமன் தூங்கியபின் ரமணி தன் அம்மாவிடமும், மனைவியிடமும் சண்டை போட்டான்.

'என்னம்மா… அவந்தான் ஏதாவது சொல்றான்னா… நீயும் அவனோட சேர்ந்து… பிறந்த நாளைக்கு போயா இவ்வளவு செலவு செய்வா… ஒரு லிமிட் வேண்டாமா?'

ரமணியால் கொடுக்க முடியாது என்பதல்ல… இப்படிச் செலவழித்து பணத்தின் அருமை தனது தவப் புதல்வனுக்குத் தெரியாமல் போய்விடுமோ என்கிற மத்திமர் தந்தையின் பயத்தால் எச்சில்

பட்டிருந்தான். அந்த பயம் அவனை எங்கெங்கோ இழுத்துச் சென்றிருந்தது. செலவு, கட்டுப்பாடு என்கிற இரு எல்லைகளுக்குள் அவ்வப்போது ஆடிக்கொண்டிருக்கும் பெண்டுலமாய் அவன் அசைந்து கொண்டிருந்தான்.

ரமணியின் அம்மாதான் முழுமையாய் தெளிவாயிருந்தாள்.

'சும்மாயிருடா... பணத்தை சேத்து வெச்சு... வெச்சு... என்ன பண்ணப் போறேள்? அது பிரதிவந்தமா... நினைச்சு நினைச்சு எழுதிண்டுருக்கு...'

திருப்பி படித்துப் பார்த்தேன். குறைந்தது எழுபது நபர்கள், குழந்தைகள் பெரியவர்கள் சேர்த்து. பார்ட்டி, நேரம் போட்டிருந்தான். நண்பர்களின் பெற்றோர்களின் அலைபேசி எண்கள். அது நீளும் என்பதற்காக கொஞ்சம் இடம் விட்டு அடுத்த பக்கம் எழுதப்பட்டிருந்தது.

இருப்பிடம்

எல்லாரது வசதி பொறுத்து புதன் கிழமைக்கு பதிலாக வெள்ளி இரவு அந்த பார்ட்டி மாற்றப்பட்டிருந்தது. முக்கியமாக எழுபது பேர் வீடு தாங்காது என்பதால் பார்ட்டி வீட்டில் இல்லை. பக்கத்து ஹோட்டலின் சின்ன பார்ட்டி அறையில். மானஸ்விக்குப் பிறந்த நாள் நடந்த அதே ஹாலில். (அடுத்த சில பக்கங்களில் அந்த ஹோட்டல் எண், அதன் நான்கு மணி நேர வாடகை, அதன் அலங்கரிப்பிற்கான கூடுதல் விலை, அதோடு இந்த மாதிரி விழாக்களை நடத்தும் ஈவென்ட் மேனேஜரின் எண், மற்றும் அதற்கான விலை - எல்லாம் எழுதியிருந்தது. விலை குறிப்புகள் அங்கங்கே சிதறியிருந்தன. இது மனைவியின் கைங்கர்யம். எதையும் ஒரு சேர சொல்ல மாட்டாள். சின்னச் சின்னதாய் சொல்லி மொத்த விலையை மறக்க வைக்கும் ரகசியம். எல்லா விலையும் சொன்னது போலவும் இருக்கும், மொத்த விலை சொல்லாதது போலவும் இருக்கும்.)

பரிசு

அதற்கு அடுத்த பக்கம் தாமன் கிறுக்கியிருந்தான். அது ரிடர்ன் கிஃப்ட் பக்கம். அதாவது விருந்திற்கு வந்து பரிசு கொடுப்பவர்களுக்குத் திரும்பக் கொடுக்க வேண்டிய பரிசு. இதில்தான் விருந்து நடத்துபவரின் கௌரவம், புத்தியூக்கம், புதுமை எல்லாம் அடங்கியிருக்கிறது. இதுவே அடுத்த ஒரு வாரம் பேசு பொருளாக அவர்களது வித்வ ஞான சபையில் இடம் பெறும். இதை வைத்து கொஞ்சம் மரியாதை, சில சலுகைகள் பெறுவதற்கான வாய்ப்பு

உண்டு. எல்லா பொருட்களும் அலசப்பட்டு இதுவரை யாரும் கொடுக்காத ஒரு பரிசு தேர்வாகியிருந்தது.

ரிட்டர்ன் கிஃப்ட் பே ப்ளேடு - குறைந்தது 35. லைட்னிங் எல் ரேகோ (வெயிட்- ராயூகா -11), ஸ்டார்ம் பெகசிஸ் (புளூ, ஜிங்கா அஹானே - 14), ராக் எரிஸ் (டார்க் பிரௌன், ஓஸ் - 7), ஃப்ளேம் லிபரா (எல்லோ, யூ - 3).

மிக நெருக்கமான ஐந்து நண்பர்களுக்கு டிரான்ஸ்ஃபார்மர் (அக்டோமஸ் பைரம், பம்பிள் பீ). சிலருக்கு கிரிக்கெட் வீரர்களின் சீட்டுபோல அவர்களின் தரவரிசை கொண்ட கார்டுகளும் உண்டு.

இதில் விருந்துக்கு வரமுடியாத ஆனால் நெருங்கிய பள்ளி நண்பர்களும் இடம் பெற்றிருந்தார்கள்.

பெண் குழந்தைகளுக்கு பிங்க் நிற கைக்குட்டை, ஸ்கார்ஃப் - எந்த உடை மீதும் அப்படியே பின் வைத்து குத்திக் கொள்வதற்கு ஏற்ப மாடர்ன் பின், சின்னதான லிப்ஸ்டிக் செட். என் மனைவியின் யோசனையாயிருக்கும். இந்த சாக்கில் மேலும் சில பல அழகு உபகரணங்கள் அலங்கார மேசையை அலங்கோலப்படுத்தலாம்.

உணவு

வடக்கத்திய மற்றும் தெற்கத்திய உணவுப் பதார்த்தம், மற்றும் எல்லாரும் சுவைக்கும், ரசிக்கும் பொதுவான ஐட்டங்கள், ஐஸ்க்ரீம், சேவ் பூரி, பானி பூரி ஐட்டங்கள், அமுல் பீஸா.

வடக்கத்திய ஐட்டத்தில் - சப்பாத்தி, பூரி, ஸீரிகண்ட, டால், இரு சப்ஜிகள். தெற்கத்திய ஐட்டத்தில் சுடச் சுட தோசை, மசால் தனிக் கிண்ணத்தில். தேவையெனில் தோசையோடு சேர்த்துப் போட்டு கொடுக்கப்படும். கிட்டதட்ட மூணு வகை தோசை. வடை, சாம்பார், சட்னி தனி.

ஜெயின்காரர்களுக்கு வெங்காயம் இல்லாமல் எல்லா ஐட்டத்திலும் கொஞ்சம் தயார் செய்து தனியாக வைக்கப்படும்.

(இது கண்டிப்பாய் அம்மாவின் கைங்கர்யமாகத்தானிருக்க வேண்டும். ஒவ்வொருவருக்கும் என்ன பிடிக்கும், எந்தக் குழந்தை எதற்கு 'பேயா' பறக்கும் என்று அவளுக்கு அத்துப்படி. இந்த உணவுப் பட்டியல் கிட்டதட்ட எல்லா குழந்தைகளின் ரசனையையும் உள்ளடக்கி யிருந்தது. அவைகளே ஒரு ஹோட்டலில் தங்களுக்குப் பிடித்ததை ஆர்டர் செய்யும் வகையில் அது அமைந்திருந்தது.)

அடுத்த சில நாட்களில் ரமணி கோபத்தில் கொஞ்சம் கத்தி, உண்ணாவிரதம் இருப்பதாய் தாமனுக்கு பூச்சாண்டி காட்டிய செய்கைகள் அனைத்தும் நிழலுக்கு இறைத்த நீர். தாமனும், பாட்டியும், மனைவியும் எதற்கும் அஞ்சாத முழு பலம் கொண்ட அரசாங்கம்போல நடந்து கொண்டார்கள்.

அம்மாதான் பாவம் பிள்ளையே என்று தூதுக்கு வந்தாள்.

'அதெல்லாம் சரிம்மா... இதோட செலவு என்னன்னு தெரியுமா? எதுக்கும் ஒரு லிமிட் வேணாமாம்மா... என்னம்மா ஒரு பூணூல் செலவுக்கு இழுத்து விடச் சொல்றியேமா... ஆஃப்டரால் ஒருநா ஈவென்டும்மா...'

'எனக்கும் உனக்கும் பூணூல் பெரிசுடா... இதுகளுக்கெல்லாம் இதாண்டா பெரிசு... நூலை மாட்டிண்டு ஸ்டாண்டில் தொங்க விடறதுக்கா அவ்வளவு செலவு பண்ணப் போறாள். அது பாட்டுக்கு அது இது பாட்டுக்கு இது... அவளோட சந்தோஷம்தாண்டா பிரம்மம்... போ...'

தான் செலவு செய்ய மாட்டேன் என்று அடம் பிடித்து டூர் போனதற் கப்புறமும் அவர்கள் சொன்னபடியே பார்ட்டி செய்திருந்தார்கள். ரமணி அன்றைய தினத்தில் மிக தாமதமாக அலுவலக வேலையிலிருந்து வந்து கலந்துகொண்டான், விருப்பமேயின்றி.

அம்மா தன்னிடம் சேமித்து வைத்திருந்த பணத்தை எடுத்து செலவழிக்கச் சொன்னதாக மனைவி சொன்னாள். தான் கொடுக் கிறேன் என்று சொன்னபோதும் வேண்டாமென்று தீர்மானமாய் மறுத்து விட்டதாகவும் இந்த முறை நானே முழுக்க செய்கிறேன் என்று சொன்னதாகவும் சொன்னாள்.

அன்று ரமணியைத் தவிர எல்லாரும் மும்முரமாயிருந்தார்கள். மொழி தெரியாவிட்டாலும் அம்மாவிற்கு குழந்தையின் வயிறு தெரிந்தது. எல்லாம் நல்லபடியாக முடிந்து வீட்டிற்கு வந்து அதே குற்றப் பரணி பாடிக்கொண்டிருந்தாள்.

'என்னமா திங்கறதுகள்டா... இது வயிறா... வண்ணாந் தாழியா... அதுதான்... பெருத்து அலையறதுகள்...'

ரமணி தன் பங்கு இல்லாமல் நிகழ்ந்த அந்த நிகழ்வால் இன்னும் கனமாய்தான் உணர்ந்தான். திடமாயிருந்த அந்த கனம், அடுத்தநாள் வந்து தாமன் அதைச் சொன்னபின் திரவமாயிற்று.

●

‘பாப்பா… கல் து குச் புல்கயா…’ (நேற்று ஒன்று மறந்துவிட்டாய்.)

ரமணி எதுவும் சொல்லாததால், அவனே ஒரு முத்தம் கொடுத்து சொன்னான்.

‘ஒவ்வொரு பிறந்த நாளும் கேக்வாயோடு நீ கொடுக்கும் முத்தம்.’

ரமணிக்குக் கலங்கியது. யாருக்கும் தெரியாமல் அடக்கியும் அம்மா அதைக் கண்டுபிடித்துச் சொன்னாள்.

‘நீ உங்கப்பா மாதிரி… உலக ஞானத்தை உங்க தலையில தாங்கறா மாதிரி… இலகுவா… குழந்தை மாதிரி இருக்க பாருங்களேண்டா…’

•

அடுத்த பிறந்த நாளுக்குள் அம்மா போய்விட்டாள். ஏனோ அதற்குப் பிறகு தாமனும் பிறந்த நாள் கொண்டாடுவதில் எந்த விருப்பமும் காட்டவில்லை. அவனோடு சண்டையிட, விவாதிக்க யாருமில்லாதது ஒரு காரணமாயிருக்கலாம்.

இல்லையெனில் இதையெல்லாம் தாண்டி அவன் வேறு உலகத்திற்கு வளர்ந்திருக்கலாம்.

•

ஃபேஸ்புக்கில் ஃபோனில் சுற்றும் பெண்

இன்று அளவுக்கு அதிகமாய் கூட்டம் - பிளாட்ஃபாரத்திற்குள் வந்தபோதே தெரிந்துவிட்டது. அந்தேரி ரயிலைப் பிடித்தால் நல்லது என்று ஏறியது தப்பாய் போயிற்று. உட்கார இடமில்லை.

ப்ரீதி மேத்தாவுக்குக் கால் வலித்தது. முட்டுக் குடைச்சல்.

இலேசாய் எரிச்சல் உண்டாயிற்று. ரயில் நகர்ந்தால் அடிக்கும் காற்றில் ஆசுவாசம் கிடைக்கும். அதுவும் இல்லாமல் ஏதோ காரணத்திற்காய் வண்டி நின்று கொண்டேயிருந்தது.

'க்யா உவா... (என்ன ஆயிற்று...)' பக்கத்தில் நின்று கொண்டிருந்த பெண்ணிடம் கேட்டாள். அது தோள் குலுக்கி, உதடு பிதுக்கிற்று. தெரியாது என்பதை உணர்த்தியது.

இள வயது. காதில் வயர் சொருகி பாட்டு. ஸ்லீவ்லெஸ் வெள்ளை சட்டை. ப்ளூகலர் ஜீன்ஸ். அதன் நடுவில் ப்ளூ கலைந்து வெள்ளையாயிருந்தது. ஜீன்ஸில் நுனியில் மெல்லியதான கிழிந்து தொங்கல். தானாய்க் கிழிந்திருக்கலாம். அல்லது வேண்டுமென்றே கிழித்துவிட்டுக் கொண்டிருக்கலாம்.

ஸ்ட்ரெயிட்டனிங் செய்யப்பட்ட தலை. கறுப்பில்லாத மெல்லிய காவி கலர்போல. கொஞ்சம் முகத்திற்கு முன்னே தொங்கவிடப்பட்ட தலைக்கொத்து. பெரியதாய் காதில் பஞ்சாபி வளையம். அதிகப்படாத உதட்டுச் சாயம்.

ப்ரீதி மேத்தாவுக்குத் தனது பெண் ஸ்ருதியின் ஞாபகம் வந்தது. ஸ்ருதியும் அழகுதான்.

இந்தப் பெண்ணிற்கு சீரான கண் இமைகள். செதுக்காமலே இயற்கையாகவே அழகாய் வளைந்த புருவம்.

கவனம் முழுக்க அலைபேசியில். உலகம் தெரியாத கவனம். கேட்ட கேள்விக்கு முகம் பார்க்காமல் பதில். உலகத்தையே ஒரு உச்சில் உதாசீனப்படுத்தி... என்ன தலைமுறை இது...?

'காதில் இருக்கற வயரை எடுத்துவிட்டு தெரியாது என்று சொன்னால் கிழவியாகிவிடுவாளா?' என்று எரிச்சல் வந்தது.

தானாகவே சிரித்துக்கொண்டு, வெட்கித்துக் கொண்டு, கோபப்பட்டுக் கொண்டு வெவ்வேறான முக பாவனைகளோடு அவள் தனது அலைபேசியில் ஏதோ நோண்டிக்கொண்டு யாருடனோ சாட்டித்துக் கொண்டிருந்தாள்.

பளாரென்று அவளை அறைய வேண்டுமென்று தோன்றியது.

வண்டி கிளம்புவதற்கான ஒலி கேட்டது. பிளாட்ஃபாரத்திலிருந்து யாரோ இரு இளைஞர்கள் வேக வேகமாய் வந்து கையசைத்துக் கூப்பிட, சடக்கென்று காதில் இருந்த வயர்களை அறுத்துவிட்டு 'ஹாய்' என கத்தியவாறு ரயிலிலிருந்து குதித்தாள்.

ப்ரீதிக்கு என்னவோ செய்தது.

●

வண்டி கிளம்பி சர்ச் கேட் தாண்டி மரைன் ட்ரைவ் வந்தது. பரந்து விரிந்த கிரிக்கெட் மைதானம். கடந்த முப்பது வருடங்களுக்கு மேலாக அந்த மைதானத்தை ரயிலில் இருந்து பார்த்தாலும் அலுக்காத ஒன்று.

சேகர் சொல்லுவான் கங்கை, யானை, மழை, ரயில் எப்போதும் பார்க்க அலுக்காத அநுபவங்கள் என்று. தனக்கு யானை பிடிப்பதில்லை. அதிகம் பார்த்ததுமில்லை. ரயில் அலுக்காத ஒன்று. மும்பைக் காரர்களுக்கு பெரும்பாலும் அலுக்காத ஒன்று. சின்ன வயதிலிருந்து தனக்குள் பொதிந்த ரயில் அநுபவங்கள் ரயிலை விட கனமானவை என்று தெரியும்.

ரயிலில் நின்றுகொண்டே அந்த கிரிக்கெட் மைதானத்தைப் பார்ப்பது, அவ்வப்போது தெரியும் மரைன் ட்ரைவைப் பார்ப்பது தனக்கு எப்போதும் அலுக்காத ஒன்று. ஒவ்வொரு முறை கடக்கும்போதும் முதன் முறையாகப் பார்க்கும் அதே அநுபவம். அநுபூதி.

கொஞ்ச நேரத்தில் மைதானம் மறைந்து கட்டடங்கள் தலைகாட்ட ஆரம்பித்தன. பரந்திருந்த மனது வலை இழுக்கப்பட்டதுபோல சுருங்க, சிந்தனை வலையில் ஒவ்வொரு எண்ணமாய் ஊற ஆரம்பித்தன கவலை சிலந்திகள்.

இந்தக் காலத்துப் பெண்களே, காதில் பாட்டும், கையில் மொபைலுமாய்... அவர்களுக்கான தனி உலகத்தில்... ச்சை... பூனமும் இப்படிதான்.

அலுவலகத்தில் சித்ராவின் பெண் கதை ஆறு மாதங்களுக்கு முன் அரசல் புரசலாய் விவாதிக்கப்பட்டது. அதிக அலட்டல் கொண்ட மதராசி. ஏதேதோ பரிட்சைகள் எழுதி எழுதி பாஸாகி கிரேட் ஒன் ஆஃபிஸராகிவிட்டாள். கொஞ்சம் மண்டைக் கனம் கொண்டவள். காதில் தொங்கும் தோடை விட அவள் ஆட்டம் அதிகம்தான்.

ஆனாலும் அவள் பெண்ணுக்கு அப்படியான நிகழ்வு நடந்ததாய் கேள்விப்பட்டபோது மனது திடுக்கிடதான் செய்தது.

சாக்கடைகள். பூதாகரமான பாந்திரா சாக்கடை மூக்கிற்குள் நுழைந்தது.

•

‘என்னமாய் விலை ஏறிக்கிடக்கிறது’ நினைத்தபடி கதவைத் திறந்தாள். டைனிங் டேபிளில் காய்கறியை வைத்துவிட்டு சோபாவில் சாய்ந்துகொண்டாள். ஓரிரு நிமிடங்களுக்குப் பிறகு கொஞ்சம் தண்ணீர் குடித்துவிட்டு ஃபேன் போட்டுக்கொண்டு மறுபடியும் அதிகமாய் சாய்ந்துகொண்டாள்.

‘வெளிய போயிட்டு வந்துட்டு உடனே தண்ணி குடிக்காதே... கொஞ்சம் நேரம் கழிச்சு குடி... அதுவரைக்கும் ஃபேன்ல படு...’ சேகர் சொல்லிச் சொல்லி பழக்கப்பட்டது.

தனது தனிமை கவ்வும் நேரங்களில் சேகரின் ஃபோட்டோவோடு பேசுவது இப்போதெல்லாம் பழக்கமாகிவிட்டது. அழுகை எப்போதும் இருந்ததில்லை. அதற்கு பதிலாக அவனோடு நிறைய சண்டை போட ஆரம்பித்துவிட்டோமோ என்ற கவலை வந்தது.

தனது மகளை இறுக்கிக்கொண்டு தன்னிலிருந்து கொஞ்சம் தள்ளி நின்றபடி சேகர். இல்லை அப்படித் தோன்றுகிறதா?

எவ்வளவு செல்லம் கொடுத்து, கெடுத்து வைத்திருக்கிறாயேடா பாவி என்று திட்டினால், கன்னத்தில் குழிவிழ அமுக்கமாய்ச் சிரிப்பான்.

ஸ்ருதிக்கும் தெரியும், யாரிடம் என்ன வாங்குவது, எப்படி வாங்குவது என்று.

வெளியே போக, ஊர் சுற்ற, திங்க எல்லாவற்றிற்கும் அப்பா. அப்பா. அப்பா.

'இந்த வயசில எதுக்கு எக்ஸ்கர்ஸன்... நாம போன ஊருதான... வேண்டாம்...' அம்மா சொல்லிவிட, சேகரை எப்படியோ தாஜா பண்ணி பெர்மிஷன் வாங்கிவிட்டாள். பெர்மிஷன் கொடுப்பதற்கு அவன் தன்னிடம் வழிந்த வழிதல்களில் கடுப்பாகி ப்ரீதி கேட்டாள்.

'ஹோய். வாட் நான்சென்ஸ்... நம்ம டேட்டிங் பண்ணப்ப கூட நீ எங்கிட்ட இவ்வளவு குழைவா இருந்ததில்லைடா சேகர்...'

'இட்ஸ் ஃபார் மை நியூ லவ்... மேரா நயா பியாரே...'

பியாரே என்கிற அவனின் தமிழ் கலந்த இந்தி உச்சரிப்புக்கு அவள் விழுந்து விழுந்து சிரித்தாள். மகளும் சேர்ந்து கொண்டாள். க ஹ, ப் ஃப என்பன எங்கெல்லாம் வருமோ அங்கெல்லாம் சேகர் வழுக்கி வழுக்கி விழுவான். மனைவியும், மகளும் செய்யும் மாபெரும் கலாட்டா அதுதான் என்று அவனுக்குத் தெரியும்.

மதராஸிகள் இருந்த பகுதியிலே வளர்ந்ததால், சேகரின் ஹிந்தியைப் புரிந்துகொள்ள, சகித்துக்கொள்ள முடிந்தது.

அவன் ஹிந்தியை விட தமிழ் நன்றாகப் பேச முடியும் என்பதை உணர்ந்த அவனின் சுற்றம் ப்ரீதியைக் கையில் தாங்கி காதலித்தது.

என்ன குறை, நல்ல கணவன், நட்பாய் மாமியாரகம், கொஞ்ச தூரத்திலே தாய் வீடு, காதல், சிரிக்கச் சிரிக்க கல்யாணம், குழந்தை யில்லாது இளமை கொப்பளிக்க ஊர் சுற்றல், சுற்றோ சுற்றென்று சுற்றல், நான்கு வருடங்களுக்குப் பிறகு அழகான குழந்தை.

அதை அவன் விழுந்து விழுந்து காதலித்தான். அவன் எதைத்தான் காதலிக்கவில்லை. தன்னை, தன் சுற்றத்தை, தன் குழந்தையை...

சண்டாளா, இறப்பையுமா காதலிப்பாய்?

மெல்லியதாய் கண்ணீர் தாடையில் குவிந்து தொங்கியது. துடைக்கத் தோன்றாமல் அப்படியே கண்ணயர்ந்தாள். அதுவாய் காய்ந்துவிடும்.

●

ஃபோன் ஒலி எழுப்பியது. கடிகாரம் அவள் ஒரு மணி நேரம் தூங்கியதைச் சொன்னது. ஒரு கனவு, ஒரு எண்ணம் இல்லாத தூக்கம். இப்படியான தூக்கங்கள் இப்போதெல்லாம் கிடைப்பதேயில்லை.

ஃபோனை எடுக்க, அமைதியாய் அடுத்த முனை... சில தினங்களாய் தொடரும் மௌன அழைப்புகள்.

'ஹலோ... ஹலோ...' தனது குரலின் உச்ச ஸ்தாயியில் கத்தினாள். தெரியும் பதில் எதுவும் வராதென்று.

'பாஸ்டர்ட்...' என்று சொல்லியபடியே வைத்தாள்.

மறுபடியும் சோபாவில் புதைந்துகொண்டாள். சில தினங்களாய் தொடரும் பயங்கள். மௌனமாய் அழைப்புகள்.

தனது வயதிலும் வந்ததுதான். அம்மா அத்தகைய ஃபோன் கால்கள் வந்தால் அன்று முழுவதும் காட்சு கோயில் மாதாவாக மாறிப் போவாள்.

எங்கிருந்து கால் வருகிறது என்று தெரியாத நாட்கள். அப்பா அம்மாவை சாந்தப்படுத்துவார். தனக்கும் அந்த பயம் மெல்ல எழுகிறதா என்ன?

நோ... நோ... எனது ஸ்ருதி அப்படியில்லை... அவளிடம் நான் எதுவும் மறைப்பதில்லை. அவளும் என்னிடம் மறைப்பதில்லை. அவள் நண்பர்கள் எல்லாருமே எனக்கு நண்பர்கள் மாதிரி...

பின்னும் மெல்லமாய் ஏன் சந்தேகப் போர்வை கொண்டு பயம் என் மூலையில் உட்கார்ந்து கொண்டிருக்கிறது.

ஆஃபிஸில் சித்ராவின் கதையைக் கேட்ட எல்லாருக்கும், வயதிற்கு வந்த பெண் வைத்திருந்த எல்லாருக்கும் அந்த பயம் இருக்கதான் செய்யும்.

•

சித்ரா சில தினங்களாய் வராதபோது ஏதோ லீவில் ஊருக்கோ, டெபுடேசனில் வேற அலுவலகத்திற்கோ போயிருக்கலாம் என்றுதான் நினைத்துக் கொண்டிருந்தார்கள்.

பின் சில தினங்களாய் போலிஸ் வருகையும், பின் வந்த செய்தித்தாள் நிகழ்வும் எல்லாரையும் பயமுறுத்ததான் செய்தது.

அவளின் மகள் இணைய தளத்தில் யாரோடோ சாட் செய்து நண்பனாக்கிக்கொண்டு அவளை ப்ளாக் மெயில் செய்து,

அவளிடமிருந்து பணம் பிடுங்கி அவளையும் உபயோகித்திருக்கின்றனர்.

தன்னால் இதற்கு மேல் இவர்களைத் தனியாக சமாளிக்க முடியாதென்ற நிலையில் அவள் தன் தாய்க்குச் சொல்லியிருக்கிறாள். சித்ராவும் யாருக்கும் தெரியாமல் அந்தப் பையனைக் கூப்பிட்டு மிரட்டி இதோடு விஷயத்தை முடித்துக் கொள் என்று சொல்வதற்குப் பிரயத்தனப்படும்போது அது அவளையும் கபளீகரம் செய்திருக்கிறது.

தனது கணவனுக்குக் கூட தெரியாமல் தன்னளவிலே முயற்சி செய்த முட்டாள்தனம். பின் எங்கள் அலுவலகத்தின் டெபுடி கமிஷனருக்குத் தெரிந்து, அவர் தனது நண்பர்கள் வட்டாரம் மூலம் போலீஸின் உதவியால் அந்த நெட்வொர்க்கை நோண்டியபோது ஏராளமாய் புற்றீசல்கள் வந்தன.

இந்தியாவின் பெரிய தொழிலதிபர்களின் இளம் வாரிசுகள் ஒரு அனுபவத்திற்காகச் செய்தவை என்று அறிய வந்தது.

வழக்கம்போல மீடியா கொஞ்சம் கத்திற்று. காவல் துறை இணையத்தின் மீதான தனது பார்வையை ஆழப்படுத்தியது.

கொஞ்ச நாளில் சித்ரா பதிவு நிலைக்கு வந்தாள்.

வயதுக்கு வந்த பையன், பெண்கள் இணைய தளங்களை உபயோகிக்கும்போது அவர்களை எப்படிக் கண்காணிப்பது என்று காவல் துறை எல்லா அலுவலகங்களிலும் வகுப்பு எடுத்தது.

ப்ரீதியும் தனது பெண் முகநூலில் இன்னொரு பெயர் கொண்ட அடையாளத்தோடு அவளைக் கண்காணிக்கிறாள்.

அப்போதிலிருந்து விழுந்த பயம்... அப்படியே உட்கார்ந்து கொண்டேயிருக்கிறது.

சேகர் இருந்தால் கொஞ்சம் நன்றாயிருந்திருக்கும். குழந்தையைப் பற்றி ஏதாவது பயப்பட்டாலே அவன் திட்டுவான். இரவில் ஆல் வில் பி ஃபைன் என்று கட்டி அணைப்பான்.

தூங்கும் மகளுக்கு நெற்றியிலும், தனக்கு உதட்டிலும் முத்தம் கொடுப்பான். அவனை பளாரென்று அடிப்பாள் அப்போது. மெல்லியதாய் அணைத்துக் கொள்வான். பயம் போய்விடும். அவனில்லை. வரமாட்டான்.

●

மறுபடியும் ஒலி. இப்போது வீட்டின் அழைப்பு மணி. எழுந்து திறந்தாள். முகத்தைத் துடைத்துக்கொண்டாள்.

ஸ்ருதி...

திறப்பதற்குள் க்யூக் க்யூக் என்று கத்தியது. வேகமாய்ப் புகுந்து கையில் இருக்கும் கிடாரையும், புத்தகப்பையையும் சோபாவில் தூக்கிப் போட்டது.

காதில் ஐஃபோனையும், சாட் செய்ய மொபைலையும் எடுத்துக்கொண்டு கழிப்பறைக்குள் புகுந்தது.

இன்னும் அரை மணி நேரமாகும். அப்பா மாதிரி.

சேகர் கழிப்பறைக்குள் உட்கார்ந்து புத்தகம் படிப்பான். கழிப்பறைக்குள் கிடைக்கிற இடத்தில் புத்தகம் இருக்கும். இரண்டு மூன்று புத்தகங்கள் இருக்கும். விட்ட இடத்திலிருந்து படிப்பானாயிருக்கும்.

ச்சீ... நான்சென்ஸ்... டாய்லெட்ல படிக்கிறதா... மதராஸீ புத்தி... புத்தி ரத்தி நதி என்று ப்ரீதி கத்தக் கத்த அவனுக்கு சுகமாயிருந்திருக்க வேண்டும்.

அவனைப்போலவே பெண்ணும். படிப்பதற்கு பதிலாக பேசுவதற்கு, சாட்டுவதற்கு. ச்சீ... என்னதான் அழகாயிருந்தாலும், டாய்லெட்டில் படிப்பதா... வ்வே...

அசதியாயிருந்தது. யாராவது இருந்து ஒரு சாய் கொடுத்திருந்தால் நன்றாயிருந்திருக்கும். தானும், தனது பெண்ணும் இருக்கும் தனி வீடு. வெளியே போய் விட்டு வந்தவுடன் ஒரு சின்னதாய் சாய் கையில் வந்தால். கனமாய் உணர்கிற மனம். அதை பிரதிபலித்த உடல்.

எல்லாரும் அம்மா, மாமியார், தம்பி, மச்சினன்கள் எல்லாரும் கூப்பிடும் தூரம்தான். ஆனாலும் தனிமை கவ்வும் வீட்டில் ஒரு சாய் கையில் கிடைத்தால் நன்றாயிருக்கும். எந்த வேலைக்காரியும் சரிப்படவில்லை. வெறும் சாய் மட்டுமா... அடிக்கடி பதற்றமும், பயத்தின் வீரியமும் விரியும் மன ஓட்டம்.

அலுப்போடு சமையலறையில் புகுந்தாள். கை இயந்திரமாய் உழைத்தது. சூடான டீயில் எண்ண அலை அறுத்தாள். தனக்கு உபதேசிக்கப்பட்ட மந்திரங்களைச் சொல்லிக்கொண்டாள். ஏதாவது பேசினால் தேவலை போலயிருந்தது.

ஸ்ருதியின் உலகம் மொபைல், ஃபேஷன் டீவி, இன்டர்நெட்டாலானதாய் இருந்தது.

இன்று ஏதாவது பேசவேண்டும். நிறைய பேச மூடிய மனதில் கொட்டிக்கிடக்கிறது.

•

'ஸ்ருதி... சாய் வெச்சுருக்கேன்... டேபிள்ல...'

'நோம்மா... காபி டேல இன்னிக்கு பார்ட்டி, அங்கயே குடிச்சுட்டேன்...'

'ஓவன்ல வைக்கவாம்மா. அப்புறம் குடிக்கிறியா...'

பதிலில்லை. வைத்தாலும் குடிக்க மாட்டாள். கொட்டி விடுவாள்.

எந்தச் சலனமுமில்லாமல், டீவி பார்த்துக்கொண்டே இருக்கிறாள். ஏதோ ஒரு லைவ் ஷோ. சூப்பர் பாடகனை பத்திலிருந்து ஒன்றாக்கும் ஒரு நிகழ்வு.

டீவி பார்க்க, தன் நண்பிகளோடு அதைப் பத்தி சாட் செய்ய என்று சிரிப்பும், அரட்டையுமாய் இருக்கிற வயசு.

இப்போதுதான் அவர்களை விட்டு வீட்டிற்கு வந்து ஒரு ஐந்து நிமிடமாகியிருக்காது. அதற்குள் மறுபடியும் அழைப்பு. பேச்சு. சிலுங்கலான சண்டைகள். யார் ஜெயிப்பான் என்று கணிப்புகள். அவர்களுக்குள்ளே குழு அமைத்துக்கொண்டு சண்டை போடுதல்.

இவளிடம் பேச வேண்டும். மௌனமாய் வந்த அழைப்பைப் பற்றி. பின் தனக்குள் பொத்தியிருக்கும் அதைப் பற்றி.

'ஸ்ருதி...' சத்தமாய் குரல் எழுப்பினாள்.

வெறுப்பு அப்பிய முகத்தோடு 'வாட் மா...'

தனக்குள் சொல்லிக் கொண்டாள், அமைதி, அமைதி... ஹரே... கிருஷ்ணா... ஹரே கிருஷ்ணா...

'பேட்டா... உன்னோடு பேச வேண்டும்...'

'இப்போதெல்லாம் நிறைய ப்ளாங் ஃபோன் கால்கள் வருகின்றன...'

'காலர் ஐடி போடும்மா...'

'அது தெரியும்... ஃபிர்பி... (ஆனாலும்...)'

'அம்மா... எனக்கென்று தனியாக மொபைல் இருக்கிறது. யாராவது என்னோடு பேச வேண்டுமென்றாலும் இதில் பேசிவிட்டு போவார்கள்...'

‘அதுவும் தெரியும் ஸ்ருதி... ஆனால் உன் ஃபோன் ஸ்விட்ச் ஆஃப் செய்திருக்கும்போதோ உன்னால் எடுக்கப்படாதபோதோ ஃபோன் வருகிறது. ஃபோன் செய்பவர்கள் எனது குரல் கேட்டால் மட்டும் வைத்துவிடுகிறார்கள். இரண்டு மூன்று முறை நீ எடுத்திருக்கிறாய்... அப்போது பேச்சு தொடர்ந்திருக்கிறது...’

‘அம்மா. தி இஸ் டூ மச் அம்மா...’

பேசியபடியே தனது அலைபேசியை சோபாவில் தூக்கி எறிந்தாள்.

எப்போதும் மம்மி, டாடி என்று அழைப்பதில்லை. சேகர் சொல்லிச் சொல்லி அம்மா, அப்பா என்று அழைப்புதான். கோபம் வந்தாலும் சேகர் போலவே கையில் கிடைப்பதைத் தூக்கிப் போடுவது.

ப்ரீதி பேசவேயில்லை. தனக்குள் ஏதோ உடைந்து உடைந்து பொங்கி வந்து கொண்டிருக்கிறது. தான் சரியாக இந்தச் சூழலை சரியாகக் கையாளவில்லையோ? தனது பயம் தேவையற்றதோ? சேகர் இருந்திருந்தால் இந்தச் சூழலே வந்திருக்காது.

ஒரு ஒழுங்கான நாடகமாய் அமைந்திருக்கும். நல்ல-கெட்ட முகங்களாய் மாறி மாறி விளையாண்டிருக்கலாம்.

‘டூர் போகக் கூடாது...’ - ப்ரீதி.

‘பரவாயில்லை... இந்த முறை போய்விட்டு வந்துவிடட்டும்... அடுத்த வருடம் ஒன்பதாவது... அப்போதிலிருந்து... இல்லை... ஓகே கண்ணா...’ - சேகர்.

‘என்ன கூமுட்டை மார்க் இது... இதை எப்படி வெளியே சொல்லுவேன்?’ - சேகர்.

‘எதற்கு வெளியே சொல்லுகிறீர்கள் அப்பா... என்ன அவசியம்...’ - ஸ்ருதி.

‘ஓகே... ஓகே பேட்டா... விளையாட்டை குறைத்து... அடுத்த முறை ஏ+ வாங்கிவிடு... அப்பாவிற்கு உன் மேல் ரொம்ப நம்பிக்கை. [illegible]... கண்ணு... மதராஸிகளுக்கு மார்க் ரொம்ப முக்கியம்... படிப்பில் என்போல் இருக்காதே... அப்பாபோல இரு... ப்ளீஸ்... அப்பா உனக்காக என்னவெல்லாம் செய்கிறார் தெரியுமில்லையா... அவருக்கு பிடித்ததை நாம் செய்ய வேண்டாமா...’ - ப்ரீதி.

நல்ல-கெட்ட முகங்களாய் மாறி மாறி... விளையாட்டு நன்றாகதான் போய்க்கொண்டிருந்தது. தினசரி ரயிலில் குண்டு வைப்பான் என்று யாருக்குத் தெரியும்.

ப்ரீதிக்கு உள்ளே உடைந்து மெல்ல கேவலாய் அழுகை எழுந்தது. சேகரின் ஃபோட்டாவைப் பார்த்து மெல்லியதாய் அழத் தொடங்கினாள்.

கிணற்றில் கல் போட்டவுடன் பெருகும் வட்டம்போல அது பெரிதாகி சுவர் தொட்டது.

ஸ்ருதி, 'அம்மா... அம்மா... வாட் ஹேப்பன்...' என்று பக்கத்தில் போனாள். தொட்டு அணைக்க முயற்சித்தாள்.

வெடுக்கென்று தள்ளிவிட்டாள் ப்ரீதி.

'எனக்கு தெரியாதென்று நினைத்துக் கொண்டிருக்கிறாய்... பக்கத்து ப்ளாட் வீரனோடு உனது கேட் கிராஸும், கல்லூரியில் ஏதோ சொல்லிவிட்டு உங்கள் குழுவோடு நீ மகாபலேஸ்வர் போய் வந்ததும்... எனக்கு பயமாய் இருக்கிறது ஸ்ருதி... சேகர் கேட்டால் நான் என்ன பதில் சொல்லுவேன்...'

குலுங்கிக் குலுங்கி முகத்தை மூடி அழுதாள். குழந்தைபோல அவளை ஸ்ருதி கட்டிக்கொண்டாள். அவளுக்கும் அழுகை அழுகையாய் வந்தது.

சடக்கென்று எழுந்து தனது அறையில் போய்ப் படுத்துக்கொண்டாள் ப்ரீதி. கனவில் சேகரோடும் ஸ்ருதியோடும் தாங்கள் பேசி வைத்திருந்த ஐரோப்பிய சுற்றுலா போகிறார்கள். சேகர், என்ன ப்ரீதி இவளை நீ ஒழுங்கா பாத்துக்கலைபோல என்று கேட்டுவிடுவானோ என்று பயந்துகொண்டே இருக்கிறாள்.

மாறாக, அவன் ஈஃபிள் டவரின் மேலே நின்றுகொண்டு அவளைக் கட்டிப்பிடித்து, காதைக் கடித்து, பயப்படாதேடா ப்ரீதி... அவ நம்ம குழந்தை என்று தமிழில் சொல்லுகிறான்.

அவள் சேகரைக் கட்டிப்பிடித்துக்கொண்டு அழுகிறாள். ஸ்ருதி ஒரு பச்சை ஃப்ராக்கைப் போட்டுக்கொண்டு மியூசிக் ஷூவை மாட்டிக்கொண்டு குதித்து விளையாடிக்கொண்டிருக்கிறது.

•

தூக்கம் கலைந்து எழுந்து வந்தாள். சமையலறையில் ஸ்ருதி. ஆச்சரியமாய் இருந்தது.

பாவ் பாஜி பண்ணிக்கொண்டிருந்தாள். ப்ரீதிக்கு ரொம்ப பிடித்தது. சேகருக்கு அதிகமாய் பிடிக்காதென்பதால் அவளும் அதைச் செய்வதேயில்லை.

ஸ்ருதிக்கு அதைப் பிடிக்கும், பிடிக்காதென்பதில்லை. சேகரைக் கட்டாயப்படுத்தி உண்ண வைப்பாள். சண்டை போட்டு சாப்பிட வைப்பாள்.

'என்ன மண்ணு மாதிரி ஒரு ஐட்டம். எங்க ஊர்ல தார் போடறவன் ஊத்தற கூழ் மாதிரி இருக்கு... ஒரே ரெண்டுங்கெட்டான்...' என்று திட்டிக்கொண்டே தின்பான்.

குஜராத்திகளின் நாக்கு விவஸ்தை கெட்டது என்று திட்டியபடியே ஸ்ருதிக்குத் தெரியாமல் ப்ரீதியிடம் கண்ணடிப்பான்.

'அப்பா அம்மாவுக்காக சாப்பிடேன்... வாயை மூடிண்டு...' ஸ்ருதி பெரிய மனுஷத்தனம் பண்ணுவாள்.

சமையலறையின் ஃப்ளோரில் உட்கார்ந்தாள். பெண்ணைப் பார்த்தாள். அதே ஃப்ராக் போட்ட குழந்தைதான். முகத்தில் வியர்வை வடிய தனக்காக பாவ் பாஜி பண்ணுகிறது.

மனதில் சாந்தி வந்ததுபோல இருந்தது. மறுபடியும் ஹரே கிருஷ்ணா பதினொரு முறை சொல்லிக்கொண்டாள்.

ஸ்ருதி தட்டில் வெறும் பாஜி போட்டுக் கொடுத்தாள்.

'அம்மா சரியா வந்திருக்கா பாரு...'

நக்கிப் பார்த்தாள்.

'உப்பு கொஞ்சம் போடுமா. இன்னும் கொஞ்சம் கிண்டி இறக்கிடு...'

பெண் இவ்வளவு உப்பு போடவா என்று கேட்டது. தலையாட்டியவுடன் போட்டு கிண்ட ஆரம்பித்தது.

பாஜி நன்றாய் வந்துவிடும்.

•

மாமாவும் அல்வாவும்

மாமா பேசிக்கொண்டே வந்தார். திட்டிக்கொண்டே வந்தார் என்று சொல்வதே சரியான பொருள்தரும். வெய்யில் கொளுத்திக் கொண்டிருந்தது. மும்பையிலும் வெய்யில்தான். ஆனாலும் ஏனோ இத்தனை காத்திரமாய் இருப்பதாய் படவில்லை.

கையில் நாலுகிலோ திருநெவேலி அலுவா... இருட்டுக்கடை அல்வா... முடிந்தது ஒரு முக்கிய பணி. ஒரு கிலோ அல்வா ரொம்ப கிட்டத்து ரத்த சொந்தத்திற்கு, அரைக்கிலோ கொஞ்சம் தூரத்து சொந்தத்திற்கு, கால்கிலோ பாக்கெட் அலுவலக சொந்தங்களுக்கு, குறிப்பாய் மனைவி அலுவலக பிராண்டல்களுக்கு.

இன்னும் கொஞ்ச நாளுக்கு அவளின் அலுவலகத்தில் இதுதான் பிரசாதம் என்று சொல்லி கண்டமேனிக்கு இந்தியில் கதைவிட்டுக் கொண்டிருப்பாள்.

மாமா அந்தப் பெரிய பையில் ஒன்றை வாங்கிக்கொண்டார். மறுபடியும் திட்டலைத் தொடர்ந்தார்.

‘ஏலா... மனுசன் சாப்பிடுவானாடே இதை... சக்கரப்பீடே...’ நான் அமைதியாயிருந்தேன்.

‘அதிகமா திங்காதடே... உடம்பு புழு வச்சு போகும் சாக்கிரதை...’

‘நான் சொல்லேன் கேட்டுக்க... இந்த வயசில நாக்கடக்காம போன நாசமாத்தான் போகணும்... உன் நாக்கையும், உன் பெண்டாட்டி நாக்கையும்...’

‘சாப்பாடு மருந்தில்லடே... நம்ப மனுச அதெல்லாம் கெடுத்துப் பூட்டான்ல...’

‘தாயளி... இந்த இருட்டுக்கடையை பாம் போட்டு ஒருநாள் மூடணும்டே. எல்லா பயக்களும் இந்த இழவுல என்னதான் இருக்குன்னு விழுதாங்களோ...’

சுடலைமாடன் தெருவிலிருந்து நடந்தே ஜானகிராமன் ஹோட்டலுக்கு வந்திருந்தார். அங்கிருந்து அவரோடு இருட்டுக்கடை போய்விட்டு வரும் வழியில்தான் மேற்கண்ட அர்ச்சனைகள்.

‘சம்முவம் பிள்ளை, அதாம்டே மருமான் வந்திருக்காம்ல... அதான் டவுன் வரைக்கும்...’ மாமாவிற்கு ஏதாவது காரணம் வீட்டை விட்டு இறங்குவதற்கு.

முன்னெல்லாம் திருநெல்வேலி வந்தால் மாமாவீட்டில்தான் வாசம். இப்போது மனைவி மக்கள் அவர்களின் தேவைகள் பெருக, ஏதேதோ பொய் சொல்லி ஜானகி ஹோட்டலின் வாசம். கழிக்க, படுக்க மட்டும்தான் ஹோட்டலே ஒழிய மற்றவையெல்லாம் மாமா வீட்டில்தான். அங்கிருந்துதான் கோயில், குளம், குற்றாலம் எல்லாம்.

‘ஏலே. பெரியவனாயிட்டயோடே...’ ஹோட்டலில் தங்குவதற்கு மாமா கேட்க, ‘மாமா... பொண்டாட்டி நொள்ள தாங்க முடியாது பாத்துகிடுங்க...’ மெல்ல சொன்னபோது, உடனே புரிந்துகொண்டு, ‘அதுல என்னடே... ஒரு பிழையுமில்ல...’ சொன்னாலும் அவரின் வார்த்தையின் கனம், மாமியின் கண்ணில் சின்னதான வருத்தம் என்னை உறுத்திக்கொண்டேயிருந்தது. அப்புறமான சில வருடங்களில் அதுவும் பழகிற்று.

‘ஏ... என்னடே... கடை வைக்கப்போறியாடே...’ மாமா என் அல்வாபேக்கின் அளவைப் பார்த்து ஆச்சரியப்பட்டார்.

‘இல்ல மாமா. எல்லாம் சவத்துக்கும் கொடுத்துட்டு நாம... தட்ட நக்கவேண்டியதான்...’

‘அது சரிடா... இவ்வளவையும் ஒத்தன் தின்னா... நாசமா போயிடுவான். கேட்டியா... ஏலா... என்ன இது. வெறும் சக்கரைடே. மனுச உடம்புக்கு ஒரு அளவு வேணாமா...’

அப்படிச் சொல்கிற மாமாவை எனக்குத் தெரியும்... அவருக்கும் அல்வாவுக்குமான யுத்தம் குருக்ஷேத்திரத்தைவிட ஆழமான ஒன்று.

●

மாமா தனது 42 வயதில் ஏதோ பிரதி கழித்துக் கொள்ள நெல்லையப்பர் கோயிலுக்குப் போனபோது மயங்கி விழுந்தார். காந்திமதியில் காதலோ நெல்லையப்பரின் ஆசியோ அல்ல. கடவுள் மீதான அதீத பக்தியுமில்லை. கோமதி ஆச்சியின் பிலாக்கணம் சொல்லும் 'ஊர்க்கொள்ளியுமில்லை'. டாக்டர் சேஷன் ஐந்து ரூபாய் வாங்கிக்கொண்டு சொன்னபடி அது சுகர் பிரஷருக்கான அறிகுறிதான். மாமாவுக்கும் ஓரளவு தெரிந்துவிட்டது. தனது அப்பாபோல தனக்கும் வருமென எதிர்பார்த்திருந்தார். பின்ன பரம்பரைச் சொத்தல்லவா… ஆனால் நரைகூடி கிழப்பருவமெய்தியபின் தனக்குத் துணையாக வருமென நினைத்திருந்தார். அது அப்பாயின்ட்மெண்ட் இல்லாமல் வருமென்பதில் அவருக்கு வருத்தம்தான்.

டாக்டர் சொன்ன சோதனைகளுக்கெல்லாம் ஆட்படாமல் நிறைய நாள் தள்ளிப்போட்டுக்கொண்டே இருந்தார். இப்போதைய ஒரு எயிட்ஸ் நோயாளியின் மனநிலையில் அவர் இருந்தார் என்று ஒருவாறு என்னால் யூகித்துக்கொள்ள முடிகிறது.

•

அவர் தனது சர்க்கரைவியாதியோடு நடத்திய யுத்தங்களை அதாவது சர்க்கரை சரித்திரத்தை மூன்று பாகங்களாகப் பிரித்துக்கொள்வது டாக்டருக்கும் நமக்கும் ரொம்பவே வசதிப்படும்.

முதல்பாகம்

மாமா நோயை ஏற்றுக்கொள்ள மறுத்தல் மற்றும் அநேகரின் ஆலோசனைகள் நிறைந்த பகுதி. வீட்டுக்கு வந்த புதிய மனைவியை மற்றவர்கள் எதிர்கொள்வதும், அதீத கவனம் கொண்டாடுவதும், அதனால் கணவன் அடைகிற அடிமன எரிச்சலும், கொஞ்சமாய் சந்தோஷமும் கொள்கிற மனநிலையை மாமா பெற்றிருந்தார்.

'சோறு வேண்டாண்டே… சப்பாத்தி சாப்பிடு…'

'கோமதியம்மனுக்கு உறுப்பு செஞ்சு போடு… அவ பாத்துகிடுவா…'

'ஆர்யங்காவுல போயி… பாயிச அபிஷேகம் பண்ணிடுங்க… எல்லாம் சேமமாயிடும்…'

'அப்பா… தினம் திங்கிற அல்வாவைத்தான் கொஞ்சம் குறையேன்.'

'என் கண்ணுல காட்டாம, மறைச்சு வெச்சு திம்பீங்களே… அதுக்குதான் ஆண்டவன் கொடுத்திருக்கான்.'

'இதெல்லாம் நார்மல் வோய்… ஆல் பார்ட் ஆஃப் லைஃப்…'

நிறைய கவனிப்புகள். கற்றாருக்குச் சென்ற இடமெல்லாம் சிறப்போ இல்லையோ மாமாவின் சர்க்கரை வியாதிக்குச் சென்ற இடமெல்லாம் சிறப்பிருந்தது. மாமா, அதைப்பற்றி துக்கம் கேட்காதவர்களை வைதார்.

கொஞ்ச நாட்களுக்கு சர்க்கரை வியாதி புதுப்பெண்டாட்டி சீரும் சிறப்புமாக இருந்ததாகவே தெரிகிறது.

'என்ன மாப்பிள, டாக்டர் என்ன சொல்லுதாவ...' என்று மாமனார் வந்து ஒரு நாள் கேட்டபோதுதான் மாமாவின் கோபம் கடல் கடந்தது.

'ஆமா... நேத்துகூட படுத்து கிடக்கப்ப பாத்திகளா... தொடைக் கிடையில கிடக்கிற கிழங்க நக்க எறும்புக ஊந்து ஊந்து போயிட்டிருக்குன்னா பாத்துகிடுங்க... அத்தன சக்கரை சத்துல்ல...'

கேட்ட மாமனார் உண்மையில் கொஞ்சம் அரைக்கேனைதான். ஆனால் மாமிக்குப் புரிந்தது... அடுத்த இரண்டுநாள் கத்தி, அழுது ஆர்ப்பாட்டம் பண்ணியபடியே இருந்தார்.

'உம்மையும் மனிசனா மதிச்சு கேக்க வந்தா பாருவேய்... அவர செருப்பால சமுட்டணும்... ஒரு பெரிய மனுசான்னு மட்டு மரியாத வேணாம்... பாருங்க மதினி... எப்படி பேசுதாரு உம்ம அண்ணா...'

கண்ணைக் கசக்கிய மாமியைப் பார்த்து அம்மா கொஞ்சம் அவசரமாய் கருணைப்பட்டு 'ஏண்டா... பெரிய மனுசாள பாத்து பேசற பேச்சாடா இது... வியாதி வரும் போகும்... இதுக்கெல்லாமா மனுசாளை வையறது...' என்று நீட்டி முழக்க, மாமா திருப்பி அடித்தார்.

'அது சரி அக்கா... அது வரட்டும்... போகட்டும்... நீ இனிமே இங்கிருந்து சக்கரை கொண்டு போகாத கேட்டியா... எம் பொண்டாட்டி அதை வைச்சு எனக்கு எக்ஸ்ட்ரா அல்வா கிண்டி கொடுக்கணும்ல... அதுக்குத்தான்...'

அம்மா வாயைப் பொத்திக்கொண்டாள். யார் யாரைச் சொன்னா லென்ன... வர்றப்பெல்லாம் சர்க்கரையும், சம்பா நெல்லும் கிடைக்கிற தமையனை எதுக்கு எதிர்த்துக்கொண்டு என்கிற ஒரு மௌன சமாதான உடன்படிக்கைக்கு வந்துவிட்டாள்.

டாக்டர் சேஷனும் அந்த மாமாவின் சர்க்கரை சரித்திரத்தின் முதல் பகுதி காலங்களில் மிகுதியாகவே அவதிப்பட்ட ஜீவன்.

'தா... ளி... டாக்டருங்கதாண்டே இதெல்லாம் கிளப்பிவிட்டிருப் பாங்க... சேசன் டாக்டர் உங்களை சொல்லல... பொதுவா சொல்லுதேன் கேட்டிகளா...'

‘நீங்க கொடுத்த மருந்தை குடிச்சுட்டு படுத்தேன்... காலைல குளிச்சப்ப போன மூத்திரத்திலே வியாதி போயிடுச்சு டாக்டர்... ஆமாம்... போம்போது கூட உங்க பேர சொல்லிட்டுதான் போச்சு...’

‘அதே இழவு மாத்திரை பெனிசிலினு கொடுக்க என்னவே இவ்வளவு விழிய பிதுக்கிரூ... பயமாயிருக்கு டாக்டர்... கொஞ்சம் கண்ண உள்ள போடும்.’

‘புண்ணுக்கும் சுகருக்கும் என்னவே சம்பந்தமிங்கிறே... உம்ம மாட்டுப்பொண்ணு ஐயங்காரில்லைலவே... வடக்கத்தி ஆளுதான... சம்பந்தமில்லாமதானயிருக்கு... இதுக்கு மட்டும் சம்பந்தம் எப்படி டாக்டர்...’

இப்படி சம்பந்த சம்பந்தமில்லாது எரிந்து விழுந்ததால் டாக்டர் சேஷன் தன்வாழ்நாளிலே இந்த பேஷன்டைப் பார்க்கப் போவ தில்லை என்று கத்திவிட்டுப் போன சம்பவங்களும் நடைபெற்றன. மாமி கைகூப்பி மறுபடி கூட்டி வருவாள். இல்லை மாமாவைக் கூட்டிப்போவாள்.

மாமாவின் நாக்கில் சனி, காளி, துர்க்கா மற்றும் பல துர்தேவதைகள் குடிகொண்டிருந்தன. கத்தியால் எல்லாரையும் ஆழமாய்க் கீறினார். முடியாதபோது இலேசாய்க் குத்தினார். அதுவும் முடியாதபோது தன்னையே குத்திக்கொண்டார். ஆனால் எப்போதும் குத்தப்படு வதற்கு மாமி இருந்தாள்.

மாமாவின் சர்க்கரை சரித்திரத்தின் முதல்பகுதியில் மாமிக்கும், அவரது மாமனாருக்கும் முறையே ப்ளட் பிரஷர் என்று அறிவிக்கப்பட்டது. அதில் மாமா கொஞ்சம் ஆசுவாசப்பட்டதுபோல தெரிந்தது.

மாமாவின் கத்தி எப்போதும், எல்லார் மேலேயும் எந்த வித்தியாச மின்றியும் சுழன்று கொண்டிருந்தது.

‘என்ன மாமியாரே... கால்தான... உடைஞ்சுடுத்து... ஏதோ சுகர் வந்தமாதிரி அலர்றீங்க... சவம் எலும்பு உடைஞ்சாதான் என்னவே... இனிமே என்ன மாமா உங்களை கவட்டைய தூக்கவா சொல்லப் போறாரு...’

அன்று மாமாவை அவரது மனைவி மற்றும் சகல குடும்பத்தினரும் இஷ்ட மித்திர பந்துக்களுடன் வார்த்தைகளால் குளிப்பாட்டி எடுத்தனர். ஏனோ இப்படிப்பட்ட திட்டுகளை மாமா பெனிசுலினுக்கு பதிலாக போட்டுக்கொண்டார்.

‘என்ன மாப்பிள... திருவாசகம் எதாவது நம்ம சுகருக்கு சொல்லுதா...’ அப்பாவிடம் நக்கலாகக் கேட்டார்.

'மருந்திருக்கேப்பா...' அப்பா ஓதுவார் ஸ்டைலில் அமைதியாகச் சொன்னார்.

'என்ன... மாப்பிளை சொல்லுங்கோ... அலோபதி, சீத்தா, ஆத்தா, ஆயுரு, மயிரு எல்லாம் அலுத்துடுத்து. கேட்டியளா... அலோபதி சொல்லாதத பகவான் கைலாசபதி என்ன சொல்லுதாருன்னு கேட்கலாம்...'

'பாம்பை எடுத்து கழுத்துல போட்டுக்கப்பா... எல்லாம் சரியாயிடும்...'

அதற்குப்பின் அப்பாவிடம் மாமா வைத்துக் கொள்வதேயில்லை. எல்லாம் சேர்ந்து அம்மாவிடம் கறுவினார். அம்மா அதைக் காதில் வாங்குவதேயில்லை. பொறந்த வீட்டு சீதனத்திற்கு அநாவசிய ஆப்பு எதற்கு என்று அதிகமாய்ப் பேசுவதேயில்லை.

நிறைய தத்துப் பித்து மருத்துவ ஆராய்ச்சிகள், அதை எதிர்க்கும் நோக்கு, அதைப் பற்றியே பேச்சு, தனது அகண்ட ஞானத்தால் வியாதியை எதிர்க்கிற, அதன் மூலம் புரிந்துகொள்கிற மாமா மற்றவர்களால் புரிந்து கொள்ளப்பட முடியாதவராய் இருந்தார்.

ஆனால், என்னால் மட்டும் மாமாவை மயக்கும் மகுடி கேள்விகளைக் கேட்க முடிந்தது. என் கேள்விகள் அவரைப் பிரகாசிக்க வைத்தன. அவை தனக்குள்ளே பேசிக்கொண்டிருந்ததைத் தாண்டி யோசிக்க வைத்தன. அவர் பேசுவதன் மூலமே யோசித்துக்கொண்டிருந்தார். அதெல்லாம் தெரியாமலே எனது கேள்வி அவரைக் கட்டிப்போட்டது. சின்னப் பையன் மருமான் மீது அவருக்குப் பிடித்தம் அதிகமாயிற்று.

எனது முதல் கேள்வி அவரது சர்க்கரை சரித்திரத்தின் முதல்பாகத்தை முற்றும் என்று போட வைத்ததாக அவர் இன்றும் நினைத்துக் கொண்டிருக்கிறார்.

'மாமா... சர்க்கரை வியாதின்னா என்ன? அது ஏன் வருது? வந்து என்ன பண்றது...? எனக்கும் வருமா... உங்கள மாதிரி...'

•

அவரது இரண்டாவது பாகம் சுருக்கமானதும் எல்லாருக்கும் தெரிந்ததுமானதால் அதை வேகமாய்க் கடந்துவிடுதல் உசிதம். தனது நோயை ஏற்றுக்கொள்ளுதல், டாக்டர் சொல்படி கேட்டல், பதிவுபோல பயப்படுதல்...

கல்யாண வீட்டில் பாயசத்தை விளம்பிவிட்டு இரண்டு மாத்திரை கூட சேர்த்துப் போட்டுக் கொள்ளுதல், இராத்திரி மாமிக்குக் கால்பிடித்து

சேவை செய்துவிட்டு கொஞ்சமாய் சர்க்கரைப் பொங்கல் செய்யச்சொல்லி செத்துப்போன சங்கரி பேத்தியின் நினைவாக சாப்பிடல், கட்டுப்படுத்த முடியாத காமத்தை விட முட்டி நிற்கும் ஸ்வீட் தாபத்தை முறியடிக்க பல சத்திய சோதனைகள் செய்து தோற்றல், அதையே பிரஸ்தாபித்து, பின்னர் அதைப்பற்றி கவலைப் படாமல் முடிந்தளவு வியாதியை மறக்க முயற்சித்தல், திண்ணை ஐ.நா சபைகளில் தானாகவே சர்க்கரை நோயைப்பற்றிய விளக்கவுரை கொடுத்தல், (சர்க்கரைப்பிள்ளை) மற்றவரை தைரியப்படுத்துதல் மூலம் தன்னை தைரியப்படுத்திக்கொள்ளுதல், அதிகமாக சள்ளைத் தனமில்லாது தனது மாமனர் பரிவாரங்களின் உறவை மேம்படுத்துதல் போன்றவற்றின் மூலம் தனது இரண்டாவது பாகத்தை அவர் தாண்டியபோது நான் அவரை அதிகம் பார்க்கவில்லை.

முதல் பாகத்தை எனது கேள்வி முடித்துவைத்ததுபோல இரண்டாவது பாகத்தை சின்னதாய் வந்த இலேசான இதய அடைப்பு முடித்து வைத்தது. பிழைத்துக்கொண்டார். செய்தி வந்தது. பின்பு ஒரு நாள், மாமா எனக்கு மட்டும் தனியாக ஒரு கடிதம் எழுதியிருந்தார். உடனே வந்து பார்க்கும்படி. அவரது வாழ்நாளில் இதுவரை யாருக்கும் அவர் கடிதம் எழுதியதில்லை, அரசாங்க வேலை கடிதங்களைத் தவிர...

மாமா என்னுடன் பேசியபோது எனக்குப் புரிந்தது, அவரது சர்க்கரை சரித்திரத்தின் மூன்றாம் பாகம் ஆரம்பமாயிற்று என்று.

●

'எலா... கூறுகெட்ட குப்பா... வீடு வந்தாச்சுடே இறங்கு...' நினைவு கலைத்து இறங்கினேன்.

என் மனைவி அடுத்தநாள் சென்னை போவதற்கான எல்லா ஆயத்தங்களையும் செய்து கொண்டிருந்தாள். மாமாவே ஆசை ஆசையாய் கொண்டுபோய் அல்வா பையை என் மனைவியிடம் கொடுத்தார். அதுவரை, ஜிப் போடாமல் வாய்திறந்து காத்திருந்த பேக், போத்திஸ் பைக்குப் பக்கத்தில் இருட்டுக்கடை போனதும் மூடிக்கொண்டது.

'மாமா... தேங்க்ஸ் மாமா...' மாமாவே வாங்கிக் கொடுத்ததாய் அவள் நினைத்துக்கொண்டிருக்கக் கூடும். மாமாவுக்கு ரொம்ப குஷி...

'ஏ... இழவு மறந்தே போயிட்டேடே.... கொஞ்சம் காராச்சேவு வாங்கியிருக்கலாம்ல... இனிப்பு மட்டும் போரடிச்சுரும்ல...'

'சலேகா... மாமா' - என் மனைவி.

‘எல்லா ஆபிசுகாரங்களுக்கும் கொடும்மா. திருநவேலி அல்வான்னா சும்மாவா... இதோட ஸ்பெஷல் யூ நோ வாட்?’ என் குழந்தைகளை நோக்கித் திரும்பினார். மாமா அவரது சர்க்கரை சரித்திரத்திற்கு முன்னான (ச.ச.மு) அவரின் பழைய சங்க காலத்திற்குத் திரும்பினார்.

குழந்தைகள் வாயில் கண்டிப்பாய் நீர் சுரந்திருக்கும். உடனே,

‘எல்லாமே பெட்டிக்கா... கொஞ்சம் குடும்மா... ப்ளீஸ்’ சின்னவ கெஞ்சினாள்.

‘சும்மா இருடி... எல்லாம் பேக் பண்ணியாச்சு... நாளைக்கு ஃப்ளைட்ல போயி அங்க போயி... குட்டிக்கு ஃபுல்லா... ஆல் ஃபார் யூ... ஓக்கே...’ மனைவி ஏதோ சொல்லி வாய் பொத்தினாள்.

‘வே, கொஞ்சம் சும்மா கிடம்வே... வாயிலேயே அல்வா கிண்டாதயும்...’ மாமி சீற, ‘சும்மா கிடடி... இந்த தடவை காசிக்கு போயி இவளையும், அல்வாவையும் விட்டுரலாம்னு பாக்கேன். கேட்டியாடே...’ சத்தமாய்ச் சொல்லிவிட்டு... ‘ரெண்டும் உடம்புக்கு சீக்கு... ஓர்மை வெச்சுக்கோடே.’

அதை மட்டும் மெல்ல சொன்னார்.

எனக்காக எவ்வளவு முறை அல்வா வாங்கி வாங்கித் தந்திருப்பார். அவர் அல்வா தருவதாலே என்னுள் ஏராளமாய் கேள்விகள் உற்பத்தியாகிக் கொண்டேயிருக்கும். அதுவே அவரை முதல் பாகத்திலிருந்து இரண்டாம் பாகத்திற்கு நகர்த்தியது என்பதை முன்னமே பார்த்தோம்.

இப்போது என்னிடம் எந்தக் கேள்வியும் இல்லை. அவருக்கும் அவசியமில்லை. நாக்குகள் கழன்று அமைதியாய் எல்லாவற்றையும், ஏதோ ஒன்றையும் எதிர்பார்த்துக் காத்திருக்கிறார்.

‘காலா... உன்னை காலால் உதைத்து’ என சர்க்கரையிடம் அவர் மௌனமாய்ப் பாடிக்கொண்டிருக்கலாம்.

சட்டை மாட்டிக்கொண்டு வேகவேகமாய் மறுபடியும் வெளியே கிளம்பினார். ச்சை... இவ்வளவு வாங்கினேன், அவருக்கோ மாமிக்கோ ஒரு கால் கிலோவாவது வாங்கிக் கொடுத்திருக்கலாம்தான்.

•

வண்டி புறப்பட சத்தமிட்டது. நான் வெளியே நின்றிருந்தேன். மாமா குழந்தைகளோடு விளையாடிக்கொண்டிருந்தார். இரண்டாவது விசில் சத்தம் கேட்டபோது அவரைக் கீழிறங்கச் சொல்லும் வேகத்தோடு

உள்ளே நுழைந்தபோது, சின்னவளுக்கு மாமா அல்வா ஊட்டிக் கொண்டிருந்தார்.

'கூறுகெட்ட குப்பா. குழந்தைல்லா... ராத்திரி கேட்குது... அதுவும் அல்வா கேட்டதுடே...'

எனக்கு எதுவோ ஒரு மாதிரி...

'பாத்துக்கடா... உடம்பு முக்கியம் கேட்டியா... அல்வா நிறைய சாப்பிடாதடா... சர்க்கரை சேக்கப்படாது... கேட்டியாம்மா... இவனுக்கு எல்லாம் குறைச்சுக் குடு என்ன...' சொல்லியபடியே இறங்கிப் போனார்.

காட்சி மங்கலாகிக்கொண்டே போனது எனக்கு.

•

முட்டைபாஷ்யம்

எக்ஸ்ரேயைப் பார்த்தார். கொஞ்சம் யோசிப்புக்குப்பின் 'ப்ரைமரி காம்ப்ளக்ஸ். உங்க குடும்பத்தில இதுக்கு முன்னாடி யாருக்காவது உண்டா?' கேட்டார் டேவிட் டாக்டர். அம்மா ஏதோ சொல்ல முற்பட்டாள்.

நான் மெல்ல அந்தச் சின்ன ஆஸ்பத்திரியைச் சுற்றிப்பார்க்க ஆரம்பித்தேன். டேவிட் டாக்டரின் வீடும் வீடுசார்ந்த மருத்துவ மனையும். இரண்டு ரூபாய் மருத்துவர். டாக்டரின் சின்னப்பெண் அமலி என்னோடு மூன்றாம் கிளாஸில் படிக்கிறாள். நிறைய சாக்லெட் கொடுப்பாள். வீட்டிற்குள்தான் இருக்க வேண்டும். இச்சுகுலுக்கு போயி, அவளிடம் சாக்லேட் நக்கி சாப்பிட்டு, (ஒரு சாக்லெட்டுக்கு ஒரு முத்தா வாங்கிக்கொள்வாள். ஒழிஞ்சு போறாள், சாக்லெட் நன்னாயிருக்கும்.) ரொம்ப நாளாச்சு. ரசஞ் சாதத்தோடு அம்மாவுக்குத் தெரியாமல் முழுங்கிடணும்...

'தினமும் ரெண்டு முட்டை... காலையில ஒண்ணு ராத்திரில ஒண்ணுன்னு கொடுத்தா கொஞ்சமாவது தேறுவான்...' டேவிட் டாக்டர் எக்ஸ்ரேயைத் தடவிக்கொண்டே சொன்னார்.

'ஐய்யோ... எங்க வீட்டுல இதெல்லாம் பிடாது... இவ அப்பாகிட்ட அதெல்லாம் முடியவே முடியாது டாக்டர் சார், தெரியுமோன்னோ' அம்மா படபடத்தாள். 'தினமும் கீரை கொடுக்கிறேனே... வேணுன்னா வாரத்துக்கொருநாள் பருப்புக்கஞ்சி தொன்னையா பிசைஞ்சி கொஞ்சமா நெய்விட்டு... வேணுன்னா நவராத்திரி சுண்டலை கொஞ்சம்...'

டாக்டர் கொஞ்சம் கோபமாய்ப் பார்த்தார். அம்மா வார்த்தைகளில் ஒரு நடுத்தட்டு ஆசார வீட்டின் கீழ்த்தட்டு வறுமை துருத்திக்கொண்டு வந்தது. அவள் சொன்ன இதுவே அப்போதைய நிலைமைக்கு அலங்கார உணவுதான்!

முட்டை என்பது கிட்டதட்ட எங்களின் உணவு வழக்கங்களில் 9/11. தயிரும், தயிர் சாதமும், சாத்திரை தண்ணும், கடன் வாங்கிப் போடும் திவச சாப்பாடுமேயான வாழ்க்கையில் முட்டைக்கலப்பு என்பது பாகிஸ்தானின் காஷ்மீர் ஆக்ரமிப்பு போன்று மாபாதகச் செயல்.

‘அதெல்லாம் முடியாதும்மா... வேற வழியேயில்லை... தினமும் முட்டை, அப்புறம் சாயங்காலம் ஊசி போட்டுக்கறதுக்கு அனுப்புங்க... இல்லைன்னா சீரியஸாயிடும்... கண்டிப்பா ஒரு மூணு மாசம் கொடுத்தேயாகணும்...’

அம்மா வேணாமென்று மன்றாடிப் பார்த்தாள். டேவிட் டாக்டர் கோபமானார்.

‘மருந்து மாதிரியாவது சாப்பிட்டுத்தான் ஆகணும்... என்னவாவது செய்ங்கம்மா... வளர்ற பிள்ளை... உடம்பு முக்கியமில்லையா... பாருங்க...’ கிட்டதட்ட வெளியே வந்துவிடக்கூடிய என் ‘சோமாலிய’ நெஞ்சைத் தட்டிக் காட்டினார்.

இந்தியா ஜனநாயகம் பிழைக்கச் செய்யும் தேர்தல் செலவுபோல, என் உயிர்பிழைக்க மும்மூர்த்திகளின் தேவைகளைவிட, முட்டையின் தேவை.

எனக்கு அவர்கள் பேசியது அந்த வயதில் புரியவேயில்லை. காய்ச்சல் வந்தால் அமலியைப் பார்க்கலாம். அமலி ஒரு சாக்லெட்டாவது கொடுத்துட்டு போயேன்.

அடிக்கடி வருகிறமாதிரி திடீரென்று கபம் இழுத்துக்கொள்ள மூச்சுமுட்டி இலேசாய் மயங்கி விழுந்தேன். சுவரில் இயேசு தன் சீடர்களோடு கடைசி நாள் இரவு உணவு சாப்பிட்டுக்கொண்டிருந்தார். எப்போது வரும்போதும் இப்படித்தான் அவர் கடைசிநாள் சாப்பாடு என்றுசொல்லி சாப்பிட்டுக்கொண்டே இருக்கிறார். நிறைய பருப்புஞ் சாதமும், நெய்யும், கத்தரிக்காய் கறியும் பாத்தி கட்டி விளையாடிக் கொண்டிருந்தார். ஜக் நிறைய ஜவ்வரிசி பாயசம் வேறு வைத்திருந்தார்.

அந்தப்படத்தில் முட்டை இருந்ததா? ஒருவேளை இயேசுவுக்கு ப்ரைமரி காம்ப்ளக்ஸ் இல்லையோ?

•

'தாயோளி... எங்கிருந்துதான் பிறந்தானோ... இழவு... காசுக்குப் பிடிச்ச கேடு... குற்றாலத்துல தூக்கி கடாசுடே...'

'நீங்களா வலிக்க வலிக்க பெத்தேள்... உங்களுக்கெல்லாமென்ன... இன்னொருநாள் வேட்டிய தளர்த்திண்டா ஆச்சு... பகவானே. குழந்தையைப் படுத்தறயே...'

கொஞ்சம் காய்ச்சல், இலேசாய் மருந்து மயக்கம்... அப்பாவின் திட்டும் அம்மா பதிலும் புரியாவிட்டாலும் அக்கறை கிடையாது. உண்மையில் ஆராரிரோ... என்ன சுகம். லயமாய் வந்து விழும் கெட்டவார்த்தைகள். சுருதி சுத்தமாய் எழுந்து வரும் வன்சொற்கள். நான் அம்மாவின் பெரிய தொடையில் சுருண்டிருந்தேன். அப்பாவின் ஸ்லோகம், புருஸ சுக்தம், கெட்டவார்த்தைகள் எதுவுமே சுருதி குலைவதே இல்லை.

'எப்படியாவது கொடுத்துடுங்கோன்னு டாக்டர் சொல்றார். வேற வழியேயில்லன்னா... முட்டை ஆரம்பிச்சிதான் ஆகணும் போலயிருக்கு... பாவம், இழுத்துண்டு கஷ்டப்படறதேன்னா...'

'ஏண்டி, மயிருமாதிரி பேசறே... அது ஒண்ணுதாண்டி பாக்கி... இந்த ஒண்டிக்குடித்தனத்துல எல்லா ஆசாரமும் விட்டாச்சு... இப்போ முட்டையும் ஆரம்பிக்கிறேன்...'

அம்மா அமைதியாய் பக்கத்திலிருந்த என் தலை தடவினாள். கண் பக்கம் தடவி தூங்கிவிட்டேனா என சரிபார்த்தாள். தொடையிலிருந்த என்னை கீழே விட்டாள். நான் கண்களை இறுக மூடிக்கொண்டேன். காதுகளையும் இறுக்க பொத்திக்கொண்டேன். தூங்கமுயற்சித்தேன். முடியவில்லை என்பது கொஞ்ச நேரம் கழித்து, குளிர்ந்த அப்பாவின் கை நெற்றியில் பட்டதும்தான் தெரிந்தது.

'கம்னாட்டி... பாவம்... நமக்குன்னு வந்து பிறந்துட்டு அவஸ்தை படறது பாரு... என்னோட அஷ்டமத்து சனி... மஜீத்திட்ட சொல்லி வைக்கிறேன். குளிக்கறதுக்கு முன்னாடி கூட்டிண்டு போயிட்டு குளிச்சுட்டு அப்புறம் உள்ள கூட்டிண்டு வா.' அப்பா பாசத்தை ஏதோ குற்ற உணர்வோடு சொல்லுவார்.

'முட்டாக்கூ... தூங்குல...' சந்தோஷமாய், கோபமாய் - அப்பாவுக்கு வருவது கெட்டவார்த்தைகள்தான். அதிலிருந்துதான் பிரபஞ்சம் தோன்றியிருக்கவேண்டும் என்பது அவரது அசைக்கமுடியாத எண்ணமாயிருக்கவேண்டும். அந்த வார்த்தைகளில்தான் அவர் அத்வைத நிலையை, இருண்மையற்ற நிலையை அடைந்தார்.

அதுதான் எனக்கு பிடித்த புன்னாகவராளி. அதுபோல இதுவரை என்னை ஆழ்ந்த தூக்கத்திற்கு எதுவுமே இட்டுச்சென்றதில்லை. அவரது விழுமியங்களிலிருந்து அவரது கண்ணெதிரே அவரது வேர்கள் விலகுகின்றன என்பது வலியானது என்பதைப் புரிந்துகொள்ள நான் தந்தையாகும்வரை காத்திருக்கவேண்டியிருந்தது.

முட்டை அவரது விழுமிய கண்ணாடி அறையில் ஓட்டை போட்டது.

1

பெரும்பாலான மேல்சாதிக்காரர்கள் வசிக்கிற ஒண்டுக்குடித்தனத்தின் வெளிப்பக்கத்தில் வாடகைவிடப்பட்ட கடைகளில் ஒன்று மஜீத்தின் டீக்கடை. மஜீத் அந்த ஒண்டுக்குடித்தனத்தின் வெளிஉலக வேலைகளுக்கு உயிர்நாடி. எல்லா குடும்பங்களுக்கும் அவர் ஏதோ ஒருவிதத்தில் தேவைப்பட்டார். அப்பா அங்குதான் கம்யூனிசம் எல்லாம் பேசுவார். ராமமூர்த்தியின் திராவிட மாயையை எல்லாருக்கும் பிரசங்கம் செய்துகொண்டிருப்பார்.

அப்பா என் உடல்நிலையை வருத்தத்தோடு பகிர்ந்துகொண்டார். மஜீத் அதை கேலிசெய்யாமல் கேட்டுக்கொண்டார். ‘சின்ன புள்ளைகளுக்கு அதெல்லாம் கிடையாது சாமீ... இன்னும் நூல் போடலைல்ல... அப்பறமென்ன, எல்லாம் பொதுதான...’ பெரிய கருத்தை டீத்தண்ணி செய்வதுபோல சாதாரணமாய்ச் சொன்னார், அப்பாவுக்கு ஆறுதலாகவும், சனாதனம் சார்ந்த சமாதானமாகவும் இருந்திருக்கவேண்டும். மஜீத்திற்கு புதுப் பொறுப்பு கொடுக்கப்பட்டது - தினமும் எனக்கு முட்டை கொடுப்பது. காலை குளிப்பதற்குமுன், மாலை பள்ளிவிட்டு வந்தபின்பு.

வன் கொடுமை அடுத்த நாளிலிருந்து ஆரம்பித்தது. தொட்டியில் போட்ட முட்டைகள் உடைக்கப்பட்டு வாயில் பச்சையாய் ஊற்றப்பட்டது. முதல் மூன்றுநாட்கள் வாந்தி. அந்தப்பகுதியின் காலை, மாலை பொதுஜன வேடிக்கையாக்கப்பட்டது அந்த நிகழ்வு.

‘அதெல்லாம் சரியாயிரும்பா... மூக்கை மூடிக்க.’ ‘தம்பி... பகவானை நினைச்சு... கந்தசஷ்டி கவசம் சொல்லுப்பா...’ ‘பாலை கொஞ்சம் விட்டுக்கங்கண்ணே... உப்பு போட்டீங்களா...’ ‘உடைச்சு நேரே வாய்க்குள்ளயே விட்டிருங்கண்ணே.’ ‘கொஞ்சநேரம் வெளியவைச்சு சுடவெச்சதுக்கப்பறம் உள்ளவிட்டுருப்பா.’

மஜீத் என்னென்னவோ முயற்சித்தார். பேசிக்கொண்டே, சிரித்துக் கொண்டே, கத்திக்கொண்டே, திட்டிக்கொண்டே, எதெல்லாமோ

கலந்து கொடுத்துவிட முனைந்தார். எதற்கும் மசியாத யூனியன் ஆட்களைப்போல எதிர்த்து உடனே வெளியே வந்து தங்களது கதவடைப்பு எதிர்ப்பைக் காட்டியது உடம்பு. இந்தியை எதிர்த்த தமிழ்போலவும், புது பாக்டீரியா நுழைவதைத் தடுக்கும் நுண்ணுயிர்கள் போன்றும் சைவ அணுக்கள் என்னுள் முட்டை திணிப்பைக் கண்மூடித்தனமாக எதிர்த்தன.

முட்டையின் அதிபயங்கரமான ரசவாதமும், மஜீத்தின் அகிம்சைப் போராட்டமும், அந்த ஏரியாவின் அதிக டிஆர்பி பெற்ற காட்சிப் பொருளாக மாறியதும் - என் உணவுத்தேடல் பாதையின் மைல்கல்கள். அசைவம் மருந்தாய் உள்ளே புகுந்தது ஆரியவந்தேறிகள் கைபர்-போலன் கணவாய் வழியாக வந்ததற்கு ஒப்பானது என்று பிற்கால திராவிட சரித்திர ஆராய்ச்சியாளர் கால்டு மாங்க் குறிப்பிடுகிறார்.

மூன்று நாட்களுக்குப்பிறகு ஏதோ ஓரளவு சமாதான நடவடிக்கையின் பேரில் வாந்தி நின்றது. குமட்டல் ஓசைகளும் ஓரளவு குறைய ஆரம்பித்தது. காய்ச்சலும், குமட்டலும் கூடிய வேளையில் என் நெஞ்சு தடவி, ஆறுதல் சொல்லி, ஓதிவிட்டு, தலை அழுத்தி ஆசுவாசப்படுத்தி கிணற்றடி வரைக்கும் கூட்டிச்சென்று தலையில் தண்ணீர் விட்டுவிட்டு அம்மாவுக்குச் சொல்லிவிட்டு பிறகே தனது கடையைத் திறக்கப் போவார் மஜீத். நூத்தியெட்டு நாள் தவறாமல் கணக்கிட்டு முட்டை கொடுத்தார். அந்தப் பணத்தைக் கூட கொஞ்சம் கொஞ்சமாகதான் அப்பாவால் கொடுக்க முடிந்தது.

ஆசாரசீலரான அப்பா அந்த நாட்களில் கவனமாய் என்னைத் தொட வில்லை. அம்மாமட்டும் பெரும்பாலான இரவுகளில் என்னைத் தொடைகளில் இட்டு அடைகாத்து வெப்பமிட்டாள். தொடா விட்டாலும் பரவாயில்லை, அதற்குப்பிறகு என்னை அவர் திட்டாமலே விட்டதுதான் எனது வெகுநாளைய சிறுவயதுத் தூக்கத்தை விழுங்கிக் கொண்டிருந்தது.

ஊசியும் முட்டையும், என் எலும்புகளையும் நரம்புகளையும் வளர்த்தன. ஒழுங்காக இருமவும், மூச்சடைக்காமல் பேசவும் முடிந்ததும் அதற்கான வாழ்த்துப்படிகளை சங்கரநாயனார், தர்ம சாஸ்தா மற்றும் நாகூர் தெய்வங்கள் பங்கிட்டுக் கொண்டன. பெண்களுக்குமான இடஒதுக்கீட்டில் மாரியம்மனுக்கும் கொஞ்சம்.

ரொம்ப வருடங்களுக்குப் பிறகு, குழந்தைகளோடு மஜீத் மாமாவைப் பார்க்கப்போயிருந்தேன். பையனின் வளைகுடா பணத்தில் செழிப்பாகவே இருந்தார். முதுமையின் இறுதியில் இருந்தார்.

‘அண்ணே, ரெண்டு ஹெட்லைட்டும், மியூசிக் சிஸ்டமும் வாப்பாவுக்கு அவுட்டு... கொஞ்சம் வால்யூம் கூட்டிச் சொல்லுங்க.’ - சலீம், மஜீத் மாமாவின் கடைசிப்பையன்.

‘யாருடே... சுவாமிநாதனின் ரெண்டாம் பையனா... வாடே வா... சௌக்கியமா...’ எச்சில் ஒழுக ஏதோ பேசிக்கொண்டே இருந்தார். கைகளால் துழாவி என் மூஞ்சியைப் பிடித்து, நெஞ்சில் தடவி, அருகில் இழுத்து...

முட்டைவாசம் தேடுகிறாரா...

2

வீர் சந்தம்மால் ஜெயின். தீர்த்தங்கர் வகையினன். தீவிர சைவன். உருளைக்கிழங்கு, பூண்டு, வெங்காயம் என்று பூமிக்குக் கீழே விளையும் ஓரியிர்களைக் கூட வதைக்காத உணவை உண்ணும் அவனுக்கு முட்டை, கோழியைவிட உயர்ந்தது. அசைவ உணவை விட, அந்த உணவு உண்பவர்களால் அதீதமாய் துன்புறுத்தப்படுபவன். அசைவ உணவு உண்பவர்களைப் பார்த்தே வாந்தி எடுக்கும் அளவுக்கு சகிப்புத்தன்மை கொண்டவன்.

எங்களது நிறுவன உணவு மேடை - உண்மையான இந்திய தேசிய நீரோட்டத்தின் அடையாளமாக இருக்கும். அங்குதான் தனது இந்துத்துவ (பனியா) ஜெயின் அதிகாரத்தை உணவின் மூலமாக நிறுவ முயற்சிக்கிறான் என்ற குற்றச்சாட்டு அக்கால வரலாற்று ஆசிரியர் களால் குறிப்பிடப்பட்டது வரலாற்றுப் புரட்டல்ல. புகைந்தது. நெருப்பும் இருந்தது.

கிட்டதட்ட போர்க்கள உத்திகளோடு தனது மதிய உணவு டப்பாவைத் திறப்பான் வீர்ஜெயின். புலால் உண்ணாமையின் தீவிரனான அவனுக்கு நைவேத்தியம்போல எல்லாரும் அவர்களது டப்பாவைக் காட்டியபின்புதான் சாப்பிட ஆரம்பிக்க வேண்டும். அவனுக்குத் தேவையானதை, பிடித்ததை அவனே அவனது கரண்டியால் ஓரளவு எடுத்ததற்குப் பின்புதான் மற்ற மானுடர்கள் தங்களது மதிய உணவை உண்ண ஆரம்பிக்கலாம். அவனது டப்பாவும், மற்றவர்களுக்குக் காட்டப்படும். அது தேவையென்ற பட்சத்தில் சந்தனத்தைத் தூக்கிப் போடும் நம்பூதிரிபோல உணவின் ஒரு துளி கையில் பரிமாறப்படும். ‘நான் ‘சுட்டா’ (எச்சில்) பார்ப்பேன், அது எனது பிறப்புரிமை’ என்பது அவனின் பத்துகட்டளைகளில் ஒன்று.

எந்தக்கடவுள் பக்தனுக்குப் படைத்துவிட்டுச் சாப்பிடுகிறார். குழாய் கீழ்ச்சட்டையும், மேல்சட்டையும் உருவிவிட்டால் வீர்ஜெயின், தனது சின்ன சாந்தமான குறியோடு காட்சிதரும் மகாவீரராய்தான் எங்களுக்கு கண்ணுக்குத் தெரிந்தான்.

பேசாப்பொருளை பேசத் துணிந்தாள், ரொம்பநாளாய் இருந்த சமத்துவமின்மையைச் சுட்டவள் ஜோவிடாதான். 'மை ஃபுட்...' என்று வீர்ஜெயினுக்கு நடுவிரல் காண்பித்தாள் ஜோவிடா. அந்த சனாதன கார்ப்பரேட் உணவுமேசையை எதிர்த்த முதல் குரல் அவளுடையது. காரணம் ரொம்ப இலகுவானது. அசைவமின்றி ஒரு உணவில் ஒரு அணுவும் அசையாது, உலகில் படைக்கப்பட்டது எல்லாம் ஆதாம், ஏவாளின் வயிற்றுக்குதான் என்ற பரமபதத்துவத்தில் நம்பிக்கையுடைய அவளுக்கு வீர்ஜெயினின் கருத்தியலோடும் நைவேத்திய முறையோடும் நிறைய முரண்பட்டதில் அதிசயமில்லை.

அவளின் பிரசித்த பெற்ற பரமபிதாவின் பிரசாதமான ஆம்லெட்டை அவமதித்ததோடல்லாமல், அதை சுட்டா செய்தவர்களுக்கும், அவர்களின் டப்பாக்களுக்கும் தீண்டாமை செய்தது உத்தமபுரத்தின் சுவர்போல இடிக்கப்பட வேண்டியது, உணவுமேசையின் சமத்து வத்தின் மீது விழுந்தது சம்மட்டியடி!

ஆகா, என எழுந்தாள் ஜோவிடா. உணவுமேசையின் சமூக நீதிக்காகப் போராடினாள். பால்வேறுபாடுகளும், வர்க்க வேறுபாடுகளும் அதிகமற்ற அந்த நிறுவன உணவுமேசையில் சமத்துவமின்மையைக் குறைக்கவும், நிறுவனமயமாக்கப்பட்டு, அதிகாரத்துவம் மிகுந்த வீர்ஜெயினின் உணவுப்பழக்கமும் வெளிப்படையான வேறு படுத்தலும் ஜேவிடாவின் பகுத்தறிவுத் தடியால் கொஞ்சம் அசைக்கப் பட்டது வைக்கம் போருக்கு இணையான சரித்திர நிகழ்வு இது என்று அந்த நிகழ்வின் மீது பாடப்பட்ட முட்டைப்பா சிந்துக்களிலிருந்து அறிந்துகொள்ளமுடிகிறது.

நான் நிறுவனம் தாவி கண்டம் தாவி, முட்டைபோட்டு, கொட்டை போட்டு நான் கோழியாக வளர்ந்தபின்பு ஏதோ ஒரு ஜல்லியடிக்கும் சிலிகான் செமினாரில் பழைய நண்பனைச் சந்திக்க நேர்ந்து, ஓசி காசில், சரக்கின் நான்காவது ரவுண்டில் ஜோவிடாவின் புரட்சிபற்றி பேச்சுவந்தது.

அதிசயமாக, ஜோவிடா சைவத்திற்கு மாறிவிட்டதாய்த் தெரிந்தது. முழுக்க மாறாவிட்டாலும் வெளியிலாவது சைவ உணவிற்கு ஆதரவாகவும், தன்னால் விடமுடியாத அசைவ உணவிற்கான வருந்துதல் என்பதான மாற்றம் கிட்டதட்ட ரஷ்யப் புரட்சிக்கு, ஆரிய

இனவாத எழுச்சிக்கு இணையானது என்கிறார்கள் அந்த நிறுவன அரசியல் நோக்கர்கள். மைக்ரோ சாஃப்ட் வேண்டாமென்று சொல்லிவிட்டு ஓப்பன் சோர்ஸ் கோடுகளால் கட்டப்பட்ட மென்பொருள் போன்றது என்று எங்கள் தொழில்நுட்ப பாஷையில் பினாத்திக்கொண்டோம். அவன் உளறிக்கொண்டே சொன்னான்.

'ஒரு வெங்காயமுமில்லடா... பதிவுபோல கொஞ்சம் க்ராஸ் லிங்க்காயிடுச்சு மச்சி... படுக்கையில அவ உடம்பு வைச்சே இந்து மதத்தின் ஆறு தத்துவ தரிசனங்கள்னு உரை மாட்டிருக்கான்.'

பெருத்த தொடையும், மூட்டுக்குப்பின் குறுகிய கால்களும் சைவம், வைணவம் என்றும், இறுகி, செழித்து கறுப்பாய் முடியும் ஸ்தனங்கள் பௌத்த மரபின் வந்த தத்துவங்கள் என்றும், சடாரென இறங்கி சதுப்புநிலமாய் மாறிப்போகும் பெருக்காத இறுகிய இடைகள் சமணம் என்றும், அவைதிக மதங்கள் அவளுக்குப் பிடிக்காத பெருக்காத பின்பக்கம் என்றும், சார்வாகம் அவள் களிம்பால் துடைத்து தூரப்போடும் வேண்டாத முடி என்றும், சாங்கியம், யோகம், வைசேசிகம், நியாயம், பூர்வ மீமாம்சம், உத்தர மீமாம்சம் எல்லாம் அவளின் அநேக உறுப்புகள் என்றும் - ஆறு தத்துவ தரிசனங்களை வீர்ஜெயின் ஜோவிடாவிடம் கண்டதுமட்டுமில்லாமல் இடம்சுட்டி பொருள் விளக்கினான். அவள் விளங்கினாள்.

ஜோவிடா அசைவம் விட்டு வீர்ஜெயினை சாப்பிட ஆரம்பித்தாள். 'சுட்டா பண்ணாமல் எப்படி சுவைப்பான் அவளை...?' என்ற கேள்வி என்னை ரொம்பநாளாய்ச் சுட்டுக்கொண்டே இருந்தது. மகாவீரரின் சாந்தமான குறி மேய்ப்பானின் கைகளில் அடைக்கலம் புகுந்திருக்கும் குட்டி ஆடு போன்றிருந்திருக்குமா? அதுபோக அவளைத் திங்கிறானாமே, அவள் சைவமா? அசைவமா? - எந்த தத்துவதரிசனத்தில் இவற்றை அடக்கலாம், தெரியவில்லை.

பில்கேட்ஸின் ஏகாதிபத்தியம்போல அவனது அசைவ தீண்டாமை தொடர்ந்தது. அசையாத இந்துயிசத்தின் புலால் உண்ணாமையை அடுத்த தலைமுறைக்கு எடுத்துச் செல்லும் தீவிரத்துடன் இன்னுமிருக்கிறான் என்பது எனக்கு ஏனோ கொஞ்சம் குற்றவுணர்ச்சியை ஏற்படுத்தியது. திட்டாது அடிக்காது, சுடுசொல் சொல்லாது - ஆனால் அழுத்தமாய் அவன், செத்துப்போன என் அப்பாவை ஞாபகப்படுத்தினான்.

அவன் என் குற்றவுணர்வின் திரிகளை நிமிண்டிக்கொண்டே இருக்கிறான்.

3

அப்பா சம்பள நாளன்று அபிராமி கோயிலுக்குப் போய்விட்டு ராஜாமணி கபேயில் தோசை வாங்கிக்கொடுப்பார். சாம்பார் தூக்கிப்போணி வைத்துவிட்ட சர்வரின் டிப்ஸ் சேர்த்து இருபத்தியோரு ரூபாய் பில்வரும். இப்போது அம்மா எந்தப் பெரிய ஹோட்டலுக்குக் கூட்டிக்கொண்டு போனாலும் அதை ஞாபகப் படுத்திக்கொள்வாள்.

'என்ன பீத்திக்கற... இங்க டிப்ஸே ஐம்பது கொடுக்கணும்...' மட்டம்தட்டும் தம்பியை உதாசீனப்படுத்திவிடுவாள்.

அந்த அபிராமி கோயில் திருப்பத்தில்தான் ஒரு முட்டை வண்டியிலிருந்து யாருக்கும் தெரியாமல் திகிலோடு ஒரு முட்டையைத் தொட்டேன். அந்த முட்டையைத் திருடி, ட்ரவுசர் பாக்கெட்டில் ஒளித்துவைத்து, மெல்ல பின்வாங்கி முக்குப் பிள்ளையார் கோயிலின் தேங்காய் வெடல்கல்லில் தேங்காய்க்குப் பதிலாக உடைத்தேன்.

கொஞ்சம் வெள்ளையாகவும், நடுவில் மஞ்சளாகவும் சிதறியது. யாரும் பார்க்கவில்லை. பிள்ளையாரும் கோவித்துக்கொள்ளவில்லை. கணக்குப் பரிட்சையில் காப்பாற்றினார்.

ஆனால் அது கொஞ்சநாளைக்குப் பிரச்சினையாக உள்ளூர் இந்துக் கட்சிகளால் புகையப்பட்டதெனவும், அப்புறம் அபிராமி கோயில் தெருவிலுள்ள முட்டைக்கடை அகற்றப்பட்டதெனவும் தெரியவந்தது.

இதிலிருந்துதான் என் பகுத்தறிவும், நாத்திகக் கிளைகளும் வளர்க்கப்பட்டிருக்கலாமென்றும் எனது பௌத்தக் கருத்துகளின் வேரின் தொடக்கம் இந்த நிகழ்வுதானென்றும் என் சரித்திரத்தை எழுதிய ஹேர்வேர்ட் கியாஸ் தியரி வல்லுநர்கள் கருத்து தெரிவிக்கிறார்கள்.

ஓம்: கணானான்ந்துவா... கணபதிம் அவா...

4

ரவிக்குமார் ஏன் என் நண்பனானான் என்பதை என்னால் புரிந்து கொள்ளவே முடியவில்லை. சில நட்புகள் சடக்கென வந்து, வளர்ந்து, விசுவரூபமெடுத்து வந்த சுவடு தெரியாமல் மறைந்துபோய் விடுகின்றன. அதன் வாசனை, நினைவுகளில் மறக்காத ஆம்லெட் மணமாய் புகைந்து கொண்டிருக்கும்.

அவன் வீட்டில் என் மீதான தனிப்பாசம் கொண்டிருந்தார்கள். அவர்கள் வீட்டில்தான் ஞாயிற்றுக்கிழமை பழியாய்க் கிடப்பேன். அன்று கறி எடுக்கும்நாள் போல. என் தட்டில் காய்கறியும் ரவி தட்டில் வேறுகறியும் வைத்தாள் மாலாக்கா. மறுபடியும் என் வயிற்றில் ரசவாதங்கள். படக்கென்று அதைப்பார்த்து வாந்தி எடுத்தேன். 'அறிவுகெட்ட மூதி... ஏண்டி... இந்தப்புள்ளை இருக்கும்போது கறியை ரவிக்கு வைக்கிற... இழவு. ராத்திரி வைச்சாத்தான் என்ன...' ரவியின் அம்மா எல்லா கறியையும் சாக்கடையில் கொட்டினாள். பின்பு நானிருக்கும் நேரங்களில் அவர்கள் அசைவ உணவைச் சாப்பிடுவதேயில்லை. 'நீ சாப்பிடுப்பா...' என்று ரவியின் அம்மா எப்போதும் தலை தடவுவாள்.

ரவி என்னோடு படித்த அந்த வருடங்களில் மதிய உணவு டப்பாவில் முட்டையோ, அசைவமோ கொண்டுவராதது வெறும் யதேச்சையாய் நடந்திருக்க வாய்ப்பில்லை. இது தியாகமல்ல. ஆனாலும் ஏதோ ஒன்று. முதிர்ந்து வயது வந்தபின்பு, அதைப்பற்றி யோசிக்க ஆரம்பித்த பின் அந்தச் சின்ன விஷயம் பெரிதாய்க் காட்சியளித்தது.

கவிதை உணர்வாய் அந்த அம்மாவின் அன்புமுகம் என்னைத் தழுவி ஏற்றுக்கொண்ட எல்லா பெண்களையும் முட்டைக்குள் இட்டது... உணவைவிட அது தாண்டி மற்றவர்களின் உணர்வுகளை மதிக்கக் கற்றுத் தந்தது என்பதில் எனக்கு முட்டையளவும் சந்தேகமில்லை. மற்றவர்களின் உணவை மதித்தல் அவர்களை மதிப்பதுபோன்றது. முட்டையில் உயிரோடு, அன்பும் இருக்கவேண்டும்போல. முட்டைக்குப்பின் என் அன்பின், புரிதலின் அளவுகோல் அதிகமானதுபோல் புரிந்தது.

அன்பு முட்டை ரூபேணா:

'அண்ணா, கேட்டேளா... அவன் ஜாஸ்தி ஆசாரமாக்கும்... பரிசேஷணம் பண்ணிட்டுத்தான் சிக்கன்ல கைவைப்பனாக்கும்...' கேலிசெய்தான் ஆகாஷ். 'அம்மைட்ட சொல்லிடாதேள்... அவள் ரொம்ப எரிவுகாட்டுவளாக்கும்...' பவ்யமாய் ரமேஷ். ஆசாரமான பாலக்காட்டு அத்தை பையன்களின் ஹோட்டல் சாப்பாட்டு மேசை அதிர்ச்சியூட்டியது. நாராயணியம் சொல்லிமுடித்துவிட்டு சாப்பிடும் பாயசமும், வறுக்கப்பட்ட முட்டையின் பிதிர்களும் அவ்வளவாய் அவனுக்கு வித்தியாசமில்லை. 'ஜஸ்ட்... டிஃபரன்ட் ஃபுட்... அவ்வளவே...'

அவ்வளவுதானா. வேறு வேறு உணவுகள்தானோ? நாம்தான் தேவையற்ற மதிப்பீடுகளால் குழப்பிக்கொள்கிறோமோ? இந்த

மெட்ரோ கூட்டம் தெளிவாயிருக்கிறது. சிந்தி பெண்ணைக் கல்யாணம் செய்துகொள்கிறான். சாஸ்தா ப்ரீதி செய்கிறான். சனிக்கிழமை இரவுகளில் வறுத்த பறப்பன, ஊர்வன இனங்களோடு இறக்குமதியான ஜின்னில் தனது அகத்துக்காரியுடன் சங்கமமாகிறான்.

தத்துவம், விழுமியம், சைவம் - ஒரு மண்ணுமில்லபோல... எல்லாம் வெங்காயம்...

வயது அதன் பக்கங்களைப் புரட்டிக்கொண்டே போகிறது வேகவேக மாக. அதனது எழுத்துக்கள் போகப்போக மங்கலாகத்தானே வேண்டும். எல்லாவற்றிலும் ரசனைகள், உணர்வுகள், பார்வைகள் மாறுபடுகின்றன, மாற்றப்படுகின்றன.

'நீங்கள் எடைகுறைக்க முட்டை பக்கமே போகவேண்டாம்... வேண்டுமென்றால் அதன் வெள்ளைப்பகுதியை மட்டும் சாப்பிட்டுக் கொள்ளலாம்...' அந்த வெள்ளைக்கார டயட்டிஷியன் கடைசி மணி அடித்தாள். இல்லையெனில் இதயம் சங்கு ஊதிவிடுமென சிவப்பு மையிட்டாள்.

காமம்போல, உறவுகள்போல, எண்ணங்கள்போல - உணவுப் பழக்கங்களும் நமது வாழ்க்கைச் சுழலுக்குள்ளே மாறிக்கொண்டே தானிருக்கிறது. கரப்பான் பூச்சிபோல எதுவும் மாறாமல் இல்லை.

எறும்புகள் இல்லை பரிசேஷணம் போயிற்று. சேற்றில் கால்வைத்து உழைப்பவனின் உழைப்பிற்கு நன்றி சொல்லும் மந்திரம் போயிற்று. விவசாயி என்றாலே யாரென்று தெரியாத தலைமுறை வந்தாயிற்று. அவர்கள் செத்து தலைப்புச் செய்தியான பிறகுதான் இந்தத் தலைமுறைக்குத் தெரிகிறது. சம்சாரியெல்லாம் தாத்தா தலைமுறை யோடு போயிற்று. இது சந்தைக்கலாசாரம். கோதுமையும், முட்டையும் அடுத்த நாட்டிலிருந்து இறக்குமதி... இதெல்லாம் யாருக்குக் கவலை.

வேகமாய் ஓடும் கடிகாரமும், டயட்டிஷியன்களும், மருத்துவர்களும், பெட்டிக்குள் வரும் பிராண்டட் உணவுப் பொட்டலங்களும், உணவு மேசையை அலங்கரித்துக் கொண்டிருக்கின்றன. கலோரி கட்டங் களாலான உலகமயமாக்கப்பட்ட உணவுத்தட்டுகள். அமெரிக்காவின் இரு கட்சிகள்போல, சைவமும் அசைவமும் பக்கத்திலே கூட்டுக் குடித்தனம் நடத்தலாம். எல்லாமே பெட்டிகளில். இவர்கள் சாப்பிடுவது காலை, மாலை, மதிய உணவல்ல. மாறாக, வகுக்கப் பட்ட புரோட்டின், கால்சியம், கார்போஹைட்ரேட் மற்ற இத்யாதிகள்...

அவன் ஏதோ கட்டியான திரவமும், ப்ரெட்டும், முட்டையும் வேகமாய் தின்றுகொண்டிருக்கிறான்.

இந்த இடத்திற்கு வருவதற்கு 'அன்னபூர்ணே... சதா பூர்ணே... சர்வ...' என்று மந்திரம்சொல்லிச் சாப்பிட்ட அப்பாவின், தாத்தாவின் தலைமுறை தாண்டல்கள், வாந்திகள், தடைகள் நகைப்பா யிருக்கலாம். அப்படிதான் ஒவ்வொரு தலைமுறையின் எந்தத் தாண்டலும் அடுத்த தலைமுறையால் நகைப்புக்குள்ளாகிறது...

'ஆஜ்... ஆம்லெட் ஆச்சாஹேன்னா பப்பா... (இன்னிக்கு ஆம்லெட் நல்லாயிருக்குல்ல...)'

'ஆமாம்' வெள்ளைக்கருபோல சிரிக்கிறேன்.

அன்னபூர்ணே... அண்டத்திலே இருக்கிறாயா... ஆம்லெட்டில் இருக்க மாட்டாயா என்ன?

பெர்சியன் கலாசாரத்தில் வெந்தமுட்டையிலான வரைபடம் அவர்களது புத்தாண்டுக் கொண்டாட்டங்களில் கட்டாயம் இடம் பெறும். கலகக்குரலாகவும் அது வெடிப்பதுண்டு. ரோம நாகரிகத்தின் உணவு உட்கொள்ளல் நம்மூர் பாயசம்போல முட்டையிலிருந்துதான் ஆரம்பிக்கிறது. உணவுத்தட்டில் முட்டை உடைத்தல் தீய எண்ண பிசாசுகளை விரட்டும் என்கிற நம்பிக்கை அவர்களிடம் இருந்தது.

பிடிக்காத அரசியல் தலைவர்கள், பாடகர்களுக்குப் பரிசாகவும் மக்கள் அதைப் பயன்படுத்துவது மலர்ந்த மானுட சமூகத்தில் முட்டையின் வளர்ச்சியைக் குறிப்பதாக முட்டைபாஷ்யம் என்கிற இக்கால நூலிலிருந்து புலனாகிறது. சங்க இலக்கியங்களில் முட்டைபற்றிய குறிப்புகள் ஏதாவது உள்ளதா என்பதற்கான ஆய்வுகள் தஞ்சை திறந்தவெளி நடக்காத பல்கலைக்கழகத்தில் நடந்துகொண்டிருக் கின்றன.

வெண்மையாய், வெந்துகிடந்த அந்த முட்டைப்பாலத்தின் மீது மெல்ல நடந்துபோனேன். இமயமலைப்பனியின் மீது கடந்து சிவ பெருமானை தரிசிக்கப்போகும் திருத்தொண்டன்போல ஏதோவொரு நினைப்பு. அதன் மென்மையான இடத்தில் சற்று இளைப்பாறி பேச்சுக் கொடுத்தேன். அது அம்மாவின் தொடைகளைப்போல மெல்லிய சூடோடு இருந்தது. மக்கள் அதன் மீது நகர்ந்துகொண்டே இருக்கிறார்கள்.

'அந்த முனையில் என்ன இருக்கிறது?'

'அங்கும் மனிதர்கள்' சொல்லிவிட்டு மௌனம் காத்தது முட்டை.

'அதுதெரியும்... யார் அவர்கள்...'

'வீர் அசைவர்கள்...' சிரித்தது.

நான் நடைப்பயணம் நிறுத்தினேன். நன்றி சொல்லி வந்த வழியே திரும்பினேன். என் உயிரைக் காப்பாற்றிய உனக்கு நன்றி நண்பனே... அவனது மெல்லிய பஞ்சுப்பாதங்கள் முத்தமிட்டுத் திரும்பினேன்.

என்னைப்போல நிறையபேருக்கு மானுடம் புரியவைக்க அமைதியாய் நிற்கிறது

அந்த வெள்ளிப்பனிப் பாலம்.

•

மூட்டைப்பூச்சியிஸ்டுகள்

ரமணிக்கு முழிப்பு வந்து பார்த்தபோது அம்மா ஹாலில் எழுந்து உட்கார்ந்திருந்தாள். நள்ளிரவு தாண்டியும் தூங்காது கையில் தண்ணீர் மக்கோடு கீழே குனிந்து ஏதோ தேடல் படலத்தில் இருந்தாள். அருகில் சென்று பார்த்து கேட்க, தனது கையிலிருந்த தண்ணீர் மக்கைக் காட்டினாள்.

சில மூட்டைப்பூச்சிகள் இறந்து மிதந்தன. சில இறப்பதற்கு முன்னான தத்தளிப்பில். சில நீரின் விளிம்பு தாண்டி ப்ளாஸ்டிக் சுவர் ஏற முயற்சித்தன. அம்மா காரியமே கண்ணாயிருந்தாள். படுக்கை விளிம்புகள் தட்டினாள். அதன் குழிகளை ஹேர் பின்னால் நிமிண்டினாள். ஒவ்வொரு பதுங்கு குழிகளையும் சோதனை செய்து முன்னேறும் ஒரு ராணுவ வீரனின் மனநிலையோடு இருந்தாள்.

அம்மாவிற்கு இந்த விளையாட்டு பிடித்தமானது. அப்படிச் சொல்வதை விட பழக்கமானது. தேவையான ஒன்று பழக்கமாகும்போது அதைப் பிடித்துச் செய்வது நல்லது. அம்மா அதைத்தான் செய்தாள். அந்த விளையாட்டின் அத்தனை விதிகளும், சூட்சுமங்களும் அம்மாவிற்கு அத்துப்படி.

ரமணிக்கு அந்தக் காட்சி பகீரென்றது. அவனைத் தொடர்ந்து வந்த அவனது மனைவிக்கு விடயம் புரிந்து மாபெரும் அதிர்ச்சி தெரிவித்தாள். புரட்சிக்காரர்களால் பாதிக்கப்பட்டவர்களைப் பார்வையிட வந்த உள்துறை அமைச்சக அதிகாரிகள்போல - பாதித் தூக்கத்தில் - காட்சியளித்தாள்.

'வாட்... பெட் பக்ஸ்?' அவளின் அதிர்ச்சி நிறைந்த முகச்சுளிப்பில் பயமும், அருவருப்பும் கலந்திருந்தன.

அம்மா மகிழ்ச்சியாய் அவளது வேட்டையை லயத்தோடு தொடர்ந்தாள்.

•

ரமணியின் குடியிருப்பு அடுக்ககத்தில் மூட்டைப் பூச்சி புகுந்த வீடுகள் கிட்டதட்ட தொடர் வியாதியஸ்தர்களின் இல்லத்திற்கு ஈடாக நடத்தப்படும். இப்போதெல்லாம் ஆமை புகுவதில்லை.

எவ்வளவு கட்டுப்பாடிருந்தும் மூட்டைப் பூச்சிகள் புகுந்து விடுகின்றன.

பொதுவாகவே மாநகரத்தில் நடுத்தர மேட்டுக்குடி வர்க்கத்தின் இல்லங்களில் மூட்டைப் பூச்சிகள் வருகை தீவிரவாதிகளின் ஊடுருவலுக்கு இணையாக விவாதிக்கப்படும் சாத்தியம் கொண்டது.

ரமணி வசிக்கும் கட்டடத்தில் - நான்காவது தளத்தில் - விபுல் வீட்டில் மூட்டைப்பூச்சி வந்திருக்கிறது. ஆனால் வெளியில் தெரிந்தது என்னவோ, அதன் சம்ஹாரம் ஆகி இரு மாதங்கள் கழித்துதான். எதற்கெடுத்தாலும் தனது ஓட்டை வாயில் தூணைத் துரும்பாக்கும் விபுல் அந்த இரு மாதங்கள் ஆவியடங்கி அமுதமாய் இருந்தது 'ஆர்ட் ஆஃப் லிவிங்'கால் என்று எல்லாரும் நினைத்துக்கொண்டிருந் தார்கள். அதன் பின் தான் தெரிந்தது அது 'ஆர்ட் ஆஃப் பெட் பக்ஸ் லிவிங்' என்று.

யாருக்கும் தெரியாமல் இரவோடு இரவாக படுக்கை மாற்றி, புதிது மாற்றுவதாய் பொய் சொல்லி, மூட்டைப் பூச்சி மருந்து தெளிப்பானை வார இறுதியில் அடித்து, அதற்காகவே ஒவ்வொரு வாரமும் தனது குடும்பத்தோடு ரிசார்ட்டில் பணம் செலவழித்து - என ரொம்பவே இளைத்துப் போயிருந்தான் விபுல்.

வாடகைக்கு இருந்த மாத்யூ தன் வீட்டிலும் அந்தத் தடயங்கள் பரவுவது தெரிந்து வீட்டையே காலி செய்துகொண்டு போய்விட்டான். வீடு காலி செய்யும் முன்பு கொடுக்கப்பட்ட பழரச பார்ட்டியில் மாத்யூ உள்ளம் திறந்தான்.

'கொல்ல முடியாது என்பதல்ல, எனினும் அதனது வருகையே சாத்தானுக்கு கட்டியம் கூறுவதாயும், மூட்டைப் பூச்சி கொல்லப்பட்ட ரத்தத்தின் வாசனை பரமபிதாவிற்கு பவித்திரமானதல்ல' என்றும் ஓல்டு மாங்கின் நாலாவது ரவுண்டில் மலைப்பிரசங்கம் செய்தான்.

ரமணிக்கு அத்தகைய எந்த மூட நம்பிக்கைகளும் இல்லை யென்றாலும் ஒரு விதமான பயமும் பூச்சியின் வருகை பழைய பொருளாதார நிலையின் பிம்பமாய் எழுந்தது. அவனுக்கும் மூட்டைப் பூச்சிகளுக்குமான உறவு ரத்தமும், சதையுமான பால்ய கால உறவு. ஒரு நொடியில் ரமணியை அவைகள், அவனது கடந்த காலத்திற்கு இழுத்து பயமுறச் செய்ய முடியும்.

பயத்தோடு பழையதை நினைத்துக் கொண்டான்.

அவை அவன் மனம் மீது மீள் ஊர்ந்தன.

●

கீழ், கீழ்த்தட்டு நடுத்தனக்காரர்களுக்கான குடில். கொட்டாரம். இல்லை அவர்கள் மேட்டுக்குடிகள் - ஆகவே அது ஸ்டோர். ஆசாரம், சுத்தம் என்பது வெறும் பேச்சில் மட்டும். அந்தக் குடித்தனங்களில் சடங்கும், பக்தியும் இருந்த அளவிற்கு சுத்தமில்லை. கழிவறைகள் வெளியிலிருந்தாலும், அதன் சுத்தமற்ற தன்மை இப்போது நினைத்தாலும் வயிற்றைக் குமட்டும்.

கீழ்த்தட்டு மத்திமர் வர்க்கத்தின் கொப்பளிக்கும் அசுத்தங்கள். சோம்பேறித்தனத்தால் உருவாகும் அசுத்தங்கள். மூட்டைப்பூச்சிகள் சர்வ சாதாரணம். சூரி சுரணம், திருநாமம், பட்டை, நெற்றிக்குப் பொட்டுபோல மூட்டைப்பூச்சிகள் அந்த வாழ்விடத்தின் பொது அடையாளம்.

அம்மாவிற்கு கிராமத்து வீட்டில் கண்டிராத மூட்டைப் பூச்சிக்கடி, சிறுநகரத்து ஒரு ஒண்டிக் குடித்தனத்தில் இலவசமாய்க் கிடைத்தது. அம்மாவின் தூக்கத்தைக் குலைத்தது. அவளது தூக்கம் கவரிமான் தூக்கம். ஒருமுறை தவறினால் அடுத்த இரவுக்குதான் வரும். இரவு எழுப்பிய எரிச்சலில் மூட்டைப் பூச்சிகளைத் தேடித்தேடி, திருப்பித் திருப்பிப் போட்டு நசுக்குவாள். ஓட முயற்சிக்கிற பேனை சுவரில் வைத்து பிதுக்குவாள். அவைகளைக் கொல்ல நிறைய கொல் நுட்பங்களைக் கண்டுபிடித்துக் கொண்டேயிருந்தாள்.

மின் விளக்கு வெளிச்சத்தில் அவை பதுங்குகின்றன என்கிற ரகசியம் தெரிந்தவுடன் கொஞ்சம் போட்டு, கொஞ்சம் அணைத்து அவற்றை வெளி வரச் செய்து வீழ்த்தும் தந்திரோபயங்கள் அனைத்தையும் கைவரப் பெற்றாள். நடு இரவு தாண்டி எல்லாரும் கனமாய் தூக்கப் போர்வை போர்த்திக்கொண்ட நிலையிலிருக்கும்போது தனது யுத்த உத்தியைத் தொடங்குவாள். எல்லார் படுக்கை விரிப்புகளையும்

புரட்டிப் போட்டு மின்விளக்கையும் போட்டுக்கொண்டு தொடங்கும் வேட்டை சில நேரம் காலை வெளிச்சம் வரும் வரைகூட தொடரும்.

ஒவ்வொரு நாள் வேட்டையில் அகப்பட்டதை சுவரிலோ, தரையிலோ அன்றைய கணக்கின் தனி வகையாக சம்காரம் செய்து, அதைத் தனது புகழ்பாடும் கல்வெட்டுகளாய்ப் பார்த்து மகிழ்வாள்.

அம்மாவிற்கு மூட்டைப் பூச்சிகளை விட அது கடித்தும் துன்புறாது தூங்கும் எங்களைக் கண்டு அதீத அறக்கோபம் வருவதுண்டு. பூச்சி கடித்தும் புறமுதுகு திருப்பாது அனந்த சயனம் கொள்ளும் எங்களின் மீதான கோபம் அடுத்த நாள் தோசைக் கரண்டி அடியிலோ, இழுத்து தலைவாரும் சாக்கில் பிடுங்கப்படும் மயிர்களின் கோபத்திலோ, பொதுவாகவே நன்றாகயிருக்கும் அப்பா காப்பியில் தண்ணீர் அளவு அதிகரித்தலிலோ தெரிய வரும்.

வேட்டை அதிகமான தினங்களில் அம்மா சந்தோஷப்பட்டாள். எந்த நல்ல நாளும், திவச நாளும் இல்லாமல் இருந்தும், தோசைக்கு அரைத்திருக்கிறாள் என்றால் அது அவளின் வேட்டை பரிசாகத் தானிருக்க முடியும்.

அம்மாவின் இரவு வேட்டை, உடை உருவப்படுதல், இடையிடையே விழிக்கும் மின் விளக்கு என்று எல்லாவற்றிற்கும் அந்த இல்லத்தில் எல்லாரும் தயாரானது போலதான் தெரிந்தது.

ஊரிலிருந்து வரும் மாமா, வீட்டிற்குத் திரும்பிப் போகும்போது தனது வீட்டின் குளியலறையில் தனது உடைகள் மற்றும் பலவற்றைக் கழற்றி, குளித்துவிட்டுதான் போகிறார். அது மூட்டைப் பூச்சி அங்கும் பரவாமல் தடுக்கும் ஒரு செயலாக தனது வீட்டிற்கு வரும் சுற்றத்தார்கள் செய்கிறார்கள் என்று கேள்விப்பட்டபோது அம்மா கொஞ்சம் உடைந்து போனாள்.

அதைக் கேள்விப்பட்டு தனது வேட்டை, கல்வெட்டு பொறித்தல் என்கிற கர்மானுஷ்டானங்களை வெகு தீவிரமாய்த் தொடர்ந்தாள். அப்பா அப்போது சந்தையில் இருந்த மூ.பூச்சி மருந்துகளை நிறைய முறை தெளித்து, அவைகளின் ஆக்ரமிப்பை அகற்ற முயன்றபோதும் அம்மா அதில் அவ்வளவாய் ஆர்வம் காட்டவில்லை. அவைகளுக்கும் அம்மாவிற்குமான பனியுத்தம் நீண்டுகொண்டே போனது. தனது வேட்டையைத் தொடர்வதில் சதப்பிரக்ஞையாய் இருந்தாள்.

அந்த நகரம் முடிந்து, ரமணி பெரியவனாகி மாநகரம் வந்த பின்புதான் மூட்டைப் பூச்சிகள் அம்மாவை விட்டன. அவைகளின் இடத்தை

மெல்ல மெல்ல தொலைக்காட்சிகள் எடுத்துக்கொண்டன. அம்மா கடந்த முப்பது வருடமாய் மூ.பூச்சிகளிடமிருந்து தள்ளியே இருந்தாள். கிட்டதட்ட மறந்தே விட்டாள். அப்படிதான் ரமணி நினைத்திருந்தான்.

•

முதல் நாள் அம்மா வெறுமனே தூக்கம் வராமல் பண்ணிக் கொண்டிருந்தாள் என்று நினைத்தான். அடுத்த சில நாள்களும் அம்மா தண்ணி மக்கும், கையுமாய் போர்க்களத்தில் கீதோபதேசம் பெற்ற அர்ஜுனன்போல வேட்டையாடிக் கொண்டிருப்பதைப் பார்த்தான். அப்போதும் அம்மா தூக்கம் வராமல் பழைய ஞாபகத்தில் ஏதோ பண்ணிக்கொண்டிருக்கிறாள் என்று விட்டுவிட்டான்.

மூட்டைப்பூச்சிகள் எங்கும் நீக்கமற நிறைய ஆரம்பித்தன. வயதிற்கு வந்த சில மூட்டைப்பூச்சிகள் வேகமாய் வம்சாவளி விருத்தி செய்தன. ரத்த தேவை அதிகமாக, அதன் ரத்த சரித்திரம் ஆரம்பமானது. தேவைகள் கருதி அவைகள் புலம் பெயர வேண்டியிருந்தன. அவ்வாறான புலம் பெயரலில், சில நாட்களில் ரமணியின் படுக்கையறைக்குள்ளும் ஆக்கிரமிப்பு செய்தன.

முயக்கத்தின்போது அவன் காலுக்கு உபயோகிக்கும் தலையணை யிலிருந்து அவை அவன் மீது தாக்குதல் நடத்தின. முயக்கத்திற்குப் பின் அவனது மனைவிக்குப் பிடித்த ஒருக்களித்த கட்டிப்பிடித்த தூங்கலின்போது அவளது கழுத்தில் கடித்தன. பின் முதுகில் கடித்தன. முதலில் தனது கணவனின் வற்றாத ஆற்றலோ என்று நினைத்தாள்.

பின் மூட்டைப் பூச்சிகள்தான் என்று உணர்ந்த பின் அதிர்ச்சி அடைந்தாள். ஜன்னலும், கதவும் வைத்த மார்புச் சட்டைகள் வழியே மூட்டைப் பூச்சிகள் மேய்ந்த முதுகோடு அலுவலகம் போவது அவமானம் நிறைந்தது.

தினமும் முறையே கொஞ்சி, கெஞ்சி, மிரட்டிய பின் அழுகையோடு எழும் தாமன் சில நாட்களாய் உன்னதம் அடைந்த சித்தர்போல படுக்கையில் எழுந்து உட்கார்ந்து கொள்வதும், சொறிந்துகொள்வதும், சிரித்தபடியே தனது தூங்கும் தங்கையை முறைத்துப் பார்ப்பதும் மூட்டைப் பூச்சியால் மட்டுமே.

பகல் வெளிச்சத்தில் அவை வெளியே வருவதில்லை. இரவில் கூட எப்போது வெளியே வரவேண்டும் என்று அவைகளுக்குத் தெரிந்திருந்தன. நீண்ட நேரம் கழித்து படுத்தாலும், ஆழ்ந்த தூக்கத்திற்கு மனிதன் போவதற்கான கால அளவு அவற்றிற்குத்

தெரிந்திருந்தது. சீக்கிரமாய் அடைய முடியாத இடத்தில் பதுங்கி வாழ்ந்தன. வெளி வந்து கடித்துவிட்டு, ரத்தம் புசித்துவிட்டு வெளிச்சம் வருமுன் கூடு சேர்ந்தன.

சுருக்கமாய் அவைகளின் ஊடுருவல் வீடு முழுவதும் வியாபித்திருந்தது.

இதனால் தூக்கம் வராத ரமணியும் அம்மாவோடு பூச்சி வேட்டையில் இறங்கினான்.

அம்மாவிற்கு சந்தோஷமாய் இருந்தது. படுக்கை தாண்டி, சோபா, டைனிங் டேபிள், சோபா கம் பெட்டின் உள்ளே அடைந்திருக்கும் விருந்தினர்களுக்கான தலையணைகள், மெத்தைகள். தொடர்ந்து வேட்டை.

அம்மா, ரமணி எப்போதும் பயப்படும் கீழ் நடுத்தரத் தட்டு வாழ்க்கை நினைவுகளை மலர்த்தினாள்.

'ஞாபகமிருக்காடா ரமணி... சீதாராம் ஸ்டோரில... இதே மாதிரிதான்... எல்லாம் சின்ன சின்னதாயிருக்கும். இங்கயும் தானிருக்கே. சனியன்கள்... கொஞ்சமா குடிக்கிறது...'

'நம்மளோடத குடிச்சு வளர்றதோயில்லையோ... நம்மள மாதிரியே புத்தியும் வந்திர்றது...'

'நாரணயங்கார் வீட்ல மட்டும் மூட்டை இருக்கவே இருக்காது. பின்ன அவர் விடற ஏப்பத்துக்கும், மாமி ஈரமா விடற மடி குசுக்கும் எந்த மூட்டைதான் உயிர் வாழ முடியும்... சரியான தெங்கலை... உங்கப்பாவுக்கு அவாதான் உசத்தி... ஹூம்...'

'மாடுகளுக்கெல்லாம் குடும்பக் கட்டுப்பாடு பண்றாளே... சனியன்கள் இதுக்கு பண்ணித் தொலைச்சாதான் என்ன... எவ்வளவு சீக்கிரம் ஜனப்பெருக்கம் பண்ணித் தொலைக்கறதுகள்.'

'உங்கப்பாதான்... என்னதான் கடிச்சாலும் தூங்கிருவார். சில பேர் அப்படி வரம் வாங்கிண்டு வந்திருக்கா...'

'சரியா திவசத்திற்கு ஒரு வாரம் முன்னாடி மட்டும் எப்படியோ காணாமப் போயிரும். உங்கப்பாதான் ஊர்ல உள்ளவாளுக் கெல்லாம் சேத்து திவசம் போடுவாளே... நாலு திவசம்... சரியா சொல்லி வச்ச மாதிரி திவசத்திற்கு ஒரு வாரம் முன்னாடி, பின்னாடி ஒரு பிரச்சனையும் இருக்காது... அப்புறம் மொத்தமா வந்து பிடுங்கி எடுக்கும்...'

'பதிமூணு வருசம்... கடனும் மூட்டையும் சேந்துன்னா இருந்தது... பம்பாய் வந்ததுக்கப்பறம் மறந்தே போயிட்டேன்... அது மறக்கலை... அங்கிருந்து பாவம் நடந்தே வந்திருக்கும்போல... சனியன்...'

ரமணி வார இறுதி எழுத்தாளன். பின் நவீனத்துவ புறம்போக்கு மற்றும் பிற்போக்கு எழுத்தாளன். தத்துவவாதி. அவன் யோசித்தலின்போது கீழ்க்கண்ட முடிவுக்கு வந்தான்.

ரத்தம் உறிஞ்சுவது மட்டுமோ, உணவு தேடல் மட்டுமோ அதன் இலக்காக இருக்க முடியாது. அதன் வாழ்க்கையை மற்றவற்றை சீர்குலைப்பதன் மூலமே நிறுவ முயன்று கொண்டிருந்ததாகப் பட்டது. அவர்களுக்கான உலகம் ஒன்று உண்டெனஅறிந்தும், வேறு வழியின்றி அதன் மீது ராணுவம் கொண்டு கூட்டழிப்பு செய்ய தலைப்பட்டான்.

வலி தெரியாமல் ரத்தம் உறிஞ்சத் தெரியாத மூட்டைப் பூச்சிகளுக்கு ஜனநாயகத்தில் எப்படி இடம் இருக்க முடியும்? தன் உணவிற்காய் மனித ஜகத்தை எப்படி அழிப்பது? மனிதனுக்காகவே மற்றவையே தவிர, மற்றவைகளுக்காக மனிதன் இல்லையே.

ஆகவே சொல்லத்தேவையின்றி, மூட்டைப் பூச்சிகள் கொல்லப் படத்தான் வேண்டும்.

●

கூட்டழிப்பு போராட்ட கூட்டம்

இடம்: மாஸ்டர் பெட்.

'தோழர்களே, அன்புள்ள கிலெமெஸ் லெக்டரஸ்களே, நம்மீது நடைபெறும் இந்த ராணுவத் தாக்குதல் காலம் காலமாய் நடந்து வருவதுதான். நமது இனத்தின் மீதான கூட்டழிப்பு. நமது இனம் என்ற ஒன்று இல்லாமல் ஆக்குவதற்காக சில ஆதிக்கவாதிகள் செய்யும் சதி. வரலாறைப் புரட்டிப் பார்த்தால், நம்மை அழிக்க வந்த எல்லாம் அழிந்து, நாம் பெருகிக்கொண்டே இருக்கிறோம் என்பது தெரியும். நம் எதிரிகள் பெற்றது தற்காலிக வெற்றி. நமது எதிர்ப்பான்களை உண்டே நாம் வளர்வோம்...'

பேசிக்கொண்டே போனார் தோழர். அந்தப் படுக்கை விரிப்பின் நுனி முழுவதும் மாபெரும் மூட்டைப் பூச்சிக் கூட்டம். ஒரு மேடான நுனியில் அமைந்த ஓரத்தில் அந்தக் கூட்டத்தின் பேச்சாளர்கள் தெரிந்தனர். இப்போது பேசும் தலைமைப் பேச்சாளர் மூட்டைப் பூச்சி

எல்லா கூட்டங்களிலும் பேசுவார். நிறைய விடயங்களைப் பகிர்ந்து கொள்வார். அவரிடமிருந்துதான் எல்லா இளைய மூட்டைப் பூச்சிகளும் நிறைய தெரிந்துகொண்டன, அவைகளின் ஆதி புராணத்தை, வாழ்வியல் தத்துவங்களை.

'நாம் 16ஆம் நூற்றாண்டின் இறுதியில் ஐரோப்பாவிலிருந்து வந்த படகுகளிலிருந்துதான் வந்ததாக மானுடர்கள் நினைக்கிறார்கள். நாம் அதற்கு முன்னரே இருந்திருக்க வேண்டும். அதற்கு முன்னான நமது சரித்திரத்தை நாமேதான் தேடி எழுதிக்கொள்ள வேண்டும்.

நாம் வட அமெரிக்காவின் நிறைய இலக்கியங்களிலும் பழம் புராணங்களிலும் குறிப்பிடப்பட்டிருக்கிறோம்.

நம்மைக் கொல்ல நினைத்த டிடிஹஸ், அமெரிக்கா போன்ற வளர்ந்த நாடுகளில் தடை செய்யப்பட்டிருக்கிறது. கிட்டதட்ட மூன்று பில்லியன் வழக்குகள் தங்களால் தொடரப்பட்டதால், நாமே நம்மைப் பற்றி இழிவாகக் கருதிவிட வேண்டாம்.

நமது இருப்பும், பணியும் கூட பணமாக மாற்ற நிறைய தொழிற்சாலைகளும், தொழில் நுட்பங்களும், வேலை வாய்ப்புகளும் இருப்பது நாம் மானிட சமூகத்திற்குச் செய்யும் சேவையாகக் கருதப்படவேண்டும். ஆகவே நாம் மற்றவரை உறிஞ்சி வாழ்கிறோம் என்ற குற்றவுணர்வு கொள்ளக்கூடாது.'

அப்பா அந்த மேடையில்தான் இருந்தார். அம்மா தோளிலிருந்து அந்தக் குட்டி மூட்டைப் பூச்சி எட்டிப் பார்த்து, அம்மாவின் காதில் கிசுகிசுத்தது.

'அம்மா, அப்பா... அப்பா... அங்கா...'

'ஆமாண்டா... செல்லம்...'

அம்மா மூட்டைப் பூச்சி குட்டியை உச்சி முகர்ந்தது. குடித்த ரத்தத்தைக் கொஞ்சம் வாயில் ஊட்டியது. குட்டி மூட்டைப் பூச்சி அப்பாவைப் பெருமை பொங்கப் பார்த்தது. அப்பாவிற்கு உடம்பில் பாதி இயங்காது. போன தடவை எஜமானர்கள் நடத்திய கூட்டழிப்பு காரியத்தால் அவரது உடலில் பாதி மட்டுமே இயங்கியது. பாதி உடம்பால் பாதி உடம்பைத் தூக்கி ஜீவிக்க வேண்டும்.

ஆனாலும் அப்பா கம்பீரம். அதுதான் அம்மாவிற்குப் பிடித்திருக்க வேண்டும். குட்டி மூட்டைப் பூச்சிக்கும் அதுதான் பிடிக்கும். அப்பா சொல்லிக் கொடுக்கும் விதம் அலாதியானது. எப்போது பணிக்குச் செல்ல வேண்டும், பணியின் போதான தடைகள், நிலையற்ற

தன்மையின்போது எப்படி எதிர்ப்பது, இறந்தாலும் அதை எப்படி எடுத்துக்கொள்வது என்று அப்பா பேசுவதைக் கேட்டுக்கொண்டே இருக்கலாம்.

அப்பா தேவைக்கதிகமாய் கடிக்க மாட்டார். எவ்வளவு தேவையோ அவ்வளவு மட்டுமே உறிஞ்சிக்கொள்வார். இதெல்லாம் அப்பா சொல்லாவிட்டாலும் அப்படிதான் இருப்பார் என்று குட்டி மூட்டைப் பூச்சியால் புரிந்துகொள்ள முடிந்தது. முதல் நாள் பணிக்கு தன்னோடு வந்தபோது குட்டி மூட்டைப் பூச்சி கேட்டது...

'ஏன்ப்பா, மத்தவங்களை கடிச்சு மட்டும்தான் நாம உயிர் வாழணுமா... வேற வழியேயில்லையா...'

அப்பா எதுவும் பேசவில்லை. அமைதியாய் அன்பாய் தலையைத் தடவிக் கொடுத்தார். அப்புறம் அம்மாவிடம்தான் எல்லா கேள்வியும் ஆச்சரியமும், அழுகையும் ஒப்பாரியும்...

'அம்மா, அந்த குழந்தையோட தோல் எவ்வளவு அழகு தெரியுமாமா... அது மேல போட்டிருக்கிற ஏதோ ஒண்ணு எப்பவும் வாசனையோட இருக்கும்மா...'

'அத கடிக்க எனக்கு மனசே வரலம்மா... அதுவும் என்னை மாதிரிதானம்மா... அன்னிக்கு ரொம்ப பசிச்சு கடிச்சப்ப, அது அழுதது பாருங்க... எனக்கும் அழுகை அழுகையாய் வந்துடுத்தும்மா... அதனால... இன்னிக்கு சாப்பாடே இல்லை... பசிக்குதுமா...'

அம்மா மூட்டைப் பூச்சி கட்டி அணைத்து உச்சி மோந்து சொன்னாள்,

'அடியே, செல்லமே, எங்கயோ பிறக்க வேண்டியது இங்க வந்து பொறந்துட்டியேடி... நல்லாயிருப்படி குஞ்சலமே...'

அடுத்த சில நாட்கள் அந்த மூட்டைப் பூச்சி தாமனின் தங்கையோடு தூளியிலே படுத்துக் கொண்டிருந்தது. அதோடு சிரித்து விளை யாடிற்று. குழந்தையின் ஒவ்வொரு வாசனையும் முகர்ந்து பார்த்து மகிழ்ந்தது. குழந்தைக்குச் சிரிப்பூட்டியது.

'ஏம்மா இவ தூக்கதிலயும் சிரிக்கிறா' - தாமன்.

'இல்லடா. குழந்தை தூங்கும்போது உம்மாச்சி விளையாட்டு காட்டுவாராம்...' - அவன் அம்மா.

நாளாக நாளாக குட்டி மூட்டைப் பூச்சி பசித்து, சோர்வுற்றாலும் - கடிக்காமல், குழந்தை ரத்தம் புசிக்காமல் குழந்தையின் படுக்கையிலே உயிர் துறந்தது.

இரண்டு வார இறுதிகளில் ரிசார்ட் தங்கல், படுக்கை உட்பட முடிந்த வரையிலான மரச்சாமான்கள் மாற்றம், படுக்கை விரிப்பு மற்றும் பழைய துணிகள் மாற்றம், மாத்ரேஜ் நிறுவனத்தின் முழுநேர மருந்துத் தெளிப்பு, சந்தேகமான இடங்களில் பெயின்ட் அடித்தல் மற்றும் சில இன்ன பிற உபாயங்களால் மூட்டைப் பூச்சியிஸ்டுகள் அடக்கப் பட்டனர். அழிக்கப்பட்டனர். அப்படியாக மாத்ரேஜ் நிறுவனம் உறுதியளித்தது.

கொஞ்ச நாளில் அம்மா மறுபடியும் தொலைக்காட்சி சீரியலும், புதிதாய் கிரிக்கெட் மேட்ச் பார்ப்பதிலும் தனது நேரத்தைக் கொன்றாலும், ஒவ்வொரு இரவிலும் அவளையறியாமலே வேட்டைக்குத் தயாராகிவிடுகிறாள். தூங்காமல் விளக்கைப் போட்டும் அணைத்தும் மூட்டைப் பூச்சிகளைப் போருக்கு அழைக்கிறாள்.

அவை சாகடிக்க முடியாதவை என்றும், அவைகள் காலம் கருதியே பதுங்கியிருக்கின்றன எனவும் நம்புகிறாள்.

ரமணி, என்றாவது ஒருநாள் 'இந்தா பாரு' என்று வெற்றி வாகையோடு தண்ணீர் மக்கோடு வந்துவிடுவாளோ என்ற பயத்தோடு இரவுகளைக் கழிக்கிறான்.

•

மேஜிக்கல் ரியலிசம்

அந்த அரங்கம் உற்சாகத்தால் நிரம்பி வழிந்தது. அவர் கறுப்பு உடை அணிந்து வித்தைகளால் சிறுவர்களைக் கட்டிப் போட்டுக் கொண்டிருந்தார்.

'ஹரே தம்பி, இங்க வா. தேக்கோ... க்யா ஹை...'

'குச்சு நஹி...'

'ஹரே, தேக்கோ. அச்சா தேக்கோ (நல்லாப்பாரு).'

பையன் மறுபடி கையை விட்டுத் துழாவிப் பார்த்தான். சின்னக் குச்சியால் அவன் பெட்டிக்குள் தடவியபடி மேடையில் அங்குமிங்கும் அலைந்தான்.

திடீரென்று வெற்றுப்பெட்டியிலிருந்து புறா வந்தது. அரங்கம் கைதட்டியது. குறிப்பாய் அந்த மேடைப்பையன் கண்ணாடியிலிருந்து விழி பிதுக்கினான்.

'மேஜிக் அங்கிள்...' குழந்தைகள் கிட்டதட்ட கூவிக்கொண்டிருந்தனர். அம்மாக்களும், ரொம்ப தெரியாமல் அப்பாக்களும் ரசித்துக் கொண்டிருந்தனர்.

•

'நல்ல ஐடியா...' நான் வெளியில் நின்றிருந்த சுரேஷிடம் சொல்லிக்கொண்டிருந்தேன்.

'குழந்தைகளெல்லாம் என்கேஜ் ஆயிட்டாளே...' சுரேஷ் மீந்துபோன சமோசாவை பேக் செய்வதில் கவனமாயிருந்தார்.

அது மும்பையை விட்டு மிகத் தள்ளியமைந்த புறநகர் ஒன்றின் தமிழ் புத்தாண்டு விழா கூட்டத்திற்காய் அமைக்கப்பட்ட விழா. அந்த காலனியிலும் அதற்குப் பக்கத்திலும் கிட்டதட்ட நானூறு தமிழ் குடும்பங்கள் வசிக்கின்றன. மத்திய மின்சாரம் தயாரிக்கும் மிகப்பெரிய நிறுவனமும் அது சார்ந்த உதிரி தொழில்களும் அமைந்த அந்தப் பகுதியில் மலையாளிகளுக்கு அடுத்தபடியாக தமிழ் கூட்டமிருந்தது.

இந்தத் தமிழ் கூட்டம் ஐயப்பா பூஜையில் ஆரம்பித்து விளக்கு பூஜையில் வளர்ந்து தமிழ் புத்தாண்டு கொண்டாட்ட விழாவாக கடந்த மூன்று வருடங்களில் வளர்ந்து வருகிறது. எனது தமையனின் இல்லத்திற்குப் போயிருந்தபோது இந்த விழாவிற்கும் போகநேர்ந்தது.

'மேஜிக் ஷோவை எவ்வளவுக்கு அரேஞ்ச் பண்ணிருக்கேள்?' சுரேஷிடம் கேட்டேன். சுரேஷ்தான் அந்த விழாவை கிட்டதட்ட இயக்கிக்கொண்டிருந்தது.

'கிட்டதட்ட ஆறு கிட்ட ஆயிருக்கும்னு நினைக்கிறேன்.'

'ஓ சிக்ஸ்...' ஆச்சரியமானது.

'அதனாலதான் ஒண்ணரை மணிநேரம் பண்ணச்சொல்லிட்டோம்.'

வெய்யில் தாழ்ந்தாலும் வெக்கைக் காற்று வீசிக்கொண்டிருந்தது. வியர்வையோடு. குழந்தைகள் வெய்யில் தாண்டியும் மேஜிக்கில் ஒன்றியிருந்தார்கள்.

'மேஜிக் அங்கிள் 'எல்லாரையும் தன் கைவிரல்களுக்குக் கட்டுப் படுத்தியிருந்தார்.

வாய் வழியே பால் கொடுத்து காது வழியே எடுத்தார்.

சின்னக் கயிற்றைக் கோர்த்துக் கோர்த்து ஒரு சிறுவனிடம் கொடுத்தார்.

திருப்பிக் கொடுக்கும்போது அது பெரிய கயிறாக மாறியிருந்தது.

எனக்கு சின்னக் கயிறுதான் வேண்டுமென அடம்பிடித்தார்.

ரோஜாவை ஒரு பெண் தலையில் வைத்து அதுவாகவே மறைந்து போனது. பாத்திரத்தில் எறிந்த பேப்பரிலிருந்து பூத்துணுக்குகள் சிறுவர்கள் தலையில் கொட்டின. அடுத்த முறை எல்லாரும் பூமாலை எதிர்பார்த்தபோது 'இந்த முறை பெரியவர்களுக்கு' என்று சொல்லி தூவியபோது தண்ணீர் விழுந்து எல்லாரும் 'ஹோ...' என்று அலறினார்கள். குழந்தைகள் தங்கள் பெற்றோர்களின் ஏமாற்றம் கண்டு மிகுந்த மகிழ்ச்சி கொண்டனர். அடுத்த முறை ஆண்கள் வரிசையில்

கொட்டப்போவதாய் சொல்லிக்கொண்டு தூக்கிவீசியபோது எதிர் பார்த்த தண்ணீர் இல்லை. அதில் ஒன்றுமே இல்லை. அப்பாக்கள் ஏமாந்தது பிள்ளைகளுக்கு மிக மிக மகிழ்ச்சியைக் கொடுத்திருக்கும் போல.

'ஏ... கிஸ் கேலியே கார்ராவும் சாப்... சப்... இஸ்கேலியே... (இதெல்லாம் எதற்கு பண்ணுகிறேன்...)' வயிற்றைத் தொட்டுக்காட்டி பேசிவிட்டு மறுபடியும் மேஜிக்கிற்குள் நுழைந்தார்.

●

'எத்தனை ஃபேமிலி இருப்பாங்க டோட்டலா...' - நான் சுரேஷிடம்.

'ஒரு நானூறு ஐநூறு இருக்கும். பட். இருநூறுக்கும் மேல வந்திருக் காங்க. இது சாஸ்தா பூஜையை விட அதிகம். நாங்க எதிர்பார்க்கவே இல்லை.'

'வெரிகுட்... எதும் ஃபண்ட் கலெக்ட் பண்ணீங்களா?'

'நாங்க ஏதும் கேக்கவேயில்லை... அவங்களா கொடுத்தா வாங்கிக்கறது.'

நானூறு குடும்பம். வசதியான குடும்பங்களிலிருந்து டொனேசன். மற்றவர்களிடமிருந்து சந்தா. என் மேலாண்மை, நிர்வாக மூளை வேகமாக அதுபற்றி இயங்கியது. ஒரு இரண்டு வருடங்களில் ஸ்பான்சர் எல்லாம் சேர்த்து ஒரு பத்து இலட்சம் சேர்த்துவிடலாம். சாஸ்தா பெயர் சொன்னால் தமிழ் தவிர மற்றவர்களிடமிருந்தும் பணம் கிடைக்கலாம். ஒரு சின்னதாய் இடம். வைப்புத் தொகை. அதிலிருந்து வருகிற வட்டியில் தவறாமல் ஏதாவது நிகழ்ச்சி.

சுரேஷிடமும், இதை கவனித்துக்கொண்டிருக்கிற சேஷாத்ரியிடமும் பெரியவர் மணியிடமும் இதைப்பற்றி பேச ஆரம்பித்தேன்.

இது எனக்கு மிகப்பிடித்த தலைப்பு. பணம் வசூலிப்பது, எதையாவது கட்டுவது. சுரேஷும் மணியும் என்னைப் பார்த்துக்கொண்டே இருந்தார்கள்.

பெரியவர் மணி சொன்னார். 'குழந்தைகள் மஜா பண்றதுப்பா... சுரேஷு போட்டி, கீட்டி வைச்சு கலக்கிட்டப்பா.'

சுரேஷ் ரொம்ப நேரத்திற்குப் பிறகு தெளிவாய் சிரித்தார்.

உள்ளே... சத்தம் பெரியதாய் கேட்டுக்கொண்டிருந்தது. குழந்தைகள் எல்லாரும் மேடையில் மேஜிக் அங்கிளோடு ஏதேதோ செய்து கொண்டிருந்தார்கள். உற்சாகம் ததும்பி வழிந்துகொண்டிருந்தது.

'சீ... வாட் யூ ஸஃட் டூ இஸ்...' நான் மறுபடியும் ஆரம்பித்தேன்.

•

'பப்பா... க்யா... மஜாயார்...' அவன் இன்னும் சாதாரண உலகத்திற்கு வரவேயில்லை.

'சித்தா. எங்க போயிருந்தே...' என் தமையனின் பெரிய பெண் கேட்டாள்.

'ஆ... பகுத் மிஸ் கியா சித்தா...' அடுத்த பெண் கவலைப்பட்டாள். சில மேஜிக்குகளை விளக்க ஆரம்பித்தாள்.

'எங்க போயிருந்தேள்...' சலிப்புடன் என் மனைவி...

ஒரு இரண்டு வருடங்களில் சின்ன கட்டடம். வைப்புத் தொகை பத்து இலட்சம். முடிந்தால் சுதாரகுநாதனையும், பம்பாய் ஜெய்ஸ்ரீயையும் கூப்பிடலாம்... பெரியவர் மணி, சேஷாத்ரி, சுரேஷ் எல்லாம் வாயைக் கொஞ்சமாய்த் திறந்து கேட்டுக் கொண்டிருந்தார்கள்.

அதுதான் என் மேஜிக்... சொல்லவில்லை. சொன்னால் திட்டுவாள். காற்றில் முழம்போட்டு பேச்சு, பேச்சு. அவர்களின் பார்வையை என்னால் விஸ்தரிக்க முடிந்தது. அவர்களை யோசிக்கவைத்ததுதான் எனக்கான திருப்தி. 'உங்க லெக்சரா...' என்கிற மனைவிக்கு என்ன சொல்ல?

'ரொம்ப புழுக்கமாயிருந்தது... வெளியே போயி எல்லாரோடையும் பேசிண்டிருந்தேன்.'

'பப்பா... க்யா கியாயே மாலுமே. அம்மாவோட வாட்சை உடைச்சுட்டான். அப்புறம் ஃபுல் மேஜிக்லா திருப்பி கொடுத்தார்ப்பா.'

என் பையன் வியப்பின் உச்சியிலிருந்து பேசிக்கொண்டிருந்தான்.

'சித்தி பகுத் டர் கியா யார்... (ரொம்ப பயந்துட்டா)' அண்ணா பெண் மகிழ்ச்சியாய்ச் சொன்னாள். பயந்த என் மனைவியின் முகம் நடித்துக் காட்டப்பட்டது. எனக்கும் சிரிப்பு வந்தது.

'அது எப்படிப்பா...'

•

அந்தக் குறுகலான சந்துகளில் கார் மெல்லவே போக வேண்டியிருந்தது. பைகுலாவின் பிரதான வீதிகளை விடுத்து போய்க் கொண்டிருந்த வீதிகளில் அந்த மேஜிக் அங்கிளின் விலாசமிருந்தது. பின்னால் அசுவத்தாமனின் நண்பர்களும், தமக்கைகளும் மிகுந்த குஷியோடு இருந்தார்கள்.

'அரே. எனக்கு தெரியும்... அங்கிள்கிட்ட ஒரு பாக்ஸிருக்கும். அதுல ரெண்டு பெட்டியிருக்கும்... ஒண்ணுல பூ... இன்னொண்ணுல...'

'அந்த கயிறுல்ல... அதுல ஒரு ஸ்பெஷல் முடிச்சிருக்கலாம்...'

'அந்த புறா எப்படி அந்த பெட்டியிலிருந்து வந்தது... அது சர்ப்ரைஸ்ல...'

அவர்கள் மேஜிக்கின் ரகசிய முடிச்சுகளை அவிழ்க்க முயற்சித்துக் கொண்டிருந்தார்கள். அப்போதுதான் அசுவத்தாமன் கேட்டான்.

'அன்புள்ள ஐயா, அசுவத்தாமனாகிய நான் உங்களிடம் கேட்டுக் கொள்வது என்னவெனில், தாங்கள் ஏன் தயை கூர்ந்து தந்திரங்கள் செய்த விற்பன்னரிடம் சென்று என்ன விலை கொடுத்தாவது அறிவுப்பிச்சை கேட்டு அதன் உபகரணங்களையும் வித்தைகளையும் கற்று எங்களுக்கும் பகிர்ந்தளிக்கக் கூடாது...'

●

அந்தச் சந்து ஒரு தர்க்காவின் வாசலில் முடிந்தது. அதற்குமேல் போகமுடியாது. அதாவது அந்தத் தெருவின் பாதிக்குமேல் சின்ன மசூதிக்கோயில் அடைத்துக்கொண்டிருந்தது. இந்த ஏரியாவில் எல்லா தெருக்களும் கிட்டதட்ட இப்படிதான் முடிவடையும். மசூதிக்கு இந்தப்புறம் சிறு வணிகக் கட்டடங்களும், மறுபுறம் இல்லங்களும் இருக்கும்.

நான் காரை நிறுத்திவிட்டு வாண்டுகளை உள்ளே இருக்கச் சொல்லி விட்டு மெல்ல உள்ளே போனேன். நான் மட்டும் விழிகளால் எல்லாவற்றையும் கழுவியபடி தெருவிற்குள் நுழைந்தேன்.

தெருவில், உப தெருவில், அதன் உபதெருவில் நீண்டு போகும் இல்லங்களில், அதனுள் குறுகிப்போகும் அறைகளில் எல்லாம் மேஜிக் நிரம்பி வழிந்தது. சந்துகள் குறுகலாய், மிக குறுகலாய், மிக மிக குறுகலாய் அமைந்திருந்தன. மேஜிக் அங்கிள் மொபைலில் ஏற்கெனவே விலாசம் சொல்லியிருந்தார்.

யாரோ அந்தத் தெருவிற்குக் கொஞ்சம் பவுடரும், மலிவான வாசனைத்திரவியமும் பூசியதுபோல இருந்தது.

அந்தத் தெரு வாசலிலே நிறைய மேஜிக் சாமான்கள் வைக்கப் பட்டிருந்தன. 25/11 என்கிற எண்ணின் வீட்டின் கீழ் நின்றேன். அந்தப் பையன் ஏதோ பயிற்சியிலிருந்தான்.

அவன் கையில் பிளேடுத்துண்டுகளும், நீளமான கயிறும் வைத்திருந்தான். நீளமான கயிற்றை வேக வேகமாக சுற்றிக்கொண்டே பிளேடுத்துண்டுகளை வாயில் முழுங்கிக்கொண்டே இருந்தான். கயிற்றைச் சுற்றி முடித்தவுடன் மொத்தமாகக் காறி உமிழ்ந்து மொத்த பிளேடையும் துப்பினான்.

கிட்டதட்ட ஒன்றரை நிமிடம்.

எனக்கு தொண்டை வறண்டது. தண்ணீர் குடித்துக்கொண்டே என்னிடம் கேட்டான். 'க்யா சாப்... (என்ன வேணும்?)'

நான் மேஜிக் அங்கிளின் நிறுவன அட்டையை (விசிட்டிங் கார்டு) கொடுத்தேன். என் வருகையை தண்டனிட்டுச் சொல்ல அந்தப் பையன் பைஜாமாவோடு ஓடினான். ஓடும்போது வாயில் மிச்சமிருந்த பிளேடைத் துப்பிக்கொண்டே ஓடினான். அவன் முன்னால் துப்பிய பிளேடுத்துண்டுகளைப் பார்த்தேன். நிறைய பிளேடு. சில பிளேடுகளில் கொஞ்சம் ரத்தம் படிந்ததாகவும் பட்டது. எனது பிரமையாக இருக்கலாம்.

தெருவை வேடிக்கை பார்த்தேன்.

நீண்ட அட்டைப்பெட்டி, கொடி நிறைய சின்னச் சின்னத் துணிகள், வெவ்வேறு நிறங்களில், ஆங்காங்கே சிதறியிருந்த அழுக்காகிப்போன சீட்டு கார்டுகள் (பெரும்பாலும் கிங், க்யூன், ஜெக், ஆஸ்ஸாகவே இருந்தன), காகிதக் கத்திகள், வண்ண வண்ண பேப்பர் துகள்கள், கண்ணாடிக் குடுவைகள், பளபள அங்கிகள், கொஞ்சம் உள்ளே கிழிந்த தொப்பி, அதற்குள் ஜிப் வைத்த சின்னப் பை, நிறைய விலங்குகள் பிளாஸ்டிக் உருவத்தில் (தவளை, குரங்கு, மீன், பாம்பு) மற்றும் உயிருடன் மைனா.

அது பறக்க முடியாமல் அதன் காலில் நிறைய கல் கட்டப்பட்டிருந்தது. அது கொஞ்சம் பறக்க முயற்சிக்கும். பின் தரையிறங்கும். அங்கிருந்த மேடையில் அமர்ந்து அதனையே பார்த்துக்கொண்டிருந்தேன். அது கீழிறங்கும் தளத்தில் நிறைய கண்ணாடித் துண்டுகள் போடப் பட்டிருந்தன. கிட்டதட்ட கீழிறங்கிய அது பழைய குத்தல் ஞாபகம் வந்தென்னவோ மறுபடியும் மேலே பறக்க முயற்சித்தது. கொஞ்ச தூரம் பறந்து பாதுகாப்பான இடம் தேடி, தனியாக தொங்க

விடப்பட்டிருந்த மேஜிக் அங்கிளின் கறுப்பு கோட்டின் மீதமர்ந்தது. நிம்மதிப் பெருமூச்சு விட்டமாதிரி உணர்ந்தது.

மறுபடியும் மைனா பறக்க ஆரம்பித்து உடல் வலுவிழந்து மறுபடியும் அந்த கோட்டின் மீதமர்ந்தது. என்னைப் பார்த்தது.

நான் பார்வை தவிர்த்து மறுபடி தெருவைப் பார்த்தேன்.

அந்தக் குறுகலான தெருவில் பத்துபேர் நிறைய அட்டைப்பெட்டி களோடு பைகுலாவின் ஸ்டேஷன் நோக்கி பயணித்துக்கொண்டிருந் தார்கள். அந்தக் குழுவிலும், ஒரு தாத்தா, மேஜிக் அங்கிள், நான்கு எடுபிடிகள் மற்றும் இரண்டு சிறுவயதைக் கடந்த அதீதமாய் மருதாணியிட்ட பெண்கள் இருந்தார்கள்.

தொலைதூரத்தில் அந்தப் பெண் சப்பாத்திக்கட்டை மூன்றை தூக்கிப் பிடித்து விளையாடிக்கொண்டிருந்தாள். கிட்டதட்ட சரியான தாள லயத்தோடு செய்வதாகவே பட்டது. அந்தப் பெண்ணின் கீழே சின்னக் குழந்தை தவழ்ந்து கீழே சிதறியிருந்த காகிதங்களை மெல்ல நக்கிப்பார்த்துக் கொண்டிருந்தது.

அந்தத் தெருவே மேஜிக்கல் களை பூசியிருந்தது.

யோசித்துக்கொண்டே இருந்ததில் தோளில் ஒரு குறுகுறுப்பை உணர்ந்தேன். இலேசாய் திரும்பியதில் மைனாவின் மெல்லிய வெள்ளை உடம்பு உரசியது. அது கல் சுமக்க முடியாமல் விட்ட பெருமூச்சு எனக்கு மிக அருகில் கேட்டது. இந்த முறை அதன் பார்வையைத் தவிர்க்க முடியவில்லை.

மேஜிக் அங்கிள் வருவதற்கு முன் தோளில் உட்கார்ந்த மைனாவோடு நகர ஆரம்பித்தேன்.

•

மேஜிக் அங்கிளிடமிருந்து நிறைய தந்திரக்கருவிகள் வாங்கி வரப்போகும் எனக்காக காரில் காத்திருக்கும் குழந்தைகளுக்கு என்ன சொல்ல?

•

ருத்ரா

கோமதி நாயகம் அன்று பூஜையை ரொம்ப திவ்யமாய் செய்ய முடிவு செய்துகொண்டார்.

பல்லக்கிலிருந்து எல்லா தெய்வங்களையும் இறக்கி வைக்கும் முன் ஒருமுறை பார்த்தார். சிவன், விஷ்ணு - குடும்பம், சக்தி, காசி விஸ்வநாதர், அன்னபூர்ணேஸ்வரி, தவழும் கிருஷ்ணர் என்று உதிரியாய் சில தெய்வங்கள். பல்லக்கிலிருந்த எல்லா சுவாமிகளும் பாரதத்தின் நிறைய இடங்களிலிருந்து ஒரு குடையின் கீழ் வருவிக்கப் பட்டவர்கள். எல்லாரும் நேற்றைய ஆடை அணிந்து குளியலுக்காகக் காத்திருந்தனர். அனைவரும் கொஞ்சம் தூக்கக் கலக்கத்திலிருப்பது போலதான் இருந்தது.

அம்மை அவள் இருந்த வரைக்கும் விழுந்து விழுந்து பூஜை செய்வாள். முக்கிய தினங்களில் ஒன்றுக்கு மேற்பட்ட முறை எல்லா பல்லக்கு தெய்வங்களுக்கும் அபிஷேகம், அலங்காரம், பூஜை, வகை வகையான சுடச்சுட பிரசாத கவனிப்பு எல்லாம் நடந்தது உண்டு.

அம்மை போன பிறகு சுவாமிகளை ஏதாவது கோயிலுக்கோ, சுத்த பத்தமாய்ப் பார்த்துக்கொள்ளும் தோதான இடமாய் கொடுத்து விடலாம் என்றுதான் கோமதி நினைத்தார். அவரும் சுத்த பத்தமான மனுசர்தான். ஆனாலும் அம்மையின் உடல், மனத் தூய்மையின் முன்னே தான் ஒரு சுக்குமில்லை என்று கோமதி நினைத்தார். தன் மனைவிக்கு அபிஷேகம் பண்ணுமளவுக்கு கூட பக்தியில்லை என்பது அவரின் அசைக்க முடியாத நம்பிக்கை.

‘வோய், கோமதி, எல்லாம் அவ சரியாத்தான் செய்வாவே’ என்று மாசறு திங்கள் கங்கை முடிமேல் அணிந்த சிவனே சொன்னாலும், ‘நீங்க சும்மா இருக்க மாட்டீகளா... எனக்கு தெரியாதாவே... இவாளப் பத்தி...’ என்று தனது மனைவி குடும்ப புராணத்தை ஆரம்பித்து விடுவார். கிடைக்கிற குளியலில், சோற்றில் மண் போட்டுக்கொள்ள தெய்வங்களுக்கென்ன கிறுக்கா பிடித்திருக்கிறது. அவை பதிவுபோல மௌனம் காத்தன, நமட்டுப் புன்னகையோடு.

அவ்வளவு சீக்கிரமாய் தங்களை அங்கிருந்து கிளப்பிவிடமுடியாது என்பது அவர்களுக்குத் தெரியாதா என்ன... பயமும் அதன் குட்டி தேவதைகளான சுகக்கேடு, துக்கம், வலி, வேதனை போன்றவைகள் ஒரு மனிதனை விரட்டினால் அவன் இங்குதானே ஓடிவரவேண்டும்.

•

அம்மை செத்து சில நாட்களில் தனக்கு உடம்பு சரியில்லாமலிருந்தது. அவ்வப்போதான தலை சுற்றல், கிறுகிறுப்பு, கொஞ்சம் வாந்தி, சில சமயம் சின்னதாய் காய்ச்சல் - சரி இதெல்லாம் தன் அம்மை போன துக்கத்தால்தான் இருக்கிறது என்று கோமதி நினைத்து துக்கம் கொண்டாடிக் கொண்டிருந்தார்.

‘ஆமா... சீக்கேடுக்கும் உங்ககிட்ட ரொம்பதான் பாசம்போல... ரொம்ப நாளா ஈஸிட்டிருக்கே...’ என்று வள்ளியம்மை தன் முகவாயைத் தானே இடித்துரைத்த பின்னரே,

‘ஆமா... படுத்தற உடம்ப பாத்தா... பாசம் மாதிரி தெரியலையே’ என்று உள்ளூர சந்தேகம் வர ஆரம்பித்தது.

‘கல்யாணச் சாவு வேய்...’ என்று சொல்லிச் சொல்லியே வகை வகையாய் மொக்கிய மொக்கில் உடம்பில் ஏதும் உள்ளூர ஆட்டம் கண்டுவிட்டதோ என்று பயந்து குடும்ப டாக்டர் சேஷனிடம் போக ஆரம்பித்தார்.

டாக்டர் சேஷன் எல்லாவற்றிலும் ஆமை வேகம். அவர் தலையை மேலிருந்து பார்த்தால் நீள்மூக்கு, விரிந்த சப்பைக் காதுகள், அதில் நீண்டிருக்கும் முடி, செதில் செதிலான வெள்ளைத் தோலான வழுக்கைத் தலை என ஆமைபோலதான் இருக்கும்.

கோமதிக்குத் தலை சுற்றல், மயக்கம் என அடிக்கடி உடல் நிலை சரியில்லாமல் போகும்போது ஒவ்வொரு முறையும் ஏதாவது சொல்லி இரண்டு மாத்திரைகள் தருவார். மாத்திரையா முக்கியம், அவரின் வார்த்தை தானே... மனுசன் பேச்சிலேயே மாத்திரை வச்சிருக்கானே

என கோமதி நினைப்பார். கொஞ்ச நாள் சரியாயிருக்கும். மறுபடி ஏதாவது வரும்.

டாக்டர் சேஷன் மாத்திரைகளை மாற்றாமல் வெறும் வார்த்தைகளை மட்டும் மாற்றிக்கொண்டே இருந்தார்.

'எல்லாம் அம்மை போன துக்கம் வேய்... நம்ம உடம்புல பாதின்னாவே அவ... சாஸ்திரத்திலே என்ன சொல்லியிருக்கான்னா... ஒரு வருஷம் அப்படித்தானிருக்கும்னு சொல்லியிருக்கு.'

'என்ன சாப்பிட்டேள்? வாதம், பித்தம் எல்லாம் நடராஜர் மாதிரி நாட்டியமாடறதே... காபியை குறைச்சா சரியாயிரும்.'

'கொஞ்சம் அல்வா குறைக்கப்படாதா?'

'குல தெய்வத்துக்கு ஒரு பிரார்த்தனை பண்ணுவே. எல்லாம் சரியாய் போயிடும்...'

'பௌர்ணமி, அமாவாசை வாரம் திண்ணைல படுத்துக்கும் ஓய்...' என்று ஏதாவது சொல்லிச் சொல்லியே ஒப்பேத்திக் கொண்டிருந்தார்.

அந்த நிகழ்வு வரை வள்ளிநாயகம் வாழ்க்கை அமைதியாகதான் போய்க்கொண்டிருந்தது.

•

மதுரை விஜயம். நிலம் காரியமாய் குத்தகை மனுஷாளைப் பார்க்கப் போயிருக்கும்போது நடந்த நிகழ்வு. திடீரென்று தலைசுத்தி, மயங்கி விழ, அவர்கள் சந்தேகப்பட்டு மிஷினாஸ்பத்திரியில் சேர்த்து விட்டனர். பெரும்பாலும் வெள்ளைக்கார டாக்டர்கள். இரண்டு நாள் படுக்கை. வியர்வையைத் தவிர அவர் உடம்பிலிருந்து வழிவது எல்லாவற்றையும் வெள்ளை நர்ஸ் குட்டிகள் சேகரித்து நடந்த விரிவான மருத்துவ சோதனையில் முடிவு பார்த்து, ஆங்கிலத்தில் கத்த ஆரம்பித்தான் அந்த வெள்ளைக்கார டாக்டர்.

அரைமணி நேரம் ஆங்கிலத்திலே பேசினான். அவ்வப்போது தன் குடும்பத்தைப் பற்றி, அம்மா, அப்பாவின் உடல் நலம் பற்றி தன்னுடன் வந்த ராமசுப்பய்யர் பையன் ரமணியிடம் கேட்டுத் தெரிந்து கொண்டார் டாக்டர்.

'எந்த முட்டாள் டாக்டர் உங்களுக்கு பார்க்கிறார்? ரத்த அழுத்தமும், நீரழிவும் உச்ச நிலையை நெருங்கிக் கொண்டிருக்கிறது. கண்டிப்பாய் ஒரு ஆறு மாதங்களாக சமிக்ஞைகளை கொடுத்துக் கொண்டிருக்க

வேண்டும். இது கூட தெரியாமல் உங்க டாக்டர் என்ன இழவு பண்ணிக்கிட்டிருக்கான்...'

கொஞ்ச நேரம் கத்தலுக்குப் பிறகு நோய் நாடி, அதன் முதல் நாடி - எல்லாவற்றையும் டாக்டர் சொல்லச் சொல்ல ரமணி அதை மொத்தமாய் தனது நோட்டுப்புத்தகத்தில் குறித்துக் கொண்டான்.

ஒன்றும் புரியாவிட்டாலும் ஏதோ பெரிசாய் ஒன்று என ஊகித்துக் கொண்டார். உள்ளே ஆடிப்போனார் கோமதிநாயகம். தான் தன் அம்மையைப் போலல்லவா? சீக்கு எதுவும் சீந்தக்கூடாதே என மனதிற்கு சொல்லியபடி இருந்தார்.

அம்மைக்கு ஒரு சொட்டு நோய் கிடையாது. எந்த இடம், எந்தத் தண்ணீர் - எதுவும் அவளை ஒன்றும் செய்துவிட முடியாது. இறக்கும் வரைக்கும் பக்கத்து, தூரத்து சொந்தத்தில் நடக்கும் எல்லா கல்யாண சீர்களை ஒரு வாரமாவது சாப்பிட்டுவிட்டு, பெருத்த ஏப்பங் களோடும், குசுக்களோடும் செத்துப் போனாள்.

வயதாக வயதாக, சீக்கிரமாய்ச் செரித்துத் தொலைத்து, சீக்கிரமாய் பட்சணங்களை முடிக்க முடியவில்லையே என்கிற பெருவருத்தம் அவளுக்கு உண்டு. (என்னம்மா வயிறு கெட்டு கிடக்கு... இத்துனூண்டு(!) ஒரு வேளை பட்சணத்தை... இம்புட்டு நாளா மென்னுக்கிட்டு கிடக்கேனே...)

சூடாக்கின சீரகத் தண்ணீரை வயிற்றுக்குக் காட்டி எப்படியோ பட்சணச் சீர்களை முடித்துவிடுவாள். காலியான அன்று, அவள் முகத்தில் எழுகிற தெளிவு, அவளின் உடல் உறுதிக்கு வழங்கும் பட்டம். அடுத்த கல்யாணச் சீருக்கு அவள் தயாராகி விடுவாள். அவள் இருந்தவரைக்கும் எந்த டாக்டரும் அவளைத் தொட்டதில்லை. ஒரு மருந்தும் உள்ளே போனதில்லை.

சுக்கு, மஞ்சள், இஞ்சி என்கிற கை வைத்தியங்களோடும், சில அகமொழிகளோடும் (சுக்கு மிந்தின மருந்துமில்லை, நம்ம செந்தூர் முருகனை மிந்தின தெய்வமுமில்லை... கஞ்சா குடிச்சவனையும் இஞ்சி பூமிக்கு கொண்டாந்துருமே, பித்தத்தோடு சத்தத்திற்கு மஞ்சப் போட்டேன்) வியாதியைக் கடந்து வந்துவிடுவாள்.

தான் அம்மையைக் கொண்டு இருப்பதால் அம்மைபோல தனக்கு எதுவும் வந்துவிடாதென்றுதான் எண்ணினார்.

கோமதிக்கு மனதில் எதுவுமே ஓடவில்லை. வெறும் வெற்றிடமாய் இருந்தது. சின்னப் பிள்ளை ரமணியையே பார்த்துக் கொண்டிருந்தார்.

அப்படியே அப்பா ராமசுப்பு மாதிரியே இருந்தான். மதுரையில் இன்ஜினியருக்குப் படித்துக் கொண்டிருந்த பையன். ஏதோ மாமாவிற்கு உடம்பு சரியில்லையென்று கேள்விப்பட்டு இரண்டு நாள் லீவு போட்டு சுத்துகிறது.

ராமசுப்பு செத்துப் போய் இரண்டு வருடமாகிறது. பெரியவர் ராமசுப்பு இருந்தால், 'என்ன ஸ்வாமி என்ன சொல்றான்' என்று கையைப் பிடித்துக்கொண்டு அழலாம். தனது அப்பா இறந்தபோது கோமதி, ராமசுப்புவிடம் மட்டும்தான் அழுதிருக்கிறார். வயதில் பெரிய தோழன். 'ஏலே முட்டாப்பயலே, என்னலே அழுதுண்டு... எல்லா நிலமும் உங்கிட்டதாம்ல இருக்கும்... நாங்கள்ளாம் எதுக்குடா இருக்கோம்... கூர் கெட்ட குப்பா...' அவரின் வசவுதான் கோமதிக்குத் துணை.

அவர் குடும்ப நிலத்தை குத்தகை பார்க்கிறவர், பார்த்தவர் குடும்பம் என்கிற பந்தம் தாண்டிய தோழமை. இறப்பு, நல்லது, கெட்டது என்று எல்லாவற்றிற்கும் அவரிடம் போய் 'வோய் ஸ்வாமி, என்னவே பினாத்தறீர், சும்மா கப்ஸா அடிக்காதவே...' என்று பயமாய், இதமாய் சொல்லி ஆறுதல் தேடிக்கொள்கிற தோழமை.

ராமசுப்புவின் உறவில் எப்போதும், தன்னைவிட பெரிய, நம்பிக்கையான, உலகத்தை நன்கு தெரிந்த - ஒரு உறவின் அரவணைப்பின் கதகதப்பில் இருப்பதுபோல தோன்றியது உண்டு. ராமசுப்புவிற்குப் பின்னான வெற்றிடத்திற்குப் பிறகுதான், அந்த உறவின் அற்புதமே தெரிந்தது.

தன் வீட்டில் வெந்ததை சாப்பிடமாட்டார், ஏதோ பழைய வழக்கம், ஆசாரம். அதைத் தாண்டியும் தன் மீதும், தன் குடும்பத்தின் ஒவ்வொரு மனிதர் மீதும் கொண்ட அக்கறை, தனது பிள்ளைகளைப் படிக்க கொடுத்த அழுத்தம் எல்லாம் ஒரு கணம் வந்து போயிற்று. எந்தப் பிரச்சினையானாலும், சொல்லும்போதே பாதி குறைந்துவிட்ட மாதிரி தோன்றும். எல்லாம் சுபமாய் முடிந்த பின் 'சரியான சும்பக்...' என்று அவர் திட்டும்போது பொங்கிவரும் சிரிப்பு.

ஏதோ இந்தப் பிள்ளையைப் பார்த்தவுடன், அவர் நினைப்பு வருகிறது. பயத்தில் கோமதிக்கு வயிறு முட்டிக்கொண்டு வந்தது. டாக்டரிடம் கேள்வி, அதற்கான பதில், தேவைப்படுகிற விடயங்களை கோமதியிடம் கேட்டுத் தெரிந்துகொண்டு மறுபடியும் டாக்டரிடம் உரையாடல் என்று ரமணியின் வேகத்தைப் பார்த்து கோமதிக்கு பிரமிப்பாய் இருந்தது.

என்ன அற்புதமான உறவுகள்.

பெரிய மருத்துவமனை விட்டு வெளியே வந்து அதைத் திரும்பப் பார்த்தபோது, பிரமிப்பாய் இருந்தது. 'என்னயிருந்தாலும் மிசன்காரவ எல்லாத்தையும் பெரிசாத்தான் பண்ணறாள்' என்று நினைத்துக் கொண்டார்.

'யே... என்னடே... ரமேசா... என்ன சொல்லுதான் டாக்டர்...' பயத்தோடுதான் கேட்டார்.

ரமணி நடந்தபடியே சொன்னான்... 'மாமா... அப்படி ஒண்ணும் பயப்படற மாதிரி இல்லை பாத்துக்கிடுங்க... எல்லாம் வயசான காலத்தில வர்றதுதான்... சக்கரை வியாதியும், ரத்த அழுத்தமும் சேந்து வந்திருக்கு... இந்த டாக்டர் ரொம்ப கைராசிக்காரனாக்கும்... போன மாசம், எங்க அப்பாவையும் இங்கதான் கூட்டிட்டு வந்தேன்... கண்டுபிடிச்சது நல்லதுதானே...'

அது ஒண்ணும் அவர் கேள்விப்படாதது இல்லை. ஆனாலும் தனக்கு இருக்கிறது என்று கேள்விப்பட்ட கணம் ஒரு சின்னதான நடுக்கத்தை உணர்ந்தார்.

'மாமா, வாங்கோ ஒரு காபி சாப்பிட்டுண்டே பேசலாம்...' ரமணி கோமதியைப் புரிந்து ஒரு மாமி மெஸ்ஸுக்குள் புகுந்தான். காபி சுவைத்தவாறே, டாக்டர் சொன்னதைத் தனது குறிப்பேட்டிலிருந்து அவருக்குப் புரியுமாறு சொன்னான். இதய அழுத்தம் என்றால் என்ன, ஏன் சர்க்கரை வியாதி வந்திருக்கிறது என்று படம் போட்டு விளக்கி யிருக்கிறான் மிசன்கார டாக்டர். அந்த விளக்கம் புதியதாயிருந்தது கோமதிக்கு.

வள்ளியம்மை சொன்னது சரிதான். ஆறு மாத படுத்தலுக்குப் பின், 'ப்ளட் பிரஷரும், சக்கர வியாதின்னும்' அறிவிக்கப்பட்டார்.

சேஷன் டாக்டர் ஒரு இழவும் சொல்ல மாட்டானே... ஒரு ஊசி, மாத்தி மாத்தி அதே கலர் மாத்திரை... கேட்டா... வேய், என்னிக்கு வே டாக்டருக்கா படிக்க போறீர்னு ஒரு கேள்வி...

எதெல்லாம் செய்யக் கூடாதுன்னு ரமணி விளக்க விளக்க கோமதிக்குத் தலை சுற்றியது. 'இங்க சுத்தி, அங்க சுத்தி வயித்துலல்லா கைவைக்கானுங்க... ஒரு சம்சாரிட்ட வந்து சோறு குறைச்சுக்கன்னு சொல்றதுக்கு அவனை வெட்டியே போட்றலாமே... சக்கரையை என்ன மயித்துக்கடே கம்மி பண்ணணும்ங்கே... ச்சை... என்ன வாழ்க்கைடே...' நினைத்துக் கொண்டார்.

'மாமா... எல்லாத்தையும் கம்மி பண்ணணும்கா... சக்கரை, அரிசி... தாம்பத்திய உறவுகூட...' ரமணி டாக்டர் சொன்னதை அப்படியே படித்துக் காட்டினான். அவர் சொன்ன மாத்திரைக் குறிப்புகளையும், இன்னொரு தாளில் எழுதித் தந்து சேஷன் டாக்டரிடம் காட்டச் சொன்னான்.

பாதி உயிரோடுதான் கோமதிநாயகம் ஊர் வந்து சேர்ந்தார். மனதெல்லாம் திரும்பத் திரும்ப ஒரே சிந்தனை ஓட்டம். படித்துறைக் குளியலுக்குப் பின்னர்தான் ஏதோ ஓரளவுக்கு சகஜ நிலைமைக்கு வரமுடிந்தது.

காலை உணவில் பதினாறு இட்லியை பதினாலாகக் குறைத்துக் கொண்டார். வெறுமனே இரண்டு, மிளகாய் மாங்காயோடு இரண்டு, எள்ளு மிளகாப் பொடியோடு இரண்டு, சாதா மிளகாப் பொடியோடு இரண்டு, சில பல சட்னிகளோடு சில இட்லிகள் என்கிற அவரது நைவேத்திய வரிசையை கொஞ்சம் அவராகவே குறைத்துக் கொண்டார்.

ஆனாலும் உள்ளுக்குள் ஒரு போராட்டக்குரல் எழுந்தது. 'வயிறுக்கு துரோகமல்ல செய்யறோம்' என்று ஒரு மனக்குரல் சொன்னது.

'எண்ணெய் என்ன இழவுக்குடே குறைக்கணும்... ஊறுகாய் சாப்பிடாம மனுசன் உயிர்வாழ முடியுமாவே...' இரண்டு கரண்டி கூடவே எல்லாத்தையும் விட்டுக்கொண்டார்.

மருத்துவக்குரலை மீறி தான் எண்ணெய் விட்டுக்கொண்டது மனதிற்கு ரொம்ப ஆசுவாசமாய் இருந்தது. ஓரத்தில் கொஞ்சம் பயம் தலைமுக்காடு போட்டு உட்கார்ந்து கொண்டிருப்பதாய்த் தெரிந்தது.

வாழ்க்கையில் முதன் முறையாக உள்ளே போன உணவு என்ன ஆகிறது என்பதை கண்மூடி பார்க்க முயற்சித்தார். உணவு சர்க்கரையாக மாறுவதைப் பார்க்க அவர் என்ன யோக உடல் கொண்ட பதஞ்சலியின் பரம்பரையா என்ன... எனினும் அது சர்க்கரையாக மாறிவிடும் என்று எண்ணிக்கொண்டார்.

மாறாவிட்டால் என்கிற யோசிப்பே தனது இதயத்தை நோக்கி அவரது கவனத்தைச் செலுத்தியது. அது வலிப்பது போலவும் வயிற்றிலிருந்து இட்லிகள் மேலேறி இதயத்தை முற்றுகையிடுவது போலவும் தோன்ற, 'ஓ' என்று சத்தமாய்ச் சொல்லியபடியே உடம்பைச் சின்னதாய் உதறிக்கொண்டார்.

இப்போது முக்காடிட்டு உட்கார்ந்திருந்த பயம் கறுப்புப் போர்வை விலக்கி இதயத்தை நோக்கி நடக்க ஆரம்பித்தது.

வள்ளியம்மைக்கு இதெல்லாம் பெரும் ஆச்சரியமாயிருந்தது. பதினாறு இட்லி போவதற்குள் இருபது நொட்டி நொள்ளைகள் சொல்லிவிடும் கணவர் அமைதியாய் உண்ணுவது கண்டு தான் சமைத்த உணவா, தனது கணவன் ரூபத்தில் ஏதாவது கடவுளை காந்திமதிதான் அனுப்பிவிட்டாளா என்று சந்தேகம்கொள்ள ஆரம்பித்தாள்.

'ஊறுகாய் கசக்கே, உங்கம்மை கை வச்சாளோ...'

'சட்னி நல்லாருக்கேடி, உங்க ஊர்க்காரவ யாரும் வராளோ...'

'ஏ கூறு கெட்டவளெ... இது தட்டுல்ல, உங்க பெரியண்ணன் தலையா, எண்ணெய் ஏன் இம்பிட்டு வழிய விடுதே...'

'இதுக்கு பேரு தயிரு கேட்டியா... உங்க வீட்டுல குழந்தைக்கு கழுவுறதல்ல... களத்துக்கு விட்டிக்குவீக...'

இப்படி நிறைய சொற்கணைகளை ஏவியபடியே தனது காலை பேருண்டியை அமர்க்களப்படுத்தும் தனது கண்ணாளன், ஏதும் சொல்லாமலே சாப்பிடுவதைக் கண்ட வள்ளியம்மைக்கு ரொம்பவே வருத்தமாயிருந்தது.

'என்ன சொகக் கேடு... உம்முனு திங்குறீக... நாக்கு மதுரைல எங்கயாச்சும் விழுந்திருச்சோ...'

அவளின் வார்த்தையைக் கேட்ட கோமதிக்குக் கண்ணில் நீர் அடைத்தது. எத்தனை வருடமாய் தன் முன்னால் எத்தனை வார்த்தைகள் கேட்டும், எதுவும் சொல்லாமலே இருக்கும் தன் பத்தினியை நிமிர்ந்து பார்க்க நினைத்து, தனது கண்ணீர் காட்டிக் கொடுத்துவிடும் என்று நினைத்து கனைத்தபடியே எழுந்து போனார்.

'நம்ப டாக்டர் சேஷனுக்கு புது அண்டர்வேர் வாங்கணும்னு சொல்லிக்கிட்டிருந்தாரு பாரு... அவருக்கு துட்டு வேணாமா... அதுக்கு போய் ஏன் கோமணத்தை அவுத்து காட்டிட்டு வரேன்...'

புது அறிக்கைகள் பார்த்த சேஷனுக்குத் தலை சுற்றியது. இப்படி ஒரு கோணத்தில் கோமதியைத் தான் பார்க்கவேயில்லை என்பதும், அதற்கான உபகரணம், படிப்பு எதுவுமே தன்னிடம் இல்லை யென்பதும் அவர் மனதில் ஓடிக்கொண்டிருந்தன.

'வோய்... இதெல்லா என்னவோ... இப்படித்தான் மிசனரி டாக்டர் பசங்க ஏதாவது சொல்லி பயமுறுத்துவானுங்க... நான் சொல்றதக் கேளும்...'

சேஷன் உடல் பொய்மொழியைக் காட்டிக் கொடுத்தது. தான் நோயால் தாக்கப்பட்டதை மெல்ல வள்ளிநாயகம் உணர ஆரம்பித்தார். உள்ளே நடுங்கிற்று. வள்ளிநாயகம் முடிவு செய்துகொண்டார். இனிமேல் இந்த கம்மனாட்டி என்ன சொன்னாலும் கேக்கறதில்லையென்று. முட்டா பார்ப்பான். அவர் மனதில் எப்போதும் அப்படி வார்த்தை வந்ததேயில்லை. ராமசுப்பு மேல் இருக்கிற மதிப்புதான் அதற்குக் காரணம் என்றும் அவருக்குத் தெரியும்.

இத்தனை நாள் தன் உடம்போடு விளையாடியிருக்கான்... இந்தக் கேன பார்ப்பான்... மனதில் கோபம் பொங்கிப் பொங்கி வந்தது... சேஷன் டாக்டர் தான் என்ன சொல்வது என்று தெரியாமல் ஏதோ சொல்லிக் கொண்டே வந்தார்.

'ஏ... கோமதி... எல்லாத்தையும் கொஞ்சம் குறையும்வே. எல்லாத்தையும்னு எதை சொல்றேன்னு புரியறதோள்ளியோ...' என்று நடுவிரல் ஆட்டிச் சிரித்தார். எப்போதும் இதெல்லாம் பேசிச் சிரிக்கும் டாக்டர்தான் என்றாலும் இன்று கோமதிக்கு ஏதோ சொல்ல முடியாத கோபம். பொங்கிப் பொங்கி வழியும் கோப அலைகள்.

'என்னவே பேசுதீரு... ஆடிக்கிட்டே இருக்கே... மொத்தமா அறுத்து உம்ம கைல கொடுக்கவா... ஆஸ்பத்திரி வாசல்ல மாட்டி வச்சுகிடும்வே. திருஷ்டி படாதுவே. பேசுதாராம் பேச்சு... முன்னமே கண்டுபிடிச்சு சொல்லுததுக்கு என்னவே...'

கத்தியபடியே வெளியே வந்தார். அவர் நின்ற நிலமே நடுங்கிற்று, அவரிடமிருந்து ஏதோ பிடுங்கியதுபோல் உணர்ந்தார் என்று எந்த வாக்கியத்தாலும் அவரது உணர்வின் முழுமையைச் சொல்ல முடியாது.

இருட்டுக்கடையில் அளவுக்கதிகமாய் சாப்பிட்டார். வாயெல்லாம் எப்போதும் தங்கும் இனிப்பு, அன்று உடனே வழிந்துபோவது போலவும் ஒளிந்திருந்த கசப்பு மெல்ல தலை நிமிர்ந்து வாய் அறை முழுவதும் பரவுவது போலவும் இருந்தது. அந்தக் கசப்பு உருவத்தை மறுபடியும் ஒழிக்க, நிறைய உள்ளே தள்ளினார்.

வீட்டிலும் அளவுக்கதிகமாய் மத்தியான சாப்பாடு சாப்பிட்டார். வெளியே சுத்து சுத்தென்று சுத்தினார். ஒன்றுக்கு மூன்றாய் தூக்கலாய் சக்கரை போட்டு காப்பி குடித்தார். நக்கல் வழியும் சொற்களின்றி வெளியே அமைதியாய், உள்ளே ஏதோ உடைந்து பொங்கும் வாழ்க்கையோடு அன்று முழுவதும் உலாத்திக் கொண்டேயிருந்தார்.

எந்த வேலையும், இலக்குமின்றி நாக்கு தள்ளி தெருவில் அலையும் ஒரு நாயைப் பார்த்து இதுவரை செய்யாத ஒரு காரியத்தைச் செய்தார். கல்லெடுத்து அதன் குறி பார்த்து எறிந்தார்.

அதன் கூக்குரல் கொஞ்சம் அவரை ஆசுவாசப்படுத்தியது.

ஒரு சில நிமிடங்களில் மிசனாஸ்பத்திரி டாக்டரின் முகம் எழுந்து வந்து, எதையெல்லாம் செய்ய வேண்டும், செய்யக் கூடாது என்று சொன்ன பட்டியல் நினைவுக்கு வர, குடை முனையால் தார் ரோட்டின் நுனியில் ஓங்கிக் குத்தினார். குடை முனை முறிந்தது. முறிந்த குடை முனை தன் தொடைப்பகுதியை ஞாபகப்படுத்தியது. மறுபடியும் கோபம் பொங்க தார் ரோட்டைக் குத்தினார். வளைந்திருந்த முனை உடைந்து போனது.

அன்று காந்திமதிக்கு உடம்பு சுகம் இல்லையென்றாலும் உள்ளறைக்கு வரச் சொன்னார்.

தன்னிலிருந்து எதையோ பறித்துப் போகும் பயத்தில் குழந்தை ஆழமான தனது பொம்மையை இறுக்கிக் கொள்வதுபோல மனம் பதறி, பதைத்து உடம்பின் எல்லைகளில் மோதி மோதி வலியோடு திரும்ப வந்து கொண்டிருந்தார். நீரால் நனைத்து நனைத்து குழைந்து தானாகவே கரைந்து போகின்ற ஒரு சுவரை தன் தலையால் மோதி மோதி உடைக்கத் தலைப்பட்டார்.

இதற்கு மேல் எதுவும் இயலாது என்கிற அந்த கணத்தில்தான், வள்ளியம்மையின் 'ஹாக் ஹாக்கூம்' செவிகளில் கேட்டது. அறைந்தது. சின்னதாய் கங்கு வந்து பெரிய வைக்கப்போரின் அடியில் விழுந்தது.

தனது இயலாமையின் அருஞ்சொற் பொருளோ? தனது நாவினால் சுட்ட வடுக்கு மறு வடு ஈடுகிறாளோ? இவ்வளவு நாள் சொல்லாமல் இப்போது மட்டும் எதற்கு இந்தக் கனைப்பு..? வாய் மட்டும் நீளம், காரியத்தில ஒண்ணுமில்லை என்பதை சங்கேத பாஷையில் பறையறைகிறாளோ?

கரும்பு வில், எரிந்து விழுந்த பின்பும் எழும் ஒளிரும் கசப்பு நெருப்பு, எத்தனை முறை குளித்து எழுந்தாலும் முழுமை பெறாத ஏதோ ஒன்று, ஹாக் ஹாக்கும்... கங்கு காற்று பட்டு... மேலெழும்பி... விழுந்த கங்கு புகைந்தது. மெல்ல மெல்ல புகை மேலே மேலே கிளம்பியது. அது எப்போதும் புகைந்துகொண்டும், கொஞ்சம் எரிந்து பின் தணிந்து புகைந்துகொண்டும், கொஞ்சம் சாம்பலாய் நமத்துக்கொண்டும் இருந்தது.

உடலைத் தோற்கடித்த வெற்றிக் களிப்பில் மனம் எரி கங்கின் கசப்புத் தீயில் வறுத்துக்கொண்டு, துகசுகம் கண்டது…

•

நோயாளியாய் அறிவிக்கப்பட்ட பின்பு நடந்த நிறைய திருப்பங்களில் ஒன்றுதான் கோமதியின் பூஜை. பூஜை அறைப்பக்கம் எட்டிப் பார்க்காத, சாம்பிராணி புகையே பிடிக்காத கோமதி, தனது அம்மை போலவே பூஜையைத் தொடர்ந்தார். சீக்கு மூலம் பகவான் ஏதோ நமக்கு செய்தி சொல்கிறார் என்று நினைத்தபடியே பூஜையை அவரே செய்ய ஆரம்பித்தார்.

பூஜைக்குப் புதுசுதானே கோமதி. அவரின் சேட்டைகளை, தடுமாற்றங் களை உள்ளார்ந்த சிரிப்போடு கவனித்து அமைதியாய் அருள் பாலித்தலைத் தொடர்ந்தன தெய்வங்கள்.

அம்மை எவரின் துணையுமின்றி, பூஜையைத் தானே செய்து வந்தாள். கோமதிக்கு யாராவது துணை இல்லையென்றால் செய்ய முடியாது. எப்போதும் எதையாவது மறந்துவிடுவது, அதை எடுத்துவருமாறு மனைவியை ஏவுவது, பூஜையின் நடுவில் வள்ளியம்மைக்கு சின்னதான பூஜை செய்வது என்று அவரின் தெய்வீகப் பட்டியல் நீளமானது மற்றும் விசேடமானது.

குறிப்பாய், அவரைப்போல அவரின் தெய்வங்களும் நீளக் குளியல் கொள்பவை அல்லது அதை விரும்புபவை.

தாமிரபரணியில் அவர் குளிக்க இறங்கினால் அவர் கண்ணில் அவருக்கு முன்னே யாராவது குளித்துக் கொண்டிருந்தால் அவர்கள் மீது பட்ட தண்ணீர் தன்மீது படுகிறது என்ற எண்ணமே அவரை நீள் குளியலுக்கு இட்டுச் செல்லும். நேரத்தை, இடத்தை எல்லா வற்றையும் மாற்றிப் பார்த்துவிட்டார். என்ன கருமாந்திரமோ எதுவோ முன்னே வந்துவிடுகிறது. எப்படியோ நீள்குளியலின்றி அவரது ஸ்நானம் முற்றுப்பெறுவதில்லை.

தனது சிங்கலிங்க கிராம நண்பர்கள் கூட குளிக்கும்போதுகூட அவர்கள் அறியாமலே அவர்களுக்கு முன்னால் போய் குளித்து விடுவார். 'ஏ சுப்பு, முன்னாடி எதிர் நீச்சல் போட்டு போனா எப்படி தண்ணி ஜில்லுன்னு இருக்குப்பா' என்று ஏதாவது காரணம் சொல்லி முன்னே போய் சுத்தத் தண்ணீரில் குளித்த பின் கரையேறுவது அவரது வழக்கம்.

ஆகவே பக்தன் எவ்வழி, தெய்வமும் அவ்வழி. இஷ்ட தெய்வங் களுக்கு நீள்குளியலே. அவைகளுக்கு மனிதர்களைப்போல ஒரு

சோப்புக்கட்டியோடு குளியல் முடிந்துவிடுமா என்ன? முதலில் தண்ணீர், மஞ்சப்பொடி, மாப்பொடி, கொஞ்சமாய் பால் சொட்டு, முக்கியமான நாட்களில் மட்டுமே தேன், அதிர்ஷ்டமிருந்தால் சம்சாரி கொண்டுவந்து போடும் இளநீர், பின் சுத்தத் தண்ணீர்.

சின்னச் சின்னதான துணிகள் கொண்ட அலங்காரங்கள், ஈரமான சிலையைத் துடைக்கவென கொஞ்சம் கிழிந்து போன அம்மா, மனைவியின் சேலைத் துண்டங்கள், முதல் துடையல் முடிந்தபின், கொஞ்சம்போல் வெளிர்த்த அடுத்த துண்டால் இரண்டாவது துடையல். பின்பு அன்றைய துணிமணிகளை அவர் கைக்கும், மனதுக்கும் வந்ததுபோல எடுத்து சுத்தி விடுதல்.

குட்டிக் கிருஷ்ணனுக்கும், கணேசருக்கும் மட்டும் உடை உடுத்த நேரமாகும். மற்றவர்களுக்கும் அவர்கள் சிலையின் வாகே துளைகளோடு இருப்பதால், சில நொடிகளில் தயாராக்கிவிடுவார் கோமதி நாயகம். காசி விஸ்வநாதருக்கு அழகு செய்துவிட்டு, இரண்டொரு முறை திருப்பித் திருப்பிப் பார்ப்பார். கைக்குள் அடங்கும் சிலையைப் பார்த்துவிட்டு நீளமான சுவரில் தொங்கும் நிறைய படங்களில் ஓரமாய் தவநிலையில் இருக்கும் ருத்ரனின் படத்தைப் பார்ப்பார்.

அதில் கண் நிலைக்கும். இன்றும் அதிக நேரம் பார்க்கக் கூடாதென்று நினைத்தபடியே தலையைத் திருப்பிக்கொண்டார். கால் முட்டி, தொடைகள், இடுப்புக்குக் கீழே வலித்தன. உடம்பு கொஞ்சம் இலேசானதுபோல் இருந்தாலும், நெஞ்சில் கனம் ஏதோ அழுத்த மறுபடியும் தன்னையறியாமல் அவர் அகம் ருத்ரனின் படம் நோக்கி முனைந்தது.

அலங்கரிக்கப்பட்ட காடு, எங்கேயிருந்தோ வந்து மெல்ல காட்டைத் துடைத்துப்போகிற நதியின் சின்னக் கிளை, அது நிறைய மலர்களைத் தன்னில் சுமந்தபடி ருத்ரனின் கால் தொடாது போகிறது. புலித்தோல், புலியின் கண்கள் லேசாய்த் திறந்தபடி. முழுக்க முழுக்க சரியான பத்மாசனம், கொஞ்சம் வெளிறிய சாம்பல் கொண்ட நிறம், கழுத்தில் பாம்பு கொத்தும் நிலையில் நிற்கிறது. பக்கத்தில் கமண்டலம், கையில் நிறைய ருத்திராட்ச வளையங்கள், முடியை அழகாகத்தான் வாரியிருக்கிறார். பின்னால் பசுமாடு கொஞ்சம் மூஞ்சியை உம்மென்று வைத்தபடியிருக்கிறது. அதன் மேல் சாத்தி வைக்கப்பட்ட சூலாயுதம். அதன் நுனிகளின் குஞ்சலங்கள், அது ஒரு மர நிழலாய் இருக்க வேண்டும். இரவாயிருந்தாலும் முழுக்க முழுக்க சந்திர ஒளி அந்த இடத்தைப் பாலாக்கிக் கொண்டிருக்கிறது. எங்கிருந்தோ வந்து வழிந்து ஓடும் நீரோடையும் சந்திர ஒளியைப் பிரதிபலித்து

வெள்ளையாயிருக்கிறது. கங்கையிலிருந்துதான் வந்திருக்க வேண்டும். கைலாய மலையின் பின்னே வெள்ளை மேகங்கள். கங்கை வார் விரிசடை மேல் கரந்த இளநிலவு. இடது கை தண்டத்தின் மேல். சின்னதான உடை. முகத்தில் சிரிப்பு மட்டும் அப்படியே இருக்கிறது.

‘எதையும் கண்ணுறாத யென் நுள்ளங்கவர்கள்வன்’ எத்தனை முறை சொல்லியிருப்பார் என்று அவருக்கே தெரியாது. சொல்கிற ஒவ்வொரு முறையிலும் ‘எதையும்’ என்பதில் ஏராளமான அழுத்தம் கூடிக் கொண்டே வந்தது. மனம்போல அசைவுறாத உடல், உடலோடு இன்புறப் புணரும் மனம் - என்ன பாக்கியம்!

அவரை அறியாமல் கண்ணீர் கொட்டியது.

அங்கு வந்து பார்த்த, அவரது மனைவி நாயகி தலையில் அடித்துக் கொண்டாள். எதையும் என்று எதைச் சொல்கிறார் என்று நாயகிக்குப் புரியாதா என்ன?

‘புல் புடுங்கற வயசுல மரம் வெட்ட நினைச்சு, தன்னையும் நொதிச்சுகிட்டு மத்த மனுசாளையும் நொதிக்கிறாளே, காந்திமதி அம்மந்தான் காப்பாத்தணும்...’ வாயைக் கூட அசைக்காமல் மனதிற்குள்ளே பிரார்த்தித்தபடியே உள்ளே போனாள்.

அவள் போகும்போது ‘ஹ¯க் ஹ¯க்கூம்’ என்று கனைத்தபடி போனாள்.

அந்தக் கனைப்பு கோமதியை நடுநடுங்கச் செய்தது. அவரை நிகழ்காலத்திற்குக் கொண்டுவந்தது. உள்ளிருந்து வேகமாய் ஒரு கசப்புப் புயல் எழுந்தது.

சாதாரணமாய் சொன்னாளா? இல்லை. இல்லை.

மனம் மறுபடி புதைகுழி கங்கில் விழ பிரயாசைப்பட்டு, ஏற்கெனவே எழுதப்பட்ட வார்த்தைகளைத் திரும்பச் சொன்னது. ‘உடைந்த குடை முனை’, ‘டாக்டர் பண்ணக்கூடாதுன்னு சொன்னதாலே பண்ணலே,’ ‘இல்லைன்னா குத்தி கிழிச்சிருப்போமே...’ ‘இதெல்லாட்டி இழப்பம்தா.’

மனைவி சொன்னது சாதாரண ஹ¯க் இல்லை. சாதாரணமாய் தாடை இடித்து, வலிப்பு காட்டும் ஹ¯க்கும் இல்லை. முதலில் சின்னதாய் ஹ¯க். சொல்லப்போனால் ஹ¯க்கு என்றுதான் எழுத வேண்டும். ஆனால் ‘கு’ முழு மாத்திரை இல்லை... அரை மாத்திரை மட்டுமே. அதன் பின் சின்னதான, மிக மிக சின்னதான இடைவெளி விட்டு ஹ¯க்கூம். சில இம்களைச் சேர்த்துக்கொள்ள வேண்டும்.

அந்த ஹூக்(கு1/2)... ஹூக்கூம்ம்ம்... மனக் கங்கின் தகிப்பு. குலை நடுக்கம். ருத்ரனைத் திரும்பப் பார்த்தார்.

●

கோமதியின் கண்ணீரை வள்ளியம்மை உணராமல் இல்லை.

வெங்கலப் பானையில் சாதம் கொதித்துக் கொண்டிருந்தது. கொஞ்சம் கிண்டிவிட்டாள். சட்டிக்குள் கைவிட்டு இரு பருக்கை எடுத்து நசுக்கிப் பார்க்க, அரை வேக்காடு. இன்னும் கொஞ்சம் நேரம் பிடிக்கும், புஷ்பார்ச்சனையை ஆரம்பிக்கவில்லை, அதற்குள் பொடிச்ச சர்க்கரையைப் போட்டு கிண்டி இறக்கிவிடலாம்.

இன்று ஸ்லோகங்கள் அதிகமாகவே இருக்கும். பதிவுபோல இல்லை. அபிஷேகம், புஷ்பார்ச்சனை, சாம்பிராணி எல்லாமே திவ்யமாய் ஒருமுறைக்கு இருமுறை இருக்கும். வேகமாய் மணியடித்தபடியே கண்மூடிச் செய்யும் பிரார்த்தனை ரொம்ப நேரம் நீளலாம்.

அதற்குள் பிரசாதம் தயாராகிவிடும். குரல் வந்தால் அதன்மீது இலேசாய் நெய் ஊற்றி, அப்படியே வைத்துவிடலாம். பிரசாதம் கிளறினால் சூட்டோடு உள்ளேயும், வெளியே அமைதிப் போர்வை போர்த்திக்கொண்டும் இருந்தது.

வள்ளியம்மைக்கு இடுப்பெல்லாம் வலித்ததுபோல இருந்தது. இப்பல்லாம் சின்னதான வலிதான். பழகிவிட்டிருந்தது. முன்னைப்போல வலியில்லை. வலிதான் ஒவ்வொரு முறையும் எத்தனை முகங்களைக் காட்டியிருக்கிறது. முதல் சில நாட்களில் பயமாய், பின் மகிழ்வாய். இப்போதெல்லாம் எதுவுமற்று வெறும் உடல் வலியாய், சில சமயம் வெறுப்பாய்...

மெல்ல தொடைகளை, இடுப்பை நீவி விட்டுக்கொண்டாள். இடித்த சர்க்கரையை உள்ளே போட்டு கிண்ட, மெல்ல வெள்ளை நிறத்து சாதம் சர்க்கரை கலரை எடுத்துக்கொண்டது. நெய் விட்டு கீழிறக்கினால், வேகும் சோற்றின் அழுகுரல் மறைந்துவிடும்.

அவரும் நல்ல மனுசர். என்ன, வார்த்தைல முள்ளிருக்கும். என்ன வரம் வாங்கிட்டு வந்தாகளோ திட்டும்போது மட்டும் சரஸ்வதி டான்ஸ் ஆடுவாபோல. இடம், பொருள் இல்லாம முள்ளு வார்த்தைதான். ஒவ்வொருத்தருக்கும் ஒவ்வொரு சுபாவம். இவாளுக்கு இப்படி - அப்படின்னு பழகிப்போச்சு.

கல்யாணம் ஆன முதல் கொஞ்ச நாளெல்லாம், தனது பூஞ்சை உடம்பைத் தாளித்து எடுப்பார். அந்த வலி முழுக்க மனசுக்குதான்.

‘மரத்தைப் போட்டு தேய்ச்சு குளிப்பீகளா… உங்க ஊர்ல…’

‘உங்கம்மை உடம்பு என்னம்மா வெச்சிருக்கா… உடம்புல நீ அப்பாவா கொண்டுட்டயோ…’

‘காத்துல பறந்து போனயின்னா நான் என்னவட்டி காரியம் பாக்க…’

உடம்பு பிடிபட்டு, உணர்வுகள் பிடிபட்டு கொஞ்சம் ஆரவாரம் மந்தப்பட்ட நிலையில் மெல்ல மெல்ல உடம்பை விடுத்து அவளது உணர்வுகளோடு விளையாட ஆரம்பித்தார்

‘ஊர்க்காரவள பாத்துட்டா உடம்பில என்னல்லாமோ சொரக்குமோ… ஆளைக்கண்டா சமுத்திரம் கோஸிக்கும் போல…’

‘உங்க அண்ணி என்னை ஒரு கிரக்கமால்ல பாக்கா… ரொம்ப காய்ஞ்சிகிடக்கு போல… அண்ணப்பய எந்த நிலத்தையும் ஒழுங்கா பாக்கனா இல்லையா.’

அப்போதுதான் வள்ளியம்மை தனது பேச்சில் மெல்ல பதில் கொடுக்க ஆரம்பித்தாள். அவருக்கும் அது புரிபட, பிடிக்க மெல்ல மெல்ல அந்நியோன்னியம் பரவ ஆரம்பித்தது.

‘என்னது, மைனரு இன்னிக்கு ரொம்பத்தான் துள்ளுதாரு… மச்சினிச்சிய பாத்துட்டுவாளோ… போதும்… போதும்…’

தன் தங்கையின் தாட்டியான உடம்பு ரொம்ப பிடிக்கும். இந்த தடிச்சிதான் இருக்கிறதை இழுத்துப் போத்திக்க மாட்டாளோ? ஐயருங்க நூலு மாதிரி போட்டுட்டு ஆடிக்கிட்டில்ல திரிவா. அன்னிக்கு அவரு கைமுழுக்க சந்தோசம் பொங்கி வழியுமே… இத நினைச்சு முன்னாலிருந்த வலி, பயமெல்லாம் போயி, இந்த மனுசன் சந்தோசப்படுதாரேன்னுல்ல நினைக்க ஆரம்பிச்சுட்டா வள்ளியம்மை.

மற்ற பொம்மனாட்டிகளைப் பற்றி பேசுவதைக் கேட்க காது கூச வேண்டாமா? முதலில் கொஞ்சம் கூசியது. பின்னர் வள்ளியம்மைக்குப் பழகிவிட்டது. அது மட்டுமா, எப்போதும் வார்த்தையில் வரும் முள். ஏனோ இரவு நேரத்தில் இந்த மனுசன் இப்படி பேசினாத்தான் நல்லாயிருக்கு என்று நினைக்கும் அளவுக்கு பழகிவிட்டாள். இன்னும் சொல்லப்போனால் அதை ரசிக்கவும் தொடங்கிவிட்டாள். ஆனால் இப்போதெல்லாம் எதுவும் பேசாமல் வெறுமனே இயங்குகிற கோமதியைப் பார்க்க பயம் எழும்பியது வள்ளியம்மைக்கு. மனசுல என்ன பூதம் வந்து உக்காந்திச்சோன்னு நினைக்கிற மாதிரில்ல பண்றாக…

முன்னெல்லாம்... பேச்சு... பேச்சு... என்னமா பேசுவாக... சாப்பிட்டு வெத்தலை போடறப்பயிலிருந்து தொடங்கிற பேச்சில தெரிஞ்சு போயிருமே... ஐயாவாளுக்கு என்ன வேணும்னு... மனுசாளுக்கு எப்பயுமே பேச்சுதானே சந்தோஷம்... இவருக்கு எங்கிருந்துதான் இப்படி பேச்சு வருதோன்னு ஆச்சரியமாயிருக்கும்.

‘கோபு... அதாண்டி... ராமசுப்பு அய்யர் மச்சினன்... பேசிட்டே இருக்கும்போது அந்தாக்ல... அவ பெண்டாட்டிய சின்னதா தொடைல தட்டறான்... அவ என்னடான்னா, ‘ச்சீ. என்னான்னா’னு குழையறா... ஏற்கெனவே செக்கச் செவன்னே வேற இருப்பாளா... மூஞ்சியல்லாம் சிவந்து போகுது... மூணு புள்ளைக பெத்தவ மாதிரியா இருக்கா...’

‘செட்டியார்வாள் மதராசுக்கு எதுக்கு போறார்ங்க... நிஜத்துல செய்யறதை அங்கன சில கிளப்புல அப்படியே பண்ணிக்காட்டு தானாம்... அதைப்பாத்து இங்க சொறிஞ்சுகிட்டே வர்றாரு...’

‘ஆமா நீங்கதான் பாத்தீக...’ வாய் சொன்னாலும் மனசுக்கு வேண்டியிருக்குது.

‘எங்க தாத்தா கதை தெரியுமுல்லா... மனுசனுக்கு 87 வயசு... கழுதை பேத்தி, பேரன் பாத்துச்சு, அப்படியும் ஆசை பாத்துக்க... வீட்டுக்கு பின்னாடி பெரிய குளம். வீட்டுக்குள்ள ஆளு பிரச்சனைன்னு குளத்துக்கு போய் பாட்டியோட ஒதுங்குவாராம்... ஒரே ஜலக்கிரீடைதான்...’

ஏதாவது சண்டை, கதை, முள்வார்த்தை... ஊடல், எல்லாமிருந்தது. எல்லாவற்றிலும் பேச்சிருந்தது. ‘வெளக்க அணைச்சிட்டு புருசன் போடற சண்டைல தாம்வே உயிரே கிடக்கு...’ என்று மனதிற்குள் சொல்லிக் கொள்வாள் வள்ளியம்மை. பேச்சைத் தாண்டிய பேரானந்தமும் அவர்கள் வாழ்க்கையில் இருந்தது. உடம்புக்கு வந்த சீக்காடு மனுசாளை இப்படி மாத்திடுமா?

‘என்ன ரெடியா...’ குரல் நினைவுத்தொடரை அறுக்க,

‘இந்தா வந்தாச்சு...’ சொல்லியபடியே மறுபடியும் கனவு நூல் கோர்த்தாள்.

•

கோயில் கொடைகள், உற்சவங்கள். மழையும், இசையும் கை கோர்த்து தெரு நனைக்கும். ஒவ்வொரு வீட்டிலும் இசை ஏதாவது ரூபத்தில் இருந்துகொண்டேதான் இருந்தது. எப்படா ஏதாவது கோயில்ல

கச்சேரி வரும்னு காத்துக் கிடந்த காலம் ஒண்ணு இருந்தது. 'கச்சேரிக்கா காத்துக் கிடந்தோம்...'

சங்கீத காலங்களில் எல்லாம் கோமதிக்குக் கால் தரையில் பாவுவதேயில்லை. அக்ரகாரத் தெருல சங்கீதக் கச்சேரி கேட்டுட்டு வந்தா வாயெல்லாம் பாட்டுதான... கோமதியின் சங்கீத ஞானத்திற்கு அங்கு பெருமதிப்பும், தோழமையும் உண்டு. எல்லா வித்வான் களையும் நிறைய தமிழ் பாட்டும் பாடவைத்துவிடுவார்.

அன்று இராத்திரி வீட்டிலும் இசைக் கச்சேரிதான். 'ஏ! இன்னிக்கு பாடுனாவலே - என்ன புண்ணியம் செய்தனே... - என்ன ராகமாக்கும்...'

'நட்டராகந்தானே... பந்துவராளி...'

'அடிசக்கை...' கோமதிக்கு உற்சாகம் பொத்துக் கொள்ளும். வெற்றிலை வாயோடு ஆலாபனை ஆரம்பித்துவிடுவார்...

'என்ல புண்ணிய... சேய்தன்னே...' வெத்திலை வாயோடு கையசைக்க, வள்ளியம்மை மெல்லிய குரலில் பாட ஆரம்பிப்பாள்.

'என்ன புண்ணியம் செய்தனே... நெஞ்சமே...' உண்மையில் புண்ணியம்தானே. மனதால் சுடு சொல் சொல்லாத மாமியாரும், சுள்புள்ளென்றாலும் மனதால் சுடாத கணவனும்... உணர்ச்சிகள் எழுந்து வார்த்தைகளை விழுங்கும்...

'வையத்து உள்ளொளி புரி நல்வினை பயனதை... மண்ணுக்கு காவேரி...' மெல்ல கோமதிநாயகம் அணைத்துக் கொள்வார்.

'சும்மாவா சொல்லுதான்... சங்கீதம் வெறும் காத்தல்ல... சாமிதான்... பூமிய உழுதா பயிர் வர்றமாதிரி... சங்கீதம்னா சும்மாவா... கௌமாரம் பாடேன்... ஆகா...'

'வலஞ்சுசி, பண்ணி... ஆதரித்து...' வார்த்தைகள் முடிவுறாத மனலயம். உடல் லயம். அந்த அணைப்பிலும் வள்ளியம்மை மெல்லியதாய்... சரிகமபதநிச / சநிதபமகரிச...

கேட்டுக்கொண்டே. பேசிக்கொண்டே. சங்கீதம் உடம்பில் வழியுமே.

அது அன்னிக்கு மட்டுமா... அடுத்த நாளுக்கும் சேத்தில்ல வழியும். காரண காரியம் இல்லாம... காரியம் சரியா செய்யாத மாதிரி ஏதோ சத்தம் போட்டு பேர ச்சொல்லி திட்டுவாக... ஆனா கண்ணுக்குள்ள நேத்திக்கு நிரம்பின சங்கீதம் அப்பியில்ல கிடக்கும்...

ஏதாவது பேச்சு... எப்படியாவது பேச்சு... இல்லை சங்கீதம்... ஏதாவது சத்தத்தோடு மனுசன் இருந்தாத்தானே... நன்னாயிருக்கு... குத்தல் பேச்சு, சங்கீதம், பிறன் உறவு பேசல், வெளிப்பகர முடியாத மகிழ்ச்சி, முதிர்ந்த இன்ப சாகரம் எல்லாமே என்னாச்சு. சீக்கு வந்தப்புறம் மனுசன் நாயாவல்ல போயிட்டாரு...

எந்தப் பேச்சும் இல்லாமல், மாடு மாதிரி, மறுபடி மறுபடி எங்கிருந்து வந்துச்சு அசுர வேகம். எதுக்க காட்ட, எதை மறைக்க இத்தனை வேகம். மத்தவா வலி பாக்காது, அவா வலியையும் பாக்காம எதை உடைக்க இம்புட்டு வேகம்... பேச்சில்லாம... மூச்சில்லாம... உணர்ச்சியில்லாம...

ச்சீ...

உணர்வற்ற ஜடச் செயலில் நெஞ்சு அடைத்து, வெறுத்துப் போய் வரும் விக்கல். காற்றில்லா நுரையிலிருந்து எழும் விட்டு விட்டு அடிக்கும் விக்கல் சத்தம்... ஹுக் ஹுக்கும்... ஹுக்கு... ஹுக்கும்... மனசு இத்தனை மட்கித்தான் போகுமா? இப்படி பண்ணினா துக்கம் தொண்டையை அறுக்கே... விக்கல் கூட ஹுக்கும்னு பாதிக் குழியிலே நின்னுக்குதே... ஹுக் ஹுக்கும்... ஹுக்கு... ஹுக்கும்.

இது வேறமாதிரி வலியின் சத்தம்...

‘ஏ... கூப்பிட்டது காது கேக்கலியோ... செவிட்டு மூதேவி...’

குரைத்தல் கேட்டு, இடுக்கி பிடித்து பிரசாதத்தை சாமி அறைக்குள் கொண்டுசென்றாள்.

•

அபிஷேகம் முடிந்து, பூஜை ஆரம்பித்தாயிற்று. கை தான் பூ போட்டுக்கொண்டே இருந்தது. மனம் முழுவதும் ஏதோ நிரம்பி இருப்பதுபோல ஒரு கணமும், முழுக்க காலியான உணர்வாய் மறுகணமும் தோன்றிக்கொண்டே இருந்தது. ஆனால் கைமட்டும் தனது சரியான வேலையைச் செய்து கொண்டிருந்தது. கணேசருக்கு ஓரிரு அருகம்புல், விஷ்ணு துளசி, சிவனுக்கு வில்வபத்ரம், சரஸ்வதிக்கு செம்பருத்தி, மகாலட்சுமிக்கு அரளி... குட்டி தேவதைகளுக்கு சின்னச் சின்னதான கையில் கிடைத்த பூக்கள்.

சிவனுக்கு வில்வபத்திரம் போடும்போது மட்டும் ஒரு முறை வில்வபத்திரத்தால் சிவனின் உடம்பு முழுவதும் தடவிக்கொடுத்தார். திருப்தியாகாமல் சின்னதாய் சந்தனத்தைத் தொட்டுத் தடவிக்கொண்டு மறுபடி காலிலிருந்து மேல் வரை தடவிக்கொடுத்தார்.

சந்தோஷமாய் இருந்தது. உடம்பும் கொஞ்சம் வலியற்று, கனமற்று இருப்பதைப் போலிருந்தது.

சாதாரண நாளாயிருந்தால் வாய் ஏதாவது முணுமுணுத்துக்கொண்டே இருக்கும். பெரியவர் ராமசுப்பு சொல்லிச் சொல்லி பக்கத்திலிருந்து கேட்ட ருத்ரத்தின் ஒரு சில ஸ்லோகங்களும், அம்மை சொல்லிக் கொடுத்த நாதந்தாழ் வாழ்கவும் உள்ளே ஓடிக்கொண்டே இருக்கும்.

இன்று உடம்பு சுத்தமாய் இல்லாததாய் ஒரு நினைப்பு. இன்னும் கொஞ்ச நாளில் அது சரியாகி தானே உள்ளேயிருந்து ஓம் நமச்சிவாய என்று ஒரு ஏக்களிப்போடு மத்த ஸ்லோக வசனங்களும் வரும். இன்று உள்ளே அமைதியாய் இருந்தது. அவ்வப்போது சின்னதாய் எண்ண மேகங்கள் வந்துவிட்டு மறைந்து போய்க்கொண்டிருந்தன.

ஐந்து முக தீபம் ஏற்றி இவ்வளவு நேரம் சுற்றிக் கொண்டிருந்தோம் என்பதே மறந்துவிட்டது. முட்டிக்குப் பக்கத்தில் வைத்துக் கொண்டார். அதன் சூடு முட்டுகளில் பரவி இதமளித்தது. தன் உடம்பு தாங்கும் சூடுக்கும் மேலாகத்தான் இருந்தது. ஆனாலும் வேண்டி யிருந்தது. முன்னே நகரவேண்டி சுட்டபோது பல் கடித்து வலி பொறுத்துக்கொண்டார். அதுதேவைதான் என எண்ணிக்கொண்டார். வலி மறந்து எரிச்சல் பரவிக்கொண்டிருந்தது. 'பஞ்சதபஸ் மாதிரி தீ விட்டு நடுல உட்கார்ந்தாத்தான் எதையும் கண்ணுறாம இருக்க முடியுமாடே' படக்கென கோபத்தோடு ருத்ரன் படத்தைப் பார்த்துக் கேட்டுவிட்டு பார்வையைத் தழைத்துக்கொண்டார்.

ஏதோ கனன்று கனன்று மேலெழும்பி வந்தது. பதிவுபோல புதைகுழியிலிருந்து கசப்புத் தீயிலிருந்து வறுத்து எடுக்கப்பட்டு மேலெழுகிற மனம்தான் என்றாலும் ஒவ்வொரு முறையும் அதன் விசை கூடிக்கொண்டே போனதுபோல இருந்தது.

நைவேத்தியம் முடிந்து, தீபத்தட்டுக்குப் பக்கத்திலிருந்த கரண்டியைத் தொட்டார். படக்கென்று கை எடுத்துக்கொண்டார். இரண்டு புஷ்பங்களால் விரல்நடுவில் மறுபடியும் வாகாய் பிடித்தபடி வள்ளியம்மை கிளறி வைத்த சர்க்கரைப்பொங்கலை மேலுள்ள நெய் நன்றாய் கலங்கும்படி கலக்கிவிட்டு ஒரு சின்ன துளி எடுத்து ரசித்துப்பார்த்தார்.

'ஏ... இங்க வா.' வந்தாள்.

முதல் ஸ்பூன் மெதுவாய் போட்டார். இரண்டாவது ஸ்பூன் போடும் போது சர்ரெக்கென்று கையில் வைத்து கரண்டியை ஒரு இழு இழுத்தார்.

துடித்து கை உதறியபோது சர்க்கரைப்பொங்கல் சிதறியது. 'ஐயோ... அம்மா...' அலறிய அவள் கண்களில் தாரை தாரையாக வழிந்தது.

அவளைப் பார்த்து, எந்தச் சலனமுமின்றி மனதிற்குள் 'ஹ¬க்கு... ஹ¬க்கும்...' என்று சொல்லிக்கொண்டார்.

•

ரெட் கார்ட்

டெமொல்லோ மேடம் அறை விசாலமாயிருந்தது. கௌரி முதல் முறையாய் அங்கு வருகிறாள். மெல்லிய பதற்றம்.

தாமன் - அவளது மகன் - பதற்றப்படாமலிருந்தான். ரெட் கார்டைக் கையில் வைத்திருந்தான். அதைச் சுற்றி சுற்றி விளையாடிக் கொண்டிருந்தான். கௌரி அவனை முறைத்துப் பார்த்தாள். உடல் மொழியைச் சரி செய்து பவ்வியமாக்கு என்பதன் பொருள் அது. அவனிடம் எந்த மாற்றமுமில்லை. அம்மாவின் பார்வைக்கு மதிப்பு கொடுக்கும் வண்ணம், ரெட் கார்டைச் சுழற்றுவதை மட்டும் நிறுத்திக்கொண்டான்.

நின்று கொண்டிருந்த தனது சக உதவியாளரை அனுப்பிவிட்டு, தாமன் பக்கம் திரும்பினார்.

‘ஹலோ ஏஞ்சல், எப்படியிருக்கிறாய்... நான் உனக்கு என்ன சேவை செய்யட்டும்?’ என்று சிரித்தபடி கேட்டார்.

‘இந்த அறைக்கு வரும் வரை நன்றாகதானிருந்தேன்... மேடம்... அம்மாதான் ரொம்ப பதட்டத்திலிருக்கிறார்கள்...’ தாமன் குரலில் நக்கல் இருந்தது. பேசியபடியே ரெட் கார்டை மேடத்திடம் கொடுத்தான்.

‘ஓ, ரெட் கார்ட்...’ டெமொல்லோ முகம் கொஞ்சம் சீரியஸானது. தனது முகத்தை வேண்டுமென்றே கடினமாக்கிக் கொண்டதுபோல் பட்டது.

‘வெல்... யூ ஸ்டாண்ட் அப் அண்ட் டெல் மீ... அம்மா... நீங்கள் உட்காரலாம்...’ கௌரிக்கு மனது ஆசுவாசமாயிருந்தாலும், தனது பிள்ளையை நிற்கச் சொன்னது வலித்தது.

அந்தப் பள்ளியில் சின்னத் தவறுகளுக்கு மஞ்சள் கார்டு முதலில் பெற்றோர்களுக்குக் கொடுப்பார்கள். மூன்று தவறுகளுக்குப் பின்பு, திருத்தப்படாவிட்டாலோ தவறின் வீரியம் பெருத்தாலோ ரெட் கார்ட் கொடுக்கப்படும். பெற்றோர்கள் தலைமையாசிரியரைச் சந்திக்க வேண்டும். டீச்சரின் குறிப்பும், குற்றச்சாட்டும் பொறிக்கப்பட்டு சிவப்பு வண்ணமிட்ட அந்தக் கடிதத்தை மாணவனோ அவனது பெற்றோரோ தலைமையாசிரியரைச் சந்தித்துக் கொடுக்க வேண்டும்.

ரெட் கார்டைத் திறந்து படித்த டெமொல்லோ மேடம் மேலும் தனது முகத்தைக் கடினமாக்கிக் கொண்டார். கௌரிக்கு தாமனின் தாத்தா மலம் போக கஷ்டப்படும்போது, வைத்துக்கொள்ளும் முகம் ஞாபகம் வந்தது.

‘ஸீ... கௌரி... யூ நோ அபவுட்... ஒய் வி ஆர் ஹியர்... நான் சுத்தி வளைக்காமல் நேரே விசயத்தை கேட்கிறேன்... ஏன் இவன் இப்படி ஆகிவிட்டான்?’

கௌரிக்கு என்ன சொல்வது என்று தெரியவில்லை. அவளுக்குக் குழப்பமாயிருந்தது. அவள், மேடம் கத்தப் போகிறாள், வெறும் ஒரு காதில் வாங்கி இன்னொரு காதில் விட்டுவிட்டு கொஞ்சம் சாரி கேட்டு விட்டு வந்துவிடலாம் என்கிற திட்டத்தோடுதான் வந்திருந்தாள்.

தாமன் ஏன் இப்படி ஆகிவிட்டான் என்பதற்கு பதில் தெரிந்தால் அவளுக்கும் எவ்வளவு இலகுவாயிருக்கும். ஆனால் தெரியவில்லை என்பதுதான் எவ்வளவு கடினமாயிருக்கிறது.

‘தாமன்... யூ ஸ்டாண்ட் அவுட்சைட்... மை ரூம்...’ தாமன் வெளியேறினான்.

தனது கணிப்பொறியில் சில நிமிடங்கள் மேய்ந்துவிட்டு கௌரியிடம்,

‘கௌரி ராஜகோபால், யூ ஆர் சிங்கிள் மதர் ரைட்...’

‘ஆமாம்... கடந்த இரண்டு வருடங்களாகதான்... ஒரே பையன்...’

‘யா... ஐ நோ... என்னால் புரிந்துகொள்ள முடியும். சொல்லுங்கள்...’

கௌரிக்கு சங்கடமும் கோபமும் வருகிற இடமது. இந்தக் கனிவுப் பார்வை தேவையேயில்லை. தனது வேலை, சாமர்த்தியம் எல்லாவற்றையும் நொடிப் பொழுதில் சிதறியடிக்கிற கனிவுப் பார்வை. கல்யாணமே செய்து கொள்ளாமல் தனி மரமாய் எப்படி

சிஸ்டர் நிற்கிறாய் என்று இவளை நான் பரிதாபப்பட்டேனா... பின்பு எனக்கெதற்கு இந்த நொண்டிச் சக்கரம்.

பெரிய பள்ளி. நல்ல பெயர் வாங்கிய பள்ளி. தாமனின் எதிர்காலம். அவள் கேட்கும் நிலையில். நான் பதில் சொல்லும் இருக்கையில். அமைதிப்படுத்தியபடி, ஒரு பிளாஸ்டிக் புன்னகையைப் பொருத்திக் கொண்டாள்.

'மேடம்... நீங்கள் அவனிடமே கேளுங்கள். எனது வாழ்க்கை நிலைக்கும் அதற்கும் சம்பந்தமில்லை. நான் ஒரு பெற்றோராய் எந்தக் குறையும் வைப்பதில்லை... அவன் செய்த இந்தத் தவறுக்கான விளக்கம் முழுக்க முழுக்க உங்கள் பள்ளி சார்ந்தது...'

மேடம் மறுபடி ரெட் கார்டைப் படித்தாள். பெல் அடித்து, பியூனை வரவழைத்து தாமனைக் கூப்பிட்டாள். முகத்தை மறுபடி இறுக்கிக் கொண்டாள்.

'தாமன், இந்த ரெட் கார்டிற்கு பிறகு இந்த பள்ளியில் முடிவு என்னவாயிருக்கும் என்று தெரியுமா...'

'மிஸ் சொன்னார்கள், பள்ளியை விட்டு அனுப்பப்படுவதற்கான வாய்ப்புகள் பிரகாசம் என்று.'

கௌரிக்கு தாமனின் குரல் ஆச்சரியம் அளித்தது. தன்னிடமுள்ள நக்கல், ஆனால் அந்த பயமற்ற தன்மை, தெளிவு... கண்டிப்பாய் தன்னதோ, ராஜகோபாலோடதோ அல்ல. தனது குடும்பத்தில் யாருக்கும் கிஞ்சித்தும் இல்லாதது.

பிரிகிற அன்றைக்கு ராஜகோபாலின் பதற்றம் தன்னை விட அதிகமாயிருந்தது. இரண்டு குடும்பமுமே கண் கலங்கி, கசக்கி, கொஞ்சமாய் முனகி, ஆர்ப்பாட்டம் செய்து, பேசாமலிருந்து என்று பதற்றத்தின் அத்தனை பரிமாணங்களையும் காட்டியவர்கள். தாமன் எங்கிருந்து வந்த வேர் அது... கௌரிக்கு ஆச்சரியமாயிருந்தது.

'சோ... அடுத்த பள்ளிக்காக தயாராகிக்கொண்டிருக்கிறாய்...'

'நான் எதிர்மறையாய் யோசிப்பதில்லை மேடம்...'

டெமொல்லோவிற்கு இது பதிவுபோல நடக்கிற விசாரணையில்லை என்று புலப்பட்டுவிட்டது. தனது கடின முகத்தை விடுத்து, பதிவிற்கு வந்தார். சில விசாரணைகளில் ஆரம்ப கட்டங்களிலே எதிர் முனைக்காரர்கள் பயந்து தவறுணர்ந்து கைபிசைய, அழ, விக்க, மன்னிப்பு தெரிவிக்க, எதிர்வினையாற்ற என்று ஏதாவது ஒரு உணர்வைக் காட்ட டெமொல்லோவிற்கு அதற்கு எப்படி எடுத்துச் செல்ல வேண்டும் என்று அத்துப்படி.

இது அது போலில்லை. ஹூம். இந்த நாள் ஒரு புது நாள் என்று மனப் பட்சி சொல்லிற்று.

'சரி, நீயே சொல்லு... ஏன் இப்படி... சுவரேறி குதித்திருக்கிறாய்... நண்பர்களை குதிக்கச் சொல்லியிருக்கிறாய்... லேப்பில், விளையாட்டில், ஒவ்வொரு இடத்திலும்... ஒவ்வொரு மாதிரியான அத்துமீறல். ஒழுக்கக் கேடு...'

'ஒவ்வொன்றாய் சொல்லவா... இல்லை... மொத்தமாக சுருக்கி சொல்லவா...' - தாமன்.

டெமொல்லோ சீட் நுனிக்கு வந்துவிட்டாள். நாக்கு நுனிவரைக்கும் கொங்கணி கெட்ட வார்த்தை வந்துவிட்டது. டெமொல்லோ மேடம் கொங்கணி பாஷையில் பேச ஆரம்பித்தால் அவ்வளவுதான். ஒவ்வொரு வசவுச் சொல்லையும், கொங்கணியிலும், பின் ஆங்கிலத்திலும் மொழிபெயர்த்து திட்டிக் கிழித்துவிடுவாள்.

அவளது சுத்தமான ஆங்கில வசவுச் சொற்களைக் கேட்டவர்கள் கொங்கணி மொழியின் மீது அளவுகடந்த பயபக்தி கொள்வார்கள். மெல்ல மெல்ல சுருதி ஏற்றிப் பாடும் ஒரு சங்கீத வித்வானின் குரல்போல எழும்பி எதனைச் சொல்ல வேண்டுமோ அதைச் சொல்லிவிட்டு அதற்கு அடைப்பு கொடுப்பதுபோல சில வசவுகள். காரியத்தில் கண்ணாயிருக்கும் ஆரிய கூத்துபோல காரிய முடியு மளவுக்குத் தேவையான சொற்களை சரியான விகிதத்தில், வீரியத்தில் வீசிவிட்டு அமைதியாகிவிடுவாள் டெமொல்லோ மேடம்.

லூசு மாதிரி பேசும் பெற்றோர்களை அப்படி அடக்குவதுண்டு. இங்கு பேசுவது, மாணவன். அவர்கள் முன் கூடாது. அடக்கிக் கொண்டாள்.

'எப்படியாவது சொல்லித் தொலை...'

'நன்றி மேடம்... உட்கார்ந்து சொல்லவா... நீங்கள் அனுமதித்தால்...'

கண்ணால் அனுமதியளித்தாள். ரொம்ப ரிலாக்ஸ்ஸாக உட்கார்ந்து கொண்டான் தாமன்.

'எனது எல்லாக் குற்றங்களையும் எடுத்துக்கொண்டால் ஒன்று நான் நேரடியாக செய்தது. மற்றொன்று மற்றவருக்கு துணை போனது... முதலில் எல்லாமே உண்மைதான். இதற்கு நீங்கள் கொடுக்கும் தண்டனைக்கு நான் முழுவதும் கடமைப்பட்டிருக்கிறேன்.'

டெமொல்லோ தனது ஆசனத்தில் முழுமையாக சாய்ந்து கொண்டாள். கொஞ்சம் ஆச்சரியத்தோடு பார்த்தாள். தாமன் தொடர்ந்தான்.

‘அவ்வப்போது வகுப்பிற்கு லேட்டாக வருதல் எனது முதல் குற்றங்களில் உண்டு. இதற்கு எனது ஒழுங்கீனமோ, என் தாய் என்னை தயார் செய்து அனுப்பாததோ குற்றமில்லை. இத்தனை வருடங்களில் எப்போதும் நேரத்தில் வரவேண்டும் என்கிற பதட்டம், அதீத ஒழுங்கு, என்னை பள்ளியின் மீது பயம் கொள்ளச் செய்துவிட்டது... பள்ளியை நேசிப்பதை விட வெறுமனே நேரத்திற்கு வருவதை சடங்காக்கிக் கொண்ட பிறகு, அதன் மற்றைய நிகழ்வுகள் என் உணர்வை குஷிப்படுத்துவதேயில்லை...’

‘வாட்... ரப்பிஷ்... டைம் இஸ் காட்... யூ நோ...’

‘எனக்கு தெரியாது மேடம். ஆனால் எப்போதும் ஒரு மணித்துளி கூட முன்ன பின்ன வராமல் இருந்த கடந்த பத்து வருடங்களை விட இந்த வருடம் என் பள்ளியை ரொம்பவே நேசிக்கிறேன். என் வாழ்நாளின் முக்கிய பகுதியை கழிக்கும் இந்த இடத்தின் மீதான் எந்த பயமும் என்னை அதனிடமிருந்து தூரப்படுத்துகிறது...’

‘கமான்... என்னால் ஏற்றுக்கொள்ள முடியாது. இது ஐயாயிரம் மாணவர்கள் படிக்கும் எழுபது வயதான தலைசிறந்த பள்ளி... ஒழுக்கத்திற்கும், கட்டுப்பாட்டிற்கும் பெயர் போன இந்த பள்ளியில்...’

‘மேடம், குறுக்கிடுவதற்கு மன்னிக்க... எனது நடவடிக்கை ஒழுங்கீனமல்ல... மாறாக என் பள்ளியின் மீதான எனக்கிருந்த பயத்தை துரத்தும், துடைக்கும் நடவடிக்கை.’ (என் பள்ளியின் என்று சொல்லும்போது அழுத்தம் கொடுத்தான்...)

‘ஓ... என்ன பயம்...’

‘நேரத்தில் வரவில்லையென்றால் என்னவாகும் என்ற பயம்... அதற்கான தண்டனைகள் இவைதான் என்று தெரிந்தும், எனக்குள் அந்த பயம் எழுந்து, எனக்குள் எப்போதும் நடு நடுக்கத்தை ஏற்படுத்த ஆரம்பித்தன கடந்த சில வருடங்களாய்... பயத்தை அது எனக்குள் ஆலமரமாய் எழுப்ப ஆரம்பித்தது. அதற்காக நேரம் கடந்து வந்து, ஏழு நாட்கள் வெளியில் நின்றிருக்கிறேன். மூன்று நாட்கள் மைதானத்தைச் சுற்றி வந்திருக்கிறேன்.’

‘ஓ காட்... வாட் எ பிக் இண்டிசிப்ளின் பாய்...’

‘ஆனால் மேடம், பள்ளி பற்றி பயம் இல்லை... நேரம் பற்றிய பதட்டமில்லை... இப்போது... மிகவும் நேசிக்கிறேன்.’

‘ரெடிகுலஸ்...’ தலையிலடித்துக் கொண்டார் டெமொல்லோ.

'இது போலதான், கேத்தனுக்கு குளோரின் பாட்டிலை தரையில் கொட்டிவிட்டால் என்னவாகும் என்று பயமிருந்தது... அலீஸுக்கு விளையாட்டு வாத்தியார் பேட்டை உடைத்தால் கொடுக்கும் தண்டனை பற்றியும், அஸ்வினுக்கு பேப்பரில் எதுவும் எழுதாமல் கொடுத்து ஒரு பரிட்சையில் முட்டை வாங்கினால் என்னவாகும் என்பதை பற்றியும் மிகப் பெரிய பயங்கள் இருந்தன.'

'ம்ம்... ஸோ...'

'எதை செய்ய பயப்படுகிறோமோ அதையே செய்வதன் மூலமே கடக்க முடியும் என்று நினைத்தேன். நானும் செய்து காட்டினேன்... அவர்களை செய்யவும் ஊக்கப்படுத்தினேன். குளோரின் தரையை எதுவும் செய்யவில்லை. கொஞ்சம் திட்டு, 400 ரூபாய் ஃபைன் அலீஸுக்கு, கொஞ்சம் ஜிபி மார்க்கு குறைந்தது அஸ்வினுக்கு, அவ்வளவுதான்... ஆனால் அவர்கள் எந்த பயத்தோடும் இனி இருக்க மாட்டார்கள். பயத்தை எதிர்கொள்வது அவ்வளவு கடினமல்ல என்று கற்றுக் கொள்வார்கள்... நம்புங்கள் மேடம், நான் சொன்னது முழுக்க சத்தியம்...'

'இட் இஸ் நான்சென்ஸ் டு த கோர்...' கத்த ஆரம்பித்தார் டெமொல்லோ.

'குழந்தைகளின் சுதந்திரத்திற்கு நான் எதிரியல்ல... அது எந்த நேரத்திலும் கட்டுப்பாட்டை, ஒழுங்கை குலைக்கக் கூடாது... நீ செய்தது... மீறல்... காரணங்கள் சரியாய் இருந்தாலும் வழிமுறைகள் மடத்தனமானது... ஒவ்வொரு மாணவனும் நீ செய்வதுபோல ஏதாவது செய்துவிட்டு அதற்கான காரணங்களை கற்பிக்கலாம். உங்களை இப்படி தர்க்க ரீதியாக பேசச் சொல்லிக் கொடுத்ததே இந்த பள்ளிதானே. இங்கே கற்ற வித்தையை என்னிடமே காட்டுகிறாயா...' தொடர்ந்து பேசிக்கொண்டே போனார்.

பேசியபடியே அவனின் மதிப்பெண்களை கணினிப்பெட்டியில் ஆராய்ந்தார். எந்தக் குற்றமும் சொல்ல முடியாதபடிக்கான மதிப் பெண்கள். அவனின் கட்டுரைகள் பள்ளி இதழில் இடம் பெற்றிருந்தன. அவன் எழுதிய அறிவியல் கட்டுரைகள் அங்கங்கே வெளியாகியிருந்தன.

டெமொல்லோ அறிவுரையில் தேர்ச்சி பெற்றவர். கடந்த முப்பது வருடங்களாய் அவர் அதைத்தான் செய்து கொண்டிருக்கிறார். ஆசிரியர்களுக்கு, மாணவர்களுக்கு என்று பெட்டியிட்ட அறிவுரைகள் எப்போதும் தயாராயிருக்கும். எந்த மாணவனையும் அவரால் தான்

ஒன்றும் பெரியவனில்லை, மேடம் சொல்வது சரிதான் என்று தலைகுனிய வைக்கும் அறிவுரை பந்துகள் தயாராயிருக்கும்.

கலர் கலரான மருந்துகளை மாற்றி மாற்றி கலந்து கொடுக்கும் தெருமுனை ஆயுர்வேத மருத்துவரைப்போல டெமொல்லோ மேடம் எந்த நிகழ்வையும் சாம, தான, பேத ஏற்ற இறக்கங்களோடு கலந்து கட்டி அடித்து அனுப்புவதில் உள்ள தேர்ச்சி அலாதியானது.

'மறுபடியும் குறுக்கிடுவதற்கு மன்னிக்க மேடம்... நீங்கள் சொல்வதற்கு நான் பணிகிறேன். நான் இந்த பள்ளியை நேசிக்கிறேன். எனது சக மாணவர்களையும் நேசிக்க வைக்கிறேன் என்பதையும் நீங்கள் நம்ப வேண்டும்... பயமறியாத ஆடுகளுக்கு மேய்ப்பன் நல்ல தோழனுமாவானல்லவா... பயந்து வழி தவறும் ஆடுகள் மேய்ப்பனைக் கண்டும் பயப்படும்தானே...'

டெமொல்லோ அதையெல்லாம் காதில் வாங்கிக் கொள்ளவில்லை. பதிவுபோல பெட்டியிலிருந்து அறிவு விநியோகம் செய்து கொண்டிருந்தார். தாமனைப் பார்த்துப் பேசாமல் கௌரியைப் பார்த்து புத்திமதி சொல்லிக்கொண்டே போனார். மெல்லிய நடுக்கத்தோடு கௌரி மேடத்துக்கு தலையாட்டிக்கொண்டே போனாள்.

'இதுதான் கடைசி தாமன்... இன்னொரு முறை எந்தத் தவறும் நடக்கக் கூடாது' என்று அவன் கண்ணைப் பார்க்காமலே தனது கட்டுப்பாடற்ற குரலில் சொன்னார்.

'யூ ஆல் மே கோ' என்று சொல்லி முடித்த பின் டெமொல்லோ மேடத்திற்கு எதுவோ செய்தது போலயிருந்தது. ஏன் அவன் கண்ணை என்னால் பார்க்க முடியவில்லை என்று தோன்றிற்று.

இத்தனை வருடங்களில் செய்யாத மூன்று விஷயங்களைச் செய்தார்.

அ) பள்ளியிலிருந்து அது முடியும் முன்னரே இல்லம் கிளம்பினார்.

ஆ) மெழுகுவர்த்தி ஏற்றி சிலுவையை வணங்காமல் நேரே படுக்கையில் போய் விழுந்து மெல்லியதாய் அழ ஆரம்பித்தார்.

இ) அழுகைக்குப் பின், பயம் நீங்கி ஃபாதர் அக்ளின் டெமொல்லோவுக்கு ஃபோன் செய்து, நான் வரவா என்று கேட்க முடிவு செய்தார்.

•

ஹோலியின் கறைகள்

ஹோய்... யோய்... ஓவ்... ஹய்யோ... ஆஆஆவ்... ஹாங்க்... மாரோ... தூதூஉதூ... ம்ம்ம் ஆஆஆஆ... ந த்ரத்ரத்ர...

முதல் ஹோலி இன்னும் ஞாபகமிருக்கிறது. பேச்சிலர் டைம். அன்று அலுவலகம் விடுப்புதான். மேலாளர் கோபு மாமாவும் கல்யாண மாகாத முதிர் பேச்சிலர்.

'நமக்கென்னல... ஹோலி, தாலி... மயிரால பிடுங்கப்போற... காலைல வந்துடுடே... கொஞ்சம் லேட்டா வந்தாலும் பரவாயில்லை...

எழுதின தீஞ்ச கோடுக்கு மெனுவல் எழுதிடலாம்... இந்த கூர்கெட்ட மார்க்கெட்டிங் குப்பனுங்க வாய அடைச்சிடலாம் கேட்டியா...'

ஆறுமணிக்கு எழுந்து, ஆறு பத்துக்கு கழிப்பறை, ஆறு இருபதுக்கு குளிப்பறை, தலை துவட்டல், பால் கொதித்தல், பால் கலக்கல், குடித்தல், துணி மற்றும் அலங்கார நேரம் முடிந்து புறப்பாடு ஆறு நாப்பது, நடை, ஏழு பத்துக்கு டோம்பிவிலி பாஸ்ட் பிடித்தல் என்கிற நித்திய கர்மாக்களிலிருந்து விடுதலை.

அது கூட தவறு. கொஞ்சம் தளர்த்தல். அப்பா. அதுவே மாற்றக்காற்றை உள்ளே அனுப்பும்.

பத்துமணிக்குக் கிளம்பி, கொஞ்சமாய் ரவை உப்புமா கிளறி சாப்பிட்டுவிட்டு இரண்டாம் முறை காப்பி கலந்து குடித்து, வெளிர்

நீலச் சட்டை போட்டு கிளம்பிய என்னை ரவி பாட்டில் வித்தியாசமாய்ப் பார்த்தான்.

'க்யாரே. பாகல் ஹே கா...' (பைத்தியமாடா நீ.)

புரியவில்லை ஏன் கேட்கிறான் என்று. உமா அபார்ட்மெண்ட்ஸ் கடந்து மூன்றாவது சந்தில் சடக்கென ஒரு கலர் பேக் வாயில் வந்து விழுந்தது. நிதானித்து நிமிர்வதற்குள் முதுகில் தண்ணீர் பாக் விழுந்தது.

மடமடவென்று நாலைந்து முட்டைகள் விழுந்தன, சரமாரியாய். வெளிர் நீலச்சட்டை இறந்துபோயிற்று.

ஹேய்... ஓய்ய்... குய்யோ...

ஆடிக்கொண்டே போனார்கள். உலகத்திலுள்ள எல்லா கலர்களும் அவர்கள் மூஞ்சியிலிருந்தது. 1எனக்கும் எவனோ சத்தம்போட்டபடி கலர்பொடி தேய்த்துவிட்டுப் போனான். கழுத்து கசகசப்பில் சொரிந்துகொள்ள தூண்டிற்று. மனதில் ரௌத்திரம் மண்டிற்று.

'ங்கொத்தா... இவன் கொண்டாட்டத்துக்கு என்ன மயித்துக்கு என்மேல நாய்யு... என் சம்மதமில்லாம...'

கொஞ்சம் சத்தமாய் தமிழிலே திட்டினேன் என்று நினைக்கிறேன்.

அந்த ஸாக்கா பிரமுக்கிற்கு அது காதில் விழுந்திருக்குமென்று நினைக்கிறேன். வார்த்தை புரியாவிட்டாலும் அதன் அர்த்தம் அவனுக்குப் புரிந்திருக்கும்.

'க்யாரே... அண்ணா...' பக்கத்தில் வந்தான். மண்ணின் மைந்தன். கலாசார காவலன். நாற்றமடித்தது.

கோணலாய்ச் சிரித்தான். என்னை அப்படியே தூக்கி பக்கத்துச் சாக்கடையில் முக்கினான். அதில் ஏற்கெனவே நிறைய பேர் குளித்துக்கொண்டிருந்தார்கள்.

ஹோய்... காரே. காரே... அண்ணா மாரே...

பாரே... பாரே... இட்லி பார்ரே.

குர்ரோ... குர்ரோ... குய்யர்ரோ...

பூர்வமீமாம்ச சூத்திரத்தை ஜெபித்துக்கொண்டு பிரகலாதன் சாக்கடைத் தண்ணீரைக் குடித்துக்கொண்டிருந்தான்.

‘பீவோ, பீவோ… சப் ஜல் ஜயாகா…’ (குடி, குடி எல்லாம் எரிந்துபோகும்) என்றான். அவன் நெருப்பு. அவனுக்கு ஒன்றுமே ஆகவில்லை. ஆனால் எனக்கு நெருப்பாய் தகித்தது சாக்கடை…

•

அடுத்த இருபது வருடங்கள் நான் ஹோலிக்கு வெளியே போனதே யில்லை. வீட்டில் ஓடி ஓடி ஒளிந்திருக்கிறேன் கதவைச் சாத்திக் கொண்டு. அலுவலகத்திற்கு முன்னமே போய், வெகுபின்னான இரவு திரும்புவேன். கலர் கலரான பொடிகள், நீர்கள் அதன் மணங்கள் விட்டுச்சென்ற தடங்களை சுவாசித்துக்கொண்டே. அடுத்த நாள், மொத்தமாய் சுத்தமாகாத முகங்களோடு கைகுலுக்கும் சக தோழர்கள் என் அலங்கோலமடையாத முகம் பார்த்து ஆச்சரியமடைதல் முதலில் சந்தோஷம் கொடுத்ததெனினும், கடந்த சில வருடங்களாக சொல்ல முடியாத வருத்தத்தையே அது வழங்கியிருக்கிறது.

ஒவ்வொரு ஹோலிக்கும் அந்த வருத்தம் அதிகரித்துக்கொண்டுதான் போனது.

•

‘அப்பா, கீழே வா…’ மாலிகா குரல் கேட்டது. கழுதை தொண்டை, காது கிழிக்கிறது. ஜன்னல் வழியே எட்டிப்பார்த்தேன்.

யாரோ மேல் தளத்திலிருந்து தண்ணீர்ப்பை விட்டெறிந்தார்கள். கோபமாய் எட்டிப்பார்த்ததில் கார்த்திகா, நான்கு வயதுப்பெண் சிரித்துக்கொண்டிருந்தது. ‘ஹேப்பி ஹோலி…’ ஓட்டைப்பல்லோடு சொன்னது. சின்னக் குழந்தையாயிருந்ததால் அதை அவள் அம்மா கீழே அனுப்பவில்லை. அதுபாட்டுக்கு ஜன்னலில் உட்கார்ந்து விளையாடிக்கொண்டிருக்கிறது.

நான் எதுவும் சொல்லாமல் விண்டோ செட்டர் சாத்திவிட்டு சோபாவில் வந்தமர்ந்தேன்.

‘பாவம் குழந்தை, ஹேப்பி ஹோலி சொல்லியிருக்கலாம்’ மனது தோசை திருப்பிப் போட்டது.

அந்தத் தண்ணீர்ப்பை மேலே பட்டிருந்தால்… நினைப்பே கொஞ்சம் எரிச்சலைத் தந்தது.

அவனும் அவளும் வந்துவிடுகிறார்கள். அறைமுழுக்க தீச வாடை. திவசம் மாதிரி ஒவ்வொரு வருடமும் வந்துவிடுகிறார்கள். அறை முழுக்க… நாற்றம்…

•

‘அப்பா கீழே வா...’ மறுபடி என் பயம் புரியாது கத்துகிறாள். மெல்ல கீழே எட்டிப்பார்த்தேன். பிரகலாதன் இல்லை.

ஆனாலும் எப்போதும்போல் இந்த முறையும் வீட்டை விட்டு வெளியே போகவேயில்லை. கொஞ்சம் கிரிக்கெட், இணையம், மதியச்சாப்பாடு, ஏதோ ஒரு புத்தகத்தடவல். இரண்டு நாளுக்கு முன்னால்தான் மனைவியிடம் படுத்தது. அடுத்த கோட்டாவிற்கு நாளிருக்கிறது.

எதிர்பாராது கிடைக்கும் விடுமுறைகள் கழிப்பதற்குள் திண்டாடி விடுகிறது நேரமும், மனமும்.

குழந்தைகள் கீழே சத்தமிட்டுக்கொண்டிருந்தன. எனக்குப் போகப் பிடிக்கவில்லை. ஏதோ ஒரு பயமிருந்ததுதான் உண்மை.

கூப்பிட்ட அவள் மூஞ்சியை அவளது தோழர்கள் துவம்சம் செய்திருந்தனர். பீச்காரி வகை வகையாயிருந்தது. கலர் கலரான தண்ணீர்ப் பைகள். சிரித்துக்கொண்டே படீரென்று மற்றவர் முகத்திலடிக்க ஆரவாரக் கூச்சல். சிறுவர்கள் பெரியவர்கள், ஆண், பெண் குழந்தைகள், வளர்ந்த விடலைகள் குழுக்களாய் கலைந்து, சேர்ந்து... ஒரே ஆரவாரக் கூச்சல்.

அந்தக் குடியிருப்பின் பூங்காவை, கீழ் தளத்தை துவம்சம் பண்ணிக்கொண்டிருந்தனர். கிட்டதட்ட ஒரு எழுபது எண்பது பேரிருக்கலாம். சிலர் வந்து, தலை காட்டிவிட்டு நகர்ந்து கொண்டிருந் தார்கள். கீழே போனால் கலர் படாமல் தப்ப முடியாது.

‘மார்... மார்ரே...’ ஒரு குழந்தை கண்ணைக் கசக்கிக்கொண்டு அழுதது. ஒரு பெண் தொபுக்கடீரென்று விழுந்து அழுதாள்.

ஆறாவது தளத்திலிருந்து யாரோ வாளி நிறைய தண்ணீர் கொட்டி னார்கள். டூ வீலரில் சில பையன்கள் படம் காட்டிக்கொண்டிருந்தனர்.

நல்ல வளர்ந்த பெண்கள், ஆன்ட்டிகள் எல்லாருக்குள்ளுமே கலர் தடவி பூசிக்கொண்டிருந்தார்கள். அது சம்பிரதாயமாயிருந்தது.

உண்மையான உற்சாகம் குழந்தைகளிடமும், விஷமமான விடலைகளிடமும் வியாபித்திருந்தது. அவன் அந்த பிங்க் கலர் சுரிதார் பெண்ணைத் துரத்திக்கொண்டே கார் பார்க்கிங் பின்னால் ஓடிப் போனான். வெறுமனே கலர் மட்டும் தடவியிருப்பான் என்று நினைப்பது மடத்தனமானது.

அந்தப்பெண் வேகவேகமாய் வெளியே சிரிப்பும், கடுப்புமாய் வெளியே வந்திருந்தாள். அவள் உதட்டில் சிரிப்பு வெட்கத்தோடு

சாம்பெயின் பாட்டிலின் நுரையாய் ததும்பி வழிந்திருந்தது. அவளின் மார்புக்குள் அவன் அழுத்தி பொடி தூவியிருப்பான்.

ஹோலி மற்றும் நவராத்திரியின் கர்பா காலங்களில் கிடைக்கும் சலுகை.

ராதே ஸ்யாமா... ஸ்ருங்க அலங்கார...
ராதே ராதே... ராதே... ராதே... கோவிந்தா
பிருந்தாவன சந்திரா... அநாத நாத தீனோ பந்தோ
ராதே கோவிந்தா...

அவளுக்கு அது முதல் தடவலாய் இருந்திருக்கவேண்டும். அவளுக்கு அது பிடித்திருக்கவேண்டும். முதல் முலை தடவலும், தடவப்படலும் வார்த்தை தாண்டிய சந்தோஷ அனுபவங்கள். அவர்களிருவர் முகத்தை சந்தோஷமாய் பார்த்துக்கொண்டிருந்தேன்.

சோனியா சொன்னபடி நான் கொஞ்சம் சந்தைப்படுத்தலில் கொஞ்சம் லேட்டுதான். ஓரிரு நிமிடங்களில் கூட ராதைகள் கிருஷ்ணனிடம் சேர்ந்துவிடுகிறார்கள்.

மாலிகா உள்ளே வந்து குளித்தாள். வீடெல்லாம் ஈரமாயிற்று.

'போதும்... ஆட்டம்... தலையெல்லாம் கலர் போறதுக்கு இன்னும் ரொம்ப நாளாகும். தேல் டால்.' (எண்ணெய் தடவு.)

அவள் அம்மாவை ஒன்றும் பேசாமலேயே அசட்டை செய்வாள். இன்னும் கொஞ்ச நேரத்தில் இவர்கள் அடித்துக்கொள்ளப் போகிறார்கள்.

எண்ணெய்க்கும், பாராசூட்டின் பெருமைக்குமான சண்டையின் மௌனப் பார்வையாளனாகப் போகிறேன் என்பதே எனக்கு அலுப்பு தந்தது.

அந்தச் சண்டை தன்னால் தன் பெண்ணைப்போல ஆட முடியவில்லையே என்கிற நமைச்சலே என்று நான் வாய் திறந்தால், ஈரமான வீட்டில் சண்டை பச்சக்கென ஒட்டிக்கொள்ளும் என்பதால் புத்தக வரிகளில் கண்களைப் புதைத்தேன்.

இன்னும் ஐந்து வருடங்களுக்குப் பிறகு மகளே உனக்கும் மார்பகங்கள் பெரிதாகும், உன்னையும் எவனாவது கார் பார்க்கிங் ஏரியாவில் துரத்துவான். பிங்க் கலர் அக்காவைப்போல உனக்கும் உதடு சிவக்கும். என்னிடம் வந்து சொல்வாயா? அப்போது என் முதல் முலை அனுபவத்தை உன்னோடு பகிர்ந்து கொள்ளவேண்டும். அது வார்த்தை தாண்டிய சந்தோஷ அனுபவம்.

உனக்குப் புரியாதெனினும், உன் தலை தடவி புரியவைக்க முயற்சிப்பேன்.

ஹோலி விளையாடி களைத்த முகத்தோடு அவள் சோபாவில் முகம் புதைத்தாள். அவளைப் பக்கத்தில் பார்த்த எனக்கு என் முதல் ஹோலியின் ஞாபகம் வந்தது.

'க்யாரே அண்ணா...' சாக்கடை. கோபம் நாற்றமாய் வந்தது.

'மாலி... வாட் நான்சென்ஸ் திஸ் இஸ்... யூ ஷுட் பீ கேர்ஃபுல்... ஆல் திஸ் கலர் வில் ஸ்பாயில் யுவர் ஸ்கின்...' (என்ன முட்டாள்தனம். இந்த கலர் உன் தோலை கெடுக்கும்.)

•

அடுத்தநாள் அலுவலகம் கிளம்பும் முன் நான் சுத்தமாக இருந்தேன் எந்த ஹோலிக்கறையுமின்றி.

அடுத்த ஹோலிக்கு கட்டாயம் கீழே போய் விளையாடுவேன் மாலிகா வோடு. காலையிலே எழுந்து தலையில் எண்ணெய் தடவிக்கொள்ள வேண்டும். முடிந்தால் கொஞ்சம் மாலிகா செய்து கொள்வதுபோல ஷாம்புவும் சேர்த்து தடவிக்கொள்ளலாம். கலர்கள் ஒன்றும் செய்யாது. ஏதாவது ஒரு அழுக்கு டிஷர்ட்டைப் போட்டுக்கொள்வது நலம்.

பெர்முடாஸ் அல்லது கறுப்பு பைஜாமா போட்டுக்கொள்ளலாம். சேவ் செய்யாது இறங்க வேண்டும். சம்பிரதாயமாக மற்றவர் தடவுவதற்கு முன்னே அவருக்குத் தடவி விட வேண்டும். மற்றவர் நம் தடவலுக்குப் பின் கொஞ்சம் மெதுவாகவே தடவுவார்.

முடிந்தால் பட்டீல் பெண்டாட்டிக்கும், நாயர் வீட்டுப் பெண்ணுக்கும் கொஞ்சமாவது கன்னத்தில் தடவிவிட்டு விடவேண்டும்.

அந்தப் பெண் ஓப்பனானது. 'அங்கிள்' என்று சொன்னால் கொஞ்சம் முதுகுக்கும் மாருக்கும் இடைப்பட்ட பக்கத்தில் தடவலாம். எல்லாருக்கும் இதுபோல் செய்வது பார்ப்பவர் கண்ணை கூசச் செய்யாது.

மதியம் வரைக்கும் வெளியே சுற்றிவிட்டு பூங்கா குழாயிலேயே குளித்துவிட்டு தலைதுவட்டாமல் அங்கயே உட்கார்ந்துகொள்ள வேண்டும். இரவு வேண்டுமானால் சாரிடான் போட்டுக்கொள்ளலாம். வீட்டிற்கு வராமல் யார் வீட்டிலிருந்தாவது சாய், பிஸ்கெட் சாப்பிட வேண்டும். மாலிகாவின் நண்பர்களோடு ஃபுட்பால் அல்லது சின்னதாய் அண்டர் ஆர்ம் கிரிக்கெட் விளையாட வேண்டும்.

அப்புறம்...

•

www.ingramcontent.com/pod-product-compliance
Lightning Source LLC
LaVergne TN
LVHW060445051026
849518LV00002B/631